TIẾNG VIỆT

越南語
詞彙分類學習小詞典

漢─越─英對照　越漢詞彙表

［中］鄧應烈　編譯
［韓］屈如玉　審校

雙色印刷
查檢便捷
越南語學習工具書之首選

收詞量大，超過9000句詞彙
收詞面廣，涵蓋50個主題類別
收錄最新詞彙，包括生活、科技、社會等領域新鮮詞彙
便於攜帶、方便檢索，快速拓展各類別常用詞彙及片語

U0082526

智寬文化事業有限公司

目　錄

編寫說明 ……………………………………………………………ix

越南語拼讀 …………………………………………………………xiii

一、數量與度量

1・數量 …………………………………………………………………1
　　1.1 度量衡 ………………………………………………………1
　　1.2 描述數量 ……………………………………………………2
2・數學 …………………………………………………………………4
　　2.1 數字概念 ……………………………………………………4
　　2.2 數的種類 ……………………………………………………8
　　2.3 數學運算 ……………………………………………………9
　　2.4 數學的基本概念 ……………………………………………10
　　2.5 數學的分支學科 ……………………………………………12
3・幾何 …………………………………………………………………12
　　3.1 幾何圖形 ……………………………………………………12
　　3.2 幾何的基本概念 ……………………………………………14

二、空間與時間

4・空間 …………………………………………………………………16
　　4.1 地點與方位 …………………………………………………16
　　4.2 物體的運動 …………………………………………………18
5・時間 …………………………………………………………………21
　　5.1 述說時間 ……………………………………………………21
　　5.2 時間的劃分 …………………………………………………22
　　5.3 時間的表達 …………………………………………………24
　　5.4 計時工具 ……………………………………………………26

6・日期、月份和季節 ·································· 27

　　6.1　星期 ··· 27

　　6.2　月份 ··· 28

　　6.3　季節 ··· 28

　　6.4　星象 ··· 29

　　6.5　表達日期 ··· 29

　　6.6　重要的日子 ··· 30

三、自然與物質

7・天氣 ··· 32

　　7.1　基本天氣詞彙 ··· 32

　　7.2　描述天氣 ··· 34

　　7.3　天氣觀測儀器 ··· 35

8・顏色 ··· 36

　　8.1　基本顏色 ··· 36

　　8.2　描述色彩 ··· 37

9・物質 ··· 38

　　9.1　宇宙 ··· 38

　　9.2　環境和物質 ··· 39

　　9.3　物質和材料 ··· 42

　　9.4　物體的形狀 ··· 46

　　9.5　容器 ··· 48

　　9.6　地理 ··· 48

10・植物 ··· 50

　　10.1　基本詞彙 ··· 50

　　10.2　花卉 ··· 53

　　10.3　樹木 ··· 54

　　10.4　乾果和水果 ··· 55

　　10.5　蔬菜 ··· 56

11・動物 ··· 57

　　11.1　一般動物和哺乳動物 ···························· 57

　　11.2　禽鳥 ··· 60

11.3　水生動物……………………………………………61

11.4　爬行動物和兩棲動物………………………………63

11.5　昆蟲和其他無脊椎類動物…………………………63

四、人

12・身體……………………………………………………65

12.1　身體部位和組織系統………………………………65

12.2　身體狀態和活動……………………………………68

12.3　感官和感覺…………………………………………69

13・描述人…………………………………………………72

13.1　外貌特徵……………………………………………72

13.2　年齡…………………………………………………76

13.3　描述性格……………………………………………78

13.4　個人訊息……………………………………………85

14・醫療與健康……………………………………………88

14.1　醫院…………………………………………………88

14.2　牙醫診所……………………………………………96

15・家庭和朋友……………………………………………97

15.1　家庭成員……………………………………………97

15.2　婚姻和人生…………………………………………99

15.3　朋友…………………………………………………102

16・民族…………………………………………………103

五、交流

17・語言…………………………………………………107

17.1　語言………………………………………………107

17.2　語法………………………………………………108

18・社交…………………………………………………116

18.1　問候與告別………………………………………116

18.2　稱謂與介紹………………………………………117

18.3　常用的詢問模式…………………………………119

18.4　感嘆與禮貌用語…………………………………119

19・講話與談話 ……………………………………… 121

　　19.1 言語風格與功能 ………………………… 121

　　19.2 會話中的常用表達 ……………………… 127

20・電話 …………………………………………… 127

　　20.1 電話與配件 …………………………… 127

　　20.2 使用電話 ……………………………… 128

21・信函 …………………………………………… 130

　　21.1 信函的稱呼語與結尾 ………………… 130

　　21.2 信函的正文與標點符號 ……………… 131

　　21.3 書寫工具與書寫材料 ………………… 132

　　21.4 郵遞 …………………………………… 134

　　21.5 電子郵件和網際網路 ………………… 135

22・媒介 …………………………………………… 136

　　22.1 印刷媒介 ……………………………… 136

　　22.2 電子媒介 ……………………………… 139

　　22.3 廣告宣傳 ……………………………… 143

23・感受 …………………………………………… 144

　　23.1 心情、態度與情感 …………………… 144

　　23.2 喜好與厭惡 …………………………… 151

　　23.3 表達情緒 ……………………………… 152

24・思想 …………………………………………… 153

　　24.1 想法 …………………………………… 153

　　24.2 思考 …………………………………… 154

六、日常生活

25・家居 …………………………………………… 156

　　25.1 房屋與房屋的類型 …………………… 156

　　25.2 家具與家庭用品 ……………………… 158

　　25.3 廚房用具與餐具 ……………………… 160

　　25.4 裝置與工具 …………………………… 163

　　25.5 公寓 …………………………………… 164

　　25.6 其他家居詞彙 ………………………… 165

26・餐飲 ……………………………………………… 166

　　26.1　烹調 …………………………………………… 166

　　26.2　麵食、米飯和湯 ……………………………… 167

　　26.3　麵包、穀物與糕點………………………………… 168

　　26.4　肉類 …………………………………………… 169

　　26.5　魚/海鮮……………………………………… 169

　　26.6　蔬菜 …………………………………………… 170

　　26.7　乾果和水果 …………………………………… 170

　　26.8　奶製品和甜品………………………………… 170

　　26.9　調味品 ………………………………………… 171

　　26.10　酒水…………………………………………… 171

　　26.11　餐桌…………………………………………… 172

　　26.12　在外用餐 …………………………………… 173

　　26.13　副食商店 …………………………………… 174

　　26.14　描述食品與飲料…………………………… 174

27・購物 …………………………………………… 175

　　27.1　基本詞彙 ……………………………………… 175

　　27.2　文具店 ………………………………………… 177

　　27.3　服裝 …………………………………………… 178

　　27.4　描述服裝 ……………………………………… 180

　　27.5　鞋帽店 ………………………………………… 181

　　27.6　化妝品店 ……………………………………… 182

　　27.7　首飾店 ………………………………………… 184

　　27.8　煙草店 ………………………………………… 185

　　27.9　藥店 …………………………………………… 185

　　27.10　書店………………………………………… 187

　　27.11　唱片行 ……………………………………… 189

　　27.12　照相材料行………………………………… 191

　　27.13　五金店 ……………………………………… 192

28・洗衣 …………………………………………… 192

29・美容美髮 ……………………………………… 194

七、業餘生活

30 · 娛樂與愛好 ………………………………… 196

　　30.1　業餘愛好 ……………………………… 196

　　30.2　娛樂活動 ……………………………… 199

31 · 體育運動 …………………………………… 199

32 · 文化與藝術 ………………………………… 206

　　32.1　建築、雕塑和攝影 …………………… 206

　　32.2　電影 …………………………………… 208

　　32.3　音樂 …………………………………… 210

　　32.4　舞蹈 …………………………………… 213

　　32.5　文學 …………………………………… 214

　　32.6　戲劇 …………………………………… 217

33 · 度假 ………………………………………… 219

　　33.1　假日 …………………………………… 219

　　33.2　觀光 …………………………………… 219

　　33.3　郊遊 …………………………………… 221

　　33.4　問路 …………………………………… 222

八、旅行與交通

34 · 選擇目的地 ………………………………… 224

　　34.1　旅行社 ………………………………… 224

　　34.2　大洲、國家和地區 …………………… 225

　　34.3　城市和地理名稱 ……………………… 229

　　34.4　越南地名 ……………………………… 230

　　34.5　中國地名 ……………………………… 230

35 · 通過海關 …………………………………… 231

36 · 乘飛機旅行 ………………………………… 232

　　36.1　在航空站 ……………………………… 232

　　36.2　航班訊息 ……………………………… 234

　　36.3　在飛機上 ……………………………… 234

37・乘車旅行 ……………………………………… 235
　　37.1　駕駛 ………………………………………… 235
　　37.2　道路標誌 …………………………………… 237
　　37.3　小汽車 ……………………………………… 239
38・交通 …………………………………………… 240
39・旅館 …………………………………………… 243
　　39.1　旅館 ………………………………………… 243
　　39.2　旅館房間 …………………………………… 244

九、教育

40・學校 …………………………………………… 246
　　40.1　學校類型與基本詞彙 ……………………… 246
　　40.2　教室 ………………………………………… 247
　　40.3　教師與學生 ………………………………… 249
　　40.4　校園設施 …………………………………… 249
　　40.5　其他相關詞彙 ……………………………… 250
41・學科 …………………………………………… 252

十、工作與商界

42・工作 …………………………………………… 254
　　42.1　工作和職業 ………………………………… 254
　　42.2　求職簡歷 …………………………………… 257
　　42.3　辦公室 ……………………………………… 258
　　42.4　職場 ………………………………………… 261
43・商業與金融 …………………………………… 265
　　43.1　金融與保險 ………………………………… 265
　　43.2　商業 ………………………………………… 270

十一、科學技術

44・科學技術 ……………………………………… 272
　　44.1　技術和通信 ………………………………… 272
　　44.2　電腦與網路 ………………………………… 273

44.3　電腦功能指令……………………………………… 279

十二、政治、法律、宗教與歷史

45・政治 ………………………………………………… 281

46・法律事務 …………………………………………… 285

47・宗教 ………………………………………………… 287

48・歷史 ………………………………………………… 293

十三、緊急情況

49・緊急情況 …………………………………………… 295

49.1　火警 ……………………………………………… 295

49.2　犯罪 ……………………………………………… 296

49.3　交通事故 ………………………………………… 299

十四、重點問題

50・重點問題 …………………………………………… 301

50.1　環境問題 ………………………………………… 301

50.2　社會問題 ………………………………………… 302

50.3　全球問題 ………………………………………… 305

50.4　表達觀點 ………………………………………… 306

越漢詞彙表 ……………………………………………… 308

編寫說明

本書是一本越南語學習者的必備工具書!

如果你是一位越南語學習者,除了必備一套按照音序排列的 "越 - 漢"、"漢 - 越" 詞典外,還應當有一本越南語分類詞典。在越南語的語言學習過程中,學習者和使用者往往是根據談論或者研究的話題產生對詞彙的需求,分類詞典能夠很好地滿足這種需要。因此,本書是越南語學習者和使用者必備的一本工具書。

本書的編寫特色

- 本書收詞量大,收入 9000 多個越南語單字,為讀者提供了有效的詞彙框架,是獲得越南語基本詞彙的必備工具書。

- 本書收詞面廣,涵蓋十四大主題類別,分類科學合理。本書詞彙的組織模式對於提升或鞏固所掌握的越南語或漢語詞彙有極大的幫助;對國人越南語專業或越南漢語專業的大學生在準備口語課堂任務和就某一特定話題做書面表達時,本書能夠提供卓越成效的幫助;對在越南工作的國人、在國內工作的越南人或者探親訪友者,使用本書能迅速查找到所要表達的詞彙。

- 本書收錄最新詞彙,包括生活、科技、社會、政治、經濟等領域的新鮮詞彙,是一本比較 "時尚" 的詞彙工具書。

- 本書小巧精致,便於攜帶;在大的主題類別中,嚴格按照音序排列,易於檢索。本書採用雙色印刷,版式設計美觀大方,條理清晰。

本書的內容架構

本書包括越南語拼讀、十四大主題分類詞彙(數量與度量,空間與時間,自然與物質,人,交流,日常生活,業餘生活，旅行與交通，教育，工作與商界，科學技術，政治、法律、宗教與歷史，緊急情況，重點問題等），以及按音序排列的越漢詞彙表等。

- 越南語拼讀教你越南語的字母拼讀音、拼讀技巧和聲調，從而正確讀出單字、片語和句子，讓你自信地說好越南語。

- 分類詞彙的十四大主題部分又分成五十個次主題，例如，"人"的這個大主題分為五個次主題：身體、描述人、醫療與健康、家庭和朋友、民族。每個次主題又分成更具體的主題，如"描述人"又分成外貌特徵、年齡、描述性格等）。如此設計是為了幫助你系統地掌握各種詞彙，在你使用越南語時滿足你的各種需要。

- 越漢詞彙表用來幫助讀者在使用過程中快速查找詞彙。

本書正文編排說明

漢語詞條列在每頁的左側，越南語對應詞列在中間，英語對應詞語在右側。

漢語	越南語	英語
可口的	ngon	tasty

選收的詞條包括單字、片語以及一些常用短句。詞條的選收以越南語詞彙為基礎，漢語和越南語意思互為參考。漢語詞條一般只列出單個詞語，但有時也根據所屬類別給出兩三個詞語，以對應於越南語。考慮到越南語同一單字在不同的情況下的詞性不同，為方便學習，部分漢語詞條也相應地加上了詞性的標誌，即表示形容詞詞性的"的"和表示副詞詞性的"地"，這對豐富詞彙和擴充詞彙量有很大的幫助。

漢語詞條一般按照拼音音序排列，或者根據分類本身的特點按照一定的邏輯關係排列。相關條目或詞語歸列在一起，放在主詞條下用"·"標明。例如：

漢語	越南語	英語
火車	tàu hoả, xe lửa	train
· 分隔車室	gian, ngăn	compartment

・火車頭	đầu máy xe lửa	locomotive
・火車站	ga đường sắt	railway station
・客車	xe chở khách	passenger car
・鐵道，軌道	đường ray, đường xe lửa	track
・鐵路	đường sắt, đường xe lửa	railway, railroad
・臥車	toa nằm	sleeping car

　　詞中的 / 分隔符號號表示可以替換，例如：inh / chói / chác tai 說成 inh tai, chói tai, chác tai 都表示"聲音刺耳"；"堂 / 表兄弟" 可表示 "堂兄"、"堂弟"、"表兄" 或 "表弟"。

其他說明

　　越南語語法與漢語最主要的不同點就是，作為修飾成分，包括形容詞和短句，都是放在被修飾成分的後面。其他語法現象和中文大同小異。

　　越南語從西方引進的外來語可以在每個音節之間加一個連字符"-"，也可以不加，例如："千米"一詞，可以拼寫成 kilômét 或 ki-lô-mét，兩種寫法都是對的。

　　越南語有大約 70% 的詞彙是基於漢字的，這使學習越南語的國人感到很親切。每個漢字在越南語中都有對應的發音，被稱為漢越音 (Âm Hán Việt)。有的漢字在古代漢語中是有兩個發音的，在越南語中也會有兩個發音，比如：燕 yān, yàn → yên, yến。越南文中的專有名詞的大寫方法可以按照每字第一個字母大寫或者每詞第一個字母大寫的方法書寫，比如："越南國際銀行" 可寫成：Ngân Hàng Quốc Tế Việt Nam，也可以寫成：Ngân hàng Quốc tế Việt nam；"南極"，可以寫成：Nam Cực，也可以寫成：Nam cực。

　　越南語六個聲調有五個需要標出聲調符，標在每個音節，即每個字的元音字母上面。如果一個字有兩個元音字母，一般標在主要元音上。但越南的資料有時標調隨意，可標在字中任何一個元音上面，例如 hoa，標在 o 上或 a 上均可，因此其玄聲調寫成 hòa 或 hoà 均可以接受。如果字中有一個為加符字母，則一般標在該字母上面，如：tiếng。

　　本書對慣用語表達和其他有助於越南語詞彙學習的提示都特別標明，便於檢視。有部分詞彙重覆出現在不同類別，有的則提示參見相關類別。

本書的使用對象

- 越南語專業的學生和教師
- 把越南語當做第一外語或者第二外語的學生
- 自修越南語的學生
- 即將到越南工作的人
- 即將到越南投資、旅遊或者探親訪友的人
- 越南的漢語學習者

越南語拼讀

字母表

現行的越南語在越南被稱為國語 (Quốc Ngữ)。越南語採用改造過的拉丁字母，即加上讀音符號和聲調符號來進行拼讀。這些字母被稱為國語字 (Chữ Quốc Ngữ 或 Quốc Ngữ Chữ)，是現代越南語的書寫基礎。"發音說明"中注的是拼讀音。越南語字母元音名稱用字母本音，輔音名稱大都採用法語字母名稱，或者在輔音後加元音 (ट•) 拼讀出。本書將用注音符號注出發音特殊的字母。

字母及其組合		國際音標	發音說明	例詞
印刷	手寫			
A a	$\mathcal{A}a$	a:	口張大，注音符號ㄚ的音	ba 三
Ă ă	$\mathcal{A}\breve{a}$	a	開口度不大，發音短，注音符號ㄚ ˊ 的音	ăn 吃
Â â	$\mathcal{A}\hat{a}$	ɐ	上顎音，注音符號ㄜ ˊ 的音	dã tâm 野心
B b	$\mathcal{B}b$	ɓ, b	注音符號ㄅ，濁輔音	bà 女士
C c	$\mathcal{C}c$	k	注音符號ㄍ，輕輔音，不送氣，可做韻尾，不出現在 -e、-i、-y 前	căn cứ 根據 các nước 各國
ch	ch	ʧ	輕輔音，不送氣，類似注音符號ㄐ音，可做韻尾	cha 父親 chủ tịch 主席
D d	$\mathcal{D}d$	z, z	注音符號ㄖ和一之間的音，南越發音一	da 皮膚
Đ đ	$\mathcal{D}d$	ɗ, d	注音符號ㄅ，濁輔音	đã 已經
E e	$\mathcal{E}e$	ɛ	注音符號ㄝ，但開口比ㄝ大	sẽ 將會

Ê ê	*Ê ê*	e	注音符號ㄟ，但ㄟ為複合元音ㄝㄧ，其中的ㄧ不發音	tê 酸痛，麻痹
G g	*G g*	ɣ,g	a、ă、â、o、ô、ơ、u、ư前，注音符號ㄍ，濁輔音，	găng tay 手套
		ʒ (z)	在 i、e、ê 前，發ㄖ和ㄧ之間的音	gì 什麼 gê=dê 山羊
gh	*Gh*	ɣ, g	在 i、e、ê 之前，ㄍ的濁輔音	ghế 椅子
gi	*Gi*	ʒ (z)	在 a、ă、â、o、ô、ơ、u、ư 前，發ㄖ和ㄧ之間的音，南越發注音ㄧ	gia đình 家庭
H h	*H h*	h	注音符號ㄏ，氣流不強，名稱 hát	Hoàng 黃
I i	*I i*	i	注音符號ㄧ，名稱 i ngắn（短元音）	ghi nhớ 記得
J j	*J j*	ʒ (z)	見於外來語，類似ㄖ和ㄧ之間的音，很少用	Jean 牛仔
K k	*K k*	k	在 i、e、ê 之前，輕輔音，不送氣，不做韻尾，注音符號ㄍ	kênh 運河
kh	*kh*	χ	注音符號ㄏ，氣流強	không 不
L l	*L l*	l	注音符號ㄌ，不做韻尾	lần 次
M m	*M m*	m	注音符號ㄇ，可做韻尾	mưa 雨 nam 南
N n	*N n*	n	注音符號ㄋ，可做韻尾	nở 開花 nên 應當
ng	*Ng*	ŋ	在 a、ă、â、o、ô、ơ、u、ư 前或做韻尾，注音符號ㄤ	ngủ 睡覺 ngang 橫著
ngh	*ngh*	ŋ	在 i、e、ê 之前，注音符號ㄤ	nghỉ 休息
nh	*nh*	ɲ	注音符號ㄋㄧ	Nho 儒

O o	$\mathscr{O}o$	ɔ	開口圓唇發ㄛ音	nói 說
Ô ô	$\mathscr{O}\hat{o}$	o	閉口發ㄛ音	số 數
Ơ ơ	$\mathscr{O}o$	ɜː, ɜ	近似國語 "餓" 的發音，即注音符號ㄜ	bờ 岸邊
P p	$\mathscr{P}p$	p	注音符號ㄅ，輕輔音，不送氣，可以做韻尾，做聲母時只出現在外來語	pin 電池 Pháp 法國
ph	ph	f	注音符號ㄈ，實際上是介於ㄈ和ㄆ之間的音	phức tạp 複雜
Q q	$\mathscr{Q}q$	k	總是和 u 一起使用，即qu，輕輔音，不送氣，注音ㄍㄨ	quý vị 各位 Quách 郭
R r	$\mathscr{R}r$	z	ㄖ，但北部舌頭不卷，南部發成 [ʐ]，捲舌、外來語中舌頭稍稍彈動，即 [ɹ] 音	răng 牙齒
S s	$\mathscr{S}s$	s	南部發卷舌音ㄕ，北部不卷舌，注音符號ㄙ	say 醉
T t	$\mathscr{T}t$	t	注音符號ㄅ，輕輔音，不送氣，可做韻尾	tay 手 tốt 好
th	th	tʰ, t'	注音符號ㄊ，送氣輕輔音	thợ 工匠
tr	tr	ʈ	注音符號ㄓ，類似清捲舌塞音 tʂ，北部 =ch，輕輔音，不送氣，也有人把 t 和 r 快讀	chính trị 政治
U u	$\mathscr{U}u$	u	注音符號ㄨ	vũ trụ 宇宙
Ư ư	$\mathscr{U}u$	ɯ, ɨ	注音符號ㄙ去掉 s 的音	tư tưởng 思想
V v	$\mathscr{V}v$	v	上齒咬下唇發 KK 音標 [v]，注音符號ㄪ，客家話 "文" 的聲母，南部發成 y [j]	Việt Nam 越南

W w	$\mathcal{W}\,w$	w	注音符號ㄨ，見於外來語，非常少用	Watt=Oát 瓦特
X x	$\mathcal{X}\,x$	s	不卷舌，類似注音符號ㄙ	xa 遠
Y y	$\mathcal{Y}\,y$	i:	發音較長，類似注音符號一，名稱 i dài（長元音）	lý do 理由
Z z	$\mathcal{Z}\,z$	z, z	極少用，見於外來語，可以用來代替字母 d	nhân zân 人民

　　上表按照越南語電腦排序列出。

　　越南語的輔音字母分為濁輔音和輕輔音，輕輔音又分成送氣音和不送氣音。濁輔音在台語方言裡面有，練這些方言的學習者比較容易掌握，而在國語和廣州話（粵方言）以及西南方言中沒有，所以應該多多練習，掌握濁輔音的正確發音。輔音組合有 11 個：ch、gh、gi、kh、ng、ngh、nh、ph、qu、th、tr，除了 ngh 為三個字母外，其餘均為兩個字母。過去被看成獨立的，在舊式字典中是分項列出的。隨著電腦應用的普及，現在往往混排在相應的首字母中。本書後的“越漢詞彙表”仍將多字母輔音分項列出。輔音字母及其組合在元音前面，可視為聲母。注意 d[z] 和 đ 的區別，d 不發 [d] 而發 [z]，đ 才發 [d]！

　　越南有複合韻母，列表如下。

不帶韻尾的韻母發音表

韻母	國際音標	發音說明	例詞
ai	aːi	和注音符號ㄞ近似	ai 誰
ao	ɔːa	似ㄠ，滑向ㄛ，而注音ㄠ滑向ㄨ	bao nhiêu 多少
au	aːu	發ㄠ	sau 後
âu	ɐw	閉口發注音符號ㄠ	Châu Âu 歐洲

ay	aj	和注音符號ㄚ一近似	may mắn 幸運
ây	ɐj	閉口發注音符號ㄚ一	phía tây 西方
eo	ɛu	開口發注音符號ㄝㄨ	béo 肥胖
êu	ew	閉口發注音符號ㄝㄨ	kêu 叫喚
ia	iɜ	和注音符號一ㄛ近似	chia ra 分開
iêu	iew	和注音符號一ㄛㄨ近似	tiêu chuẩn 標準
iu	iw	注音符號一ㄨ	thiu 餿，腐敗
oi	ɔi	開口ㄛ＋一	voi 大象
ôi	oi	閉口ㄛ＋一	bồi dưỡng 培養
ơi	ə:i	ㄜ＋一	bơi 游泳
ua	uɜ	和注音符號ㄨㄛ近似	mua 買
ưa	iɜ	國語 "思" 的韻母＋ㄚ	sửa chữa 修理
ui	ui	和注音ㄨ一類似	vui 高興
ưi	ɨi	國語 "思" 的韻母＋一	gửi 寄
uôi	uoi	閉口 u＋o＋i 和注音符號ㄨㄛ一近似	nuôi 餵養
ươi	iəi	國語 "思" 的韻母＋ㄜ＋一	tươi 新鮮
ươu	iəw	國語 "思" 的韻母＋ㄜ＋ㄨ	hươu 鹿
ưu	iw	國語 "思" 的韻母＋ㄨ	bưu điện 郵局
uy	uj	與 ui 發音相同，和注音符號ㄨ一近似	uỷ ban 委員會
uya	ujɜ	a 口型小，發音和注音符號ㄨ一ㄛ近似	khuya 深夜
yêu	jew	和注音符號 一ㄛㄨ近似	yêu cầu 要求

韻尾表

單元音和某些複合元音可以帶上輔音韻尾，包括：鼻音韻尾 -n、-ng、-nh、-m，可以為任何聲調;非鼻音韻尾 -c、-t、-p、-ch，只有銳聲和重聲兩個聲調。舉例說明如下。

韻尾	國際音標	發音說明	例詞
-n	-n	注音符號ㄋ，ㄋ去元音ㄚ	nhân dân 人民
-ng	-ŋ	注音符號ㄫ	tiêng liêng 神聖
-nh	-ɲ	舌面頂上齶發鼻音n，注音符號ㄋㄧ	anh danh 英名
-m	-m	嘴閉發鼻音，閩南話 "南" 的韻尾。注音符號ㄇ	tam giác 三角
-c	-k	音節尾帶上ㄍ不爆破出來，閩南話 "國" 的韻尾	các bạn 各位
-ch	-ʈ	音節尾帶上介於ㄉ、ㄐ之間的音，不爆破出來	chủ tịch 主席
-t	-t	音節尾帶上ㄉ不爆破出來，閩南話 "七" 的韻尾	thất bại 失敗
-p	[-p]	音節尾帶上ㄅ不爆破出來，閩南話 "十" 的韻尾	thập phân 十進

聲調表

越南語有六個聲調，列入下表。

越語名稱	漢譯	符號和位置	調值 / 特點 / 等同注音的聲	例字
ngang / bằng	平聲	無	44/ 平，長 / 陰平、陽平	ma 魔 ; ta 我 ; không 無 , 不
huyền	玄聲	ˋ 放上	31/ 中降，長 / 陰平、陽平	mà 而 , 但是 ; gà 雞 ; hoà bình 和平
hỏi	問聲	? 放上	214/ 低降後升再降，長，迴旋 / 上聲	mả 墳墓 , 妙 ; tả 描 ; Khổng 孔
ngã	跌聲	~ 放上	324/ 中，曲折 / 上聲、去聲	Mã 馬 ; tã 尿布 ; Vũ 武
sắc	銳聲	' 放上	45/ 高升，短塞音高調 / 陰陽上去	má 頰 , 種子 ; tá 一打 ; cứu quốc 救國
nặng	重聲	. 放下	21/ 低降，短促，低調塞音 / 陽平、去聲	mạ 秧苗 ; gạo 米 ; thực phẩm 食品

　　這裡聲調按照最新 Windows 版本排列順序，即：平聲、玄聲、問聲、跌聲、銳聲、重聲。老版本越南語字典聲調排列順序是：平聲、銳聲、玄聲、問聲、跌聲、重聲。

　　越南語按音節進行拼音，在文章中，每個音節都用空格隔開，每個音節都被稱為一個字 (chữ)。每個字都包含聲母和韻母，也有一些零聲母。韻母則可由介音、元音、韻尾 (-c、-ch、-t、-p、-m、-n、ng、-nh) 和聲調構成。聲調有區別意思的作用，拼讀時聲調一定要讀準確。

一、數量與度數

1・數量

1.1 度量衡

中文	越南文	英文
長度	chiều dài	length
高度	chiều cao	height
寬度	chiều rộng	width
・千米	kilômét	kilometer
・米	mét	meter
・厘米	xăngtimét, xentimét	centimeter
・英尺	thước Anh, phút	foot
・英寸	tấc Anh	inch
面積	diện tích	area
・公頃	hécta	hectare
・平方千米	kilômét vuông	square kilometer
・毫米	milimét	millimeter
・平方米	mét vuông	square meter
・平方厘米	xăngtimét vuông	square centimeter
・平方毫米	milimét vuông	square millimeter
速度，速率	tốc độ, vận tốc	speed, velocity
・每小時	mỗi giờ	per hour
・每分鐘	mỗi phút	per minute
・每秒	mỗi giây	per second
體積，容積	thể tích, dung tích	volume
・立方千米	kilômét khối	cubic kilometer
・立方米	mét khối	cubic meter
・立方厘米	xăngtimét khối	cubic centimeter
・立方毫米	milimét khối	cubic millimeter
・升	lít	liter
・夸脫	lít Anh	quart
重量	trọng lượng	weight

・千克／公斤	ki-lô-gờ-ram, ki-lô-gam	kilogram
・百克	một trăm gờ ram	hectogram
・克	gam, gờ ram	gram
・磅	paon, pao	pound

1.2 描述數量

半	một nửa	half
薄的，細的	mỏng, mịn	thin, fine
部分	một phần	part
・部分的	một phần	partial
長的	dài	long
・最長的	dài nhất	the longest
尺寸，尺碼，大小	khổ, cỡ, kích cỡ	measure, size
・測量，度量	đo lường	measure
・卷尺	thước hộp, thước cuộn	measuring tape
充足	đủ	sufficient
・充足	là đủ	be sufficient
大的	lớn, to lớn	big, large
・變大	lớn lên	become big
・放大	làm lớn hơn, phóng to	make bigger
短的	ngắn	short
・縮短，使變短	rút ngắn	shorten
堆	chồng, đống	pile
對，雙	cặp, đôi	pair
公噸	tấn	ton
多少	bao nhiêu	how much, how many
份	phần	portion
高的	cao	high, tall
和…一樣多	nhiều như...	as much as
厚	độ dày	thickness
・厚的	dày	thick
幾乎，差不多	hầu như, gần như	almost, nearly
幾個	vài	several
減少	giảm	decrease

減少	giảm bớt	decrease
件	cái, chiếc	piece
較多	nhiều hơn	more
較少	ít hơn	less
空的	rỗng	empty
寬的	rộng	wide
・寬度	chiều rộng	width
擴展	mở rộng	expand
・擴展	mở rộng	expansion
兩者	cả hai	both
滿	sung mãn, đầy đủ	fullness
・滿的	đầy	full
・填滿	điền	fill
沒有任何	không có gì	nothing
沒有一個	không có ai	no one
每個	mỗi, mọi	each, every
・每個人	mọi người	everyone
密的	dày đặc	dense
・密度	mật độ	density
平的	phẳng, bằng	level
輕的	nhẹ	light
容量	dung tích, sức chứa	capacity
三倍的	ba lần, gấp ba	triple
少的	ít	little
・一點	một chút	a little
少數，少量，一把	chút ít	handful
數量	số lượng	quantity
雙倍的	đôi, kép	double
・加倍	tăng gấp đôi, tăng đôi	double
縮減	giảm	reduce
・縮減	giảm bớt	reduction
所有，一切	tất cả, tất cả mọi thứ	all, everything
太多	quá nhiều	too much, too many
天平，秤	cái cân	balance, scale
維	thứ nguyên	dimension
小的	nhỏ	small
・變小	đi nhỏ	become small
小巧的	nhỏ gọn	compact

許多的	rất nhiều, nhiều	a lot, much
一些	một vài	some
・其中一些	một số của nó	some of it
・我要一些。	Tôi muốn một số.	I want some.
約，大約	khoảng	approximately
增補	bổ sung	supplement
增加	gia tăng	increase
・增加	tăng lên	increase
增長	lớn lên	grow
・增長	tăng trưởng	growth
窄的	hẹp	narrow
整個的	toàn bộ, cả	entire
中等的	trung bình	medium
眾多的	nhiều, đông	massive
重量	trọng lượng	weight
・稱重	cân nặng	weigh
・重的	nặng	heavy
總計的	tổng số	total
足夠	đủ	enough
・足夠	đủ	be enough
最大的	lớn nhất, tối đa	maximum
最小的	nhỏ nhất, tối thiểu	minimum

2・數學

2.1 數字概念

基數

　　雖然越南語有漢越音數詞，但在數數時，只用固有數詞。漢越音數詞只是在專有名詞或者成語中才使用，如：tứ thư ngũ kinh 四書五經，thất điên bát đảo 七顛八倒，等等。

| 零 | số không, không, zêrô, lẻ | zero |
| 一 | một | one |

二	hai	two
三	ba	three
四	bốn	four
五	năm	five
六	sáu	six
七	bảy	seven
八	tám	eight
九	chín	nine
十	mười	ten
十一	mười một	eleven
十二	mười hai	twelve
十三	mười ba	thirteen
十四	mười bốn	fourteen
十五	mười lăm	fifteen
十六	mười sáu	sixteen
十七	mười bảy	seventeen
十八	mười tám	eighteen
十九	mười chín	nineteen
二十	hai mươi	twenty
二十一	hăm mốt	twenty-one
二十二	hai mươi hai	twenty-two
二十三	hai mươi ba	twenty-three
二十四	hai mươi tư	twenty-four
二十五	hai mươi nhăm	twenty-five
二十六	hai mươi sáu	twenty-six
二十七	hai mươi bảy	twenty-seven
二十八	hai mươi tám	twenty-eight
二十九	hai mươi chín	twenty-nine
三十	ba mươi	thirty
三十一	ba mốt	thirty-one
三十二	ba mươi hai	thirty-two
三十三	ba mươi ba	thirty-three
四十	bốn mươi	forty
四十一	bốn mốt	forty-one
四十二	bốn mươi hai	forty-two
四十三	bốn mươi ba	forty-three
五十	năm mươi	fifty
五十一	năm mốt	fifty-one
五十二	năm mươi hai	fifty-two

五十三	năm ba	fifty-three
六十	sáu mươi	sixty
七十	bảy mươi	seventy
八十	tám mươi	eighty
九十	chín mươi	ninety
一百	một trăm	one hundred
一百零一	một trăm linh một	one hundred and one
一百零二	một trăm lẻ hai	one hundred and two
二百	hai trăm	two hundred
二百零一	hai trăm linh một	two hundred and one
三百	ba trăm	three hundred
一千	một nghìn / ngàn	one thousand
一千零一	một nghìn / ngàn lẻ một	one thousand and one
二千	hai nghìn / ngàn	two thousand
二千零一	hai nghìn / ngàn lẻ một	two thousand and one
三千	ba ngàn	three thousand
四千	bốn ngàn	four thousand
五千	năm ngàn	five thousand
一萬	vạn, mười ngàn	ten thousand
十萬	một trăm ngàn	one hundred thousand
二十萬	hai trăm nghìn	two hundred thousand
一百萬	một triệu	one million
二百萬	hai triệu	two million
三百萬	ba triệu	three million
一億	một trăm triệu	one hundred million
十億	một tỷ	one billion
二十億	hai tỷ	two billion

序數

越南語的序數詞是在相應的基數詞前面加上 thứ 構成的。

第一	thứ một, thứ nhất	first
第二	thứ hai	second
第三	thứ ba	third
第四	thứ tư	fourth
第五	thứ năm	fifth
第六	thứ sáu	sixth
第七	thứ bảy	seventh
第八	thứ tám	eighth
第九	thứ chín	ninth
第十	thứ mười	tenth
第十一	thứ mười một	eleventh
第十二	thứ mười hai	twelfth
第十三	thứ mười ba	thirteenth
第二十三	thứ hai mươi ba	twenty-third
第三十三	thứ ba mươi ba	thirty-third
第四十三	thứ bốn mươi ba	forty-third
第一百	thứ một trăm	hundredth
第一千	thứ một nghìn	thousandth
第一百萬	thứ một triệu	millionth
第十億	thứ một tỷ	billionth

常用的表達

兩倍	hai lần, gấp hai
一打	tá
約二十	khoảng hai mươi
約三十	khoảng ba mươi
一百左右	khoảng một trăm
二百左右	khoảng hai trăm
三百左右	khoảng ba trăm
一千左右	khoảng một nghìn
二千左右	khoảng hai nghìn
三千左右	khoảng ba nghàn

分數

二分之一	một nửa	one-half
三分之一	một phần ba	one-third
四分之一	một phần tư	one-quarter
三分之二	hai phần ba	two-thirds
五分之二	hai phần năm	two-fifths
十一分之三	ba phần mười một	three-elevenths
二十五分之三	ba phần ham nhăm	three-twenty-fifths

2.2 數的種類

數，數字	số	number
・計數	đếm số	number
・數詞	số từ	numeral
・數目	con số	number
・數字	chữ số	digit
阿拉伯數字	chữ số Ả Rập	Arabic numeral
羅馬數字	chữ số La Mã	Roman numeral
倒數	số nghịch	reciprocal number
分數	phân số	fraction
負數	số âm	negative number
複數	số phức	complex number
基數	cơ số	cardinal number
奇數	số lẻ	odd number
偶數	số chẵn	even number
平方數	số vuông	square number
實數	số thực	real number
質數	số nguyên tố	prime number
無理數	số vô tỉ	irrational number
小數，十進位小數	số thập phân	decimal number
虛數	hư số, số ảo	imaginary number
序數	số thứ tự	ordinal number
有理數	số hữu tỷ	rational number
整數	số nguyên, số chẵn	integer
正數	số dương	positive number

2.3 數學運算

算術運算	phép tính số học	arithmetical operations
加	cộng	add
· 加	cộng thêm	plus
· 加法	phép cộng, cộng lại	addition
· 加上	cộng	add on
· 二加二等於四	hai cộng hai bằng bốn	two plus two equals four
減	trừ	subtract
· 減	trừ	minus
· 減法	phép trừ	subtraction
· 減去	trừ bớt	subtract
· 三減二等於一	ba trừ hai bằng một	three minus two equals one
乘	nhân	multiply
· 乘法	phép nhân	multiplication
· 乘法表	bảng cửu chương	multiplication table
· 乘以	nhân	multiplied by
· 三乘以二等於六	ba lần hai bằng sáu	three times two equals six
除	chia	divide
· 除法	phép chia	division
· 除以	chia	divided by
· 六除以三等於二	sáu chia ba bằng hai	six divided by three equals two
乘方	phép lũy thừa	raise to a power
· 冪	luỹ thừa	power
· 平方	bình phương	squared
· 立方	lũy thừa bậc ba	cubed
· …的四次方	lũy thừa bậc bốn	to the fourth power
· …的 n 次方	lũy thừa bậc n	to the nth power
· 二的平方是四	bình phương của hai bằng bốn	two squared equals four
開方	phép khai phương	extract the root
· 根	căn, nghiệm	root
· 平方根	bình phương căn, căn bậc hai	square root

· 立方根	căn bậc ba	cube root
· n 次方根	căn bậc n	nth root
· 九的平方根是三	căn bậc hai của chín bằng ba	the square root of nine equals three
比，比例	tỷ, tỷ lệ	ratio, proportion

算術運算練習

加法 Phép cộng

2+3=5 → Hai cộng ba bằng năm.

減法 Phép trừ

9-3=6 → Chín trừ ba bằng sáu.

乘法 Phép nhân

4×2=8 → Bốn nhân hai bằng tám.

除法 Phép chia

10÷2=5 → 10 chia 2 bằng 5.

乘方 Phép lũy thừa

$3^2=9$ → Lũy thừa bậc hai của 3 bằng 9.

$2^3=8$ → Lũy thừa bậc ba của 2 bằng 9.

$5^4=625$ → Lũy thừa bậc 4 của 5 bằng 625.

開方 Phép khai phương

$\sqrt[2]{4}=2$ → Căn bậc hai của bốn bằng hai.

$\sqrt[3]{27}=3$ → Căn bậc ba của 27 là ba.

2.4 數學的基本概念

百分比，百分數	tỷ lệ phần trăm	percentage
· 百分之	phần trăm	percent
變量	biến số	variable
差	sai số	difference
常數	hằng số	constant
乘	nhân	multiple
代數	đại số	algebra
· 代數的	đại số	algebraic

等式	đẳng thức	equality
· 大於	lớn hơn	be greater than
· 等於	bằng	be equal to
· 近似於	tương tự như	be similar to
· 相當於	tương đương với	be equivalent to
· 小於	ít hơn	be less than
對數	lô-ga-rít	logarithm
· 對數的	lô-ga-rít	logarithmic
方程式	hệ phương trình	equation
· 一元一次方程	phương trình bậc nhất nghiệm duy nhất	equation in one unknown
符號	ký hiệu, dấu hiệu	symbol
公理	định lý	theorem
函數	hàm, hàm số	function
和	tổng hợp	sum
· 和數	số tổng hợp	sum up
積	tích	product
集合	tập hợp	set
計數	đếm	count
計算	tính toán	calculate
· 計算	tính toán	calculation
加	cộng thêm	plus
減	trừ	minus
解答	giải	solve
· 解答	giải đáp	solution
命題	mệnh đề	proposition
平均數	số bình quân	average
商	thương	quotient
數學家	nhà toán học	mathematician
算法	thuật toán	algorithm
算術	số học	arithmetic
· 算術的	số học	arithmetical
統計的	thống kê	statistical
未知數	số chưa biết, ẩn số	unknown number
問題	vấn đề	problem
· 要解的題	đáp án	problem to solve
因子	tích nhân	factor
· 分解…的因子	giải tích	factor

| · 因子分解 | phép tính giải tích | factorization |
| 指數 | số mũ | exponent |

2.5 數學的分支學科

代數	đại số	algebra
· 集合代數	các tập hợp số	set algebra
· 線形代數	đại số tuyển tính	linear algebra
幾何	hình học	geometry
· 非歐幾里德幾何	hình học phi Ốc-lít	non-Euclidean geometry
· 畫法幾何	hình học hoạ hình	descriptive geometry
· 解析幾何	hình học giải tích	analytical geometry
· 立體幾何	hình học lập thể	solid geometry
· 歐幾里德幾何	hình học Ốc-lít	Euclidean geometry
· 射影幾何	hình học xạ ảnh	projective geometry
會計，會計學	kế toán, kế toán học	accounting
三角學	lượng / tam giác học	trigonometry
數學	toán học	mathematics
算術	số học	arithmetic
統計學	thống kê học	statistics
拓撲學	địa hình học	topology
微積分	vi tích phân	calculus
· 微分	phép vi phân	differential calculus
· 積分	phép tích phân	integral calculus

3 · 幾何

3.1 幾何圖形

幾何圖形	hình	figure
平面圖形	hình mặt phẳng	plane figure
三角形	hình tam giác	triangle

· 不等邊的	tam giác thường	scalene
· 等邊的	tam giác đều	equilateral
· 等腰的	tam giác cân	isosceles
· 鈍角的	góc tù	obtuse-angled
· 銳角的	góc nhọn	acute-angled
· 直角的	góc vuông	right-angled
四邊形	hình tứ giác	quadrilateral
· 矩形	hình chữ nhật	rectangle
· 菱形	hình thoi	rhombus
· 平行四邊形	hình bình hành	parallelogram
· 梯形	hình thang	trapezium
· 正方形	hình vuông	square
多邊形	hình đa giác	polygon
· 五邊形	hình ngũ giác	pentagon
· 六邊形	hình lục giác	hexagon
· 七邊形	hình thất giác	heptagon
· 八邊形	hình bát giác	octagon
· 十邊形	hình thập giác	decagon
圓	vòng tròn	circle
· 半徑	bán kính	radius
· 弧	hình cung	arc
· 切線	tiếp tuyến	tangent
· 圓心	tâm	center
· 圓周	chu vi	circumference
· 直徑	đường kính	diameter
拋物線	đường pa-ra-bôn	parabola
立體圖形	hình lập thể	solid figure
立體	lập thể	solid
立方體	hình lập phương, hình khối	cube
平行六面體	hình hộp	parallelepiped
四面體	khối bốn mặt, tứ diện	tetrahedron
八面體	khối tám mặt	octahedron
十二面體	khối mười hai mặt	dodecahedron
二十面體	khối hai mươi mặt	icosahedron

多面體	khối nhiều mặt, khối đa diện	polyhedron
棱柱	lăng trụ	prism
・規則棱柱	lăng trụ đều	regular prism
・斜棱柱	lăng trụ xiên	oblique prism
・正棱柱	lăng trụ thẳng	right prism
棱錐	hình chóp	pyramid
球體	hình cầu, khối cầu	sphere
柱體	hình trụ	cylinder
錐體	hình nón	cone

3.2 幾何的基本概念

點	điểm	point
度	độ	degree
對角線	chéo, đường chéo	diagonal
勾股定理	Định lý Py-ta-go	Pythagorean theorem
幾何	hình học	geometry
・幾何的	hình học	geometrical
角	góc	angle
・邊	cạnh	side
・補角	góc bù	supplementary angle
・等分線	đường phân đôi	bisector
・頂點	đỉnh	vertex
・對角	góc đối	opposite angle
・鈍角	góc tù	obtuse angle
・劣角	góc lõm	concave angle
・鄰角	góc cạnh	adjacent angle
・平角	góc phẳng	straight angle
・銳角	góc nhọn	acute angle
・優角	góc lồi	convex angle
・餘角	góc phụ	complementary angle
・直角	góc vuông	right angle
空間	không gian	space
三角幾何	lượng giác hình học	trigonometry

· 三角幾何的	lượng giác hình học	trigonometric
· 正割	đường cắt, cát tuyến	secant
· 餘割	đường cô sê can	cosecant
· 正切	đường tiếp tuyến	tangent
· 餘切	đường cotang	cotangent
· 正弦	đường sin	sine
· 餘弦	đường cô sin	cosine
矢量	véctơ	vector
弦，斜邊	cạnh huyền của tam giác vuông	hypotenuse
線	đường, dòng	line
· 垂線	đường vuông góc, đường trực giao	perpendicular line
· 橫線	đường ngang	horizontal line
· 平行線	đường song song	parallel line
· 曲線	đường cong	curved line
· 豎線	đường thẳng đứng	vertical line
· 折線	đường gãy	broken line
· 直線	đường thẳng	straight line
線段	đoạn	segment
製圖	vẽ	draw
製圖儀	dụng cụ vẽ	drawing instruments
· 尺	thước kẻ	ruler
· 鋼筆	bút	pen
· 量角器	thước đo góc	protractor
· 模板	bản mẫu	template
· 鉛筆	bút chì	pencil
· 橡皮擦	cái tẩy	eraser
· 圓規	com-pa	compasses
周長	chu vi	perimeter
軸	trục	axis
坐標	toạ độ	coordinate
· 橫坐標	hoành độ, đường hoành	abscissa
· 縱坐標	tung độ, đường tung	ordinate

二、空間與時間

4 · 空間

4.1 地點與方位

北	phía bắc, bắc	north
・北方的	phía bắc	northern
・向北方	về phía bắc	to the north
邊	bờ, gờ, cạnh	edge
表面	bề mặt	surface
部分	bộ phận	section
長度	chiều dài	length
・加長	kéo dài, làm dài	lengthen
穿過	qua, xuyên qua	through
垂直的	thẳng đứng	vertical
從	từ	from
底部	đáy	bottom
・在底部	ở đáy	at the bottom
地點	địa điểm, nơi chốn	place
地區，地帶	khu	zone
頂部	đỉnh	top
・在頂部	trên đỉnh	on top
東	phía đông, đông	east
・東北	phía đông bắc	northeast
・東方的	phương đông	eastern
・東南	phía đông nam	southeast
・向東方	về phía đông	to the east
方向	phương hướng, hướng	direction
附近	ở gần	nearly
後面	sau	back
・向後面	về phía sau	backward
・在後面	ở phía sau	behind

近	gần	near
距離	khoảng cách	distance
空間	không gian	space
寬敞的	rộng rãi	spacious
寬的，闊的	rộng, bao la, rộng rãi	wide, broad
擴散，展開	mở rộng, phát triển	diffusion, spread
離	xa, xa cách	away
沒有任何地方	không nơi nào, không ở đâu	nowhere
某地	một nơi nào đó	somewhere
哪裡	ở đâu	where
那裡	ở đó	there
南	phía nam, nam	south
・南方的	phía nam	southern
・向南	về phía nam	to the south
平面	mặt phẳng	level
前面	phía trước	front
・向前面	phía trước, về phía trước	ahead, forward
・在前面	ở phía trước	in front
・在…前面	ở phía trước của	in front of
深的	sâu	deep
・深度	độ sâu	depth
水平的	ngang	horizontal
往上	trên	up
往下	xuống	down
位置	vị trí	position
西	phía tây, tây	west
・西北	phía tây bắc	northwest
・西方的	tây	western
・西南	tây nam	southwest
・向西	về phía tây	to the west
向，朝	hướng tới, tới	toward
向，去，在	đến, đi, tại	to, at
・到某人處	đến chỗ ai đó	to someone's place
英里	dặm	mile
右	bên phải	right
・在右邊，向右	về bên phải	to the right

遠	xa	far
在對面	qua, ngang, ngang qua	across
・ 在…對面	ở phía trước, đối mặt	in front of (facing)
在那邊	ở bên kia	beyond
在裡面，在…裡	bên trong, trong	inside, in
在…旁邊，靠近	bên cạnh, ở bên cạnh	beside, next to
在上面，在…上面	ở trên, trên	above, on
在外面，在…外面	ở bên ngoài	outside
在下面，在…下面	ở dưới, dưới	under
在…之間	ở trong, giữa	among, between
在…中心	tại trung tâm của...	in the center of
這裡	ở đây	here
指南針	la bàn	compass
中間	ở trong	middle
・ 在中間	ở giữa	in the middle
左	bên trái	left
・ 在左邊，向左	về bên trái	to the left

4.2 物體的運動

避開	tránh	avoid
步行	đi bộ	walk
・ 步行去	đi bộ đến	go on foot
擦過，觸及	chạm qua, lướt qua	brush against
出去	đi ra	go out
處理，搬動	xử lý	handle
達到	đạt tới	reach
觸摸	sờ, mó, đụng, chạm	touch
匆忙去	vội vàng	hurry
打	đánh	hit
到達	đến	arrive
點頭	gật đầu	nod
踮腳尖走	đi nhón chân	tiptoe
蹲	ngồi xổm, ngồi chồm chỗm	squat
躲避	di chuyển lắt léo, lẩn tránh	dodge
返回	trở về	return

放	đặt	put
・放下	đặt xuống	put down
撫摸	xoa bóp, vuốt ve	stroke
跟著	theo sau	follow
滑動	trượt	slide, slip
傳播	truyền bá	circulate
・傳播	truyền bá	circulation
寄	gửi	send
加速	gia tốc, đẩy nhanh	accelerate
駕駛	lái xe	drive
接近	gần, tới sát	get near
緊靠	bám theo	cling on
進入	nhập vào, đi vào	enter
經過	đi qua	pass by
鞠躬	cúi đầu, cúi chào	bow
・鞠躬	cúc cung	bow
靠近	tiếp cận	approach
絆腳	vấp ngã	stumble
快的	nhanh	fast
・快地	một cách nhanh chóng	quickly
拉	kéo	pull
拉直，伸長	căng	stretch
來	đến	come
來回	tới lui	back and forth
離開，出發	rời, khởi hành	leave, depart
落下	ngã	fall
・落下，跌倒	rơi xuống, ngã	fall down
・下落	việc ngã xuống	fall
慢的	chậm	slow
・慢慢地	từ từ	slowly
・慢下來	chậm lại	slow down
漫遊	đi lang thang	wander
撐	xoắn, vặn, bện	pinch, twist
爬行	bò, trườn	crawl
拍打	vỗ	clap
攀登	trèo lên, lên	ascend
攀爬，上	lên cao, đi lên	climb, go up
跑	chạy	run

・跑開	chạy đi	run away
・跑來跑去	chạy ngược chạy xuôi	bustle about
起來，起床	đứng dậy, dậy	get up, rise
前行，推進	tiến lên, thúc đẩy	precede
搶	cướp	rob
敲	đánh, gõ	knock
去	đi	go
扔，擲	ném, vứt, quăng, gieo	fling
散步	đi dạo, đi tản bộ	stroll
塌落	sụp đổ	collapse
躺下	nằm xuống	lie down
踢	đá	kick
提高	nâng cao	raise
提起	giơ lên, nhấc lên, nâng lên, giương cao	lift
跳	nhảy	jump
跳躍	nhảy lên, lao vào	leap
停	dừng	stop
投，甩	ném	throw
推	xô, đẩy	push
彎腰，屈身	uốn cong	bend
往前邁	tiến lên phía trước	step forward
握，甩	lắc, run lên	shake
握手	bắt tay	shake hands
・握住手	giữ tay	hold hands
下	dốc xuống, rơi xuống, lăn xuống	descend
・下	xuống	descent
下跪	quỳ, quỳ xuống	kneel down
行進	cuộc hành quân	march
搖頭	lắc đầu	shake one's head
倚靠	dựa, nương dựa	lean against
擁抱	ôm hôn, ôm	embrace, hug
運動，移動	di chuyển, xê dịch	move
・運動，移動	di chuyển	movement
眨眼	nháy mắt, chớp mắt	blink
站立，起來	dậy, đứng dậy	stand up, get up
抓住	nắm bắt, lấy	catch, grab

轉	xoay, rẽ	turn
· 迴轉	xoay quanh	turn around
· 向右轉	rẽ phải	turn right
· 向左轉	rẽ trái	turn left
撞到	đâm sầm vào	bump into
追	theo đuổi, xua đuổi	chase
墜毀，猛撞	rơi, đâm mạnh	crash
姿勢	cử chỉ, tư thế	gesture
走	đi bộ	walk
· 四處走	đi quanh	go around
· 往回走	đi ngược	go backwards
· 往前走	đi tiếp	go forward
· 走過	đi qua	go across
· 走開	rời khỏi	go away
· 走向	đi về hướng	go toward
坐下	ngồi xuống	sit down

5 · 時間

5.1 述說時間

幾點了？	Mấy giờ rồi?	What time is it?
· 一點了。	Một giờ.	It's 1:00.
· 兩點了。	Hai giờ.	It's 2:00.
· 三點了。	Ba giờ.	It's 3:00.
· 三點整。	Ba giờ đúng.	It's 3:00 on the dot.
· 一點十分。	Một giờ mười phút.	It's 1:10.
· 四點二十五。	Bốn giờ hai mươi lăm phút.	It's 4:25.
· 三點十五分。	Ba giờ mười lăm phút.	It's 3:15.
· 三點半。	Ba giờ rưỡi.	It's 3:30.
· 兩點四十五分。	Hai giờ bốn mươi nhăm phút.	It's 2:45.
· 五點五十分。	Năm giờ năm mươi nhăm phút.	It's 5:50.
· 五點（凌晨五點）。	Năm giờ sáng.	It's 5:00 a.m.

· 十七點（下午五點）。	Năm giờ chiều.	It's 5:00 p.m.
· 十一點（上午十一點）。	Mười một giờ sáng.	It's 11:00 a.m.
· 二十二點（晚上十點）。	Mười giờ tối.	It's 10:00 p.m.
在幾點？	Vào lúc mấy giờ?	At what time?
· 在一點。	Vào lúc một giờ.	At 1:00.
· 在兩點。	Vào lúc hai giờ.	At 2:00.
· 在三點。	Vào lúc ba giờ.	At 3:00.

5.2 時間的劃分

白天	ban ngày	day
半夜	nửa đêm	midnight
· 在半夜	lúc nửa đêm	at midnight
次數	lần	time (occurrence)
分鐘	phút	minute
後天	ngày kia	the day after tomorrow
黃昏	lúc hoàng hôn, lúc tảng sáng	twilight
今天	hôm nay	today
黎明	bình minh	dawn
秒	giây	second
明天	ngày mai	tomorrow
年	năm	year
· 每年	hàng năm, mỗi năm	yearly
片刻	lúc, chốc lát	instant
千年	thiên niên kỷ	millennium
前天	hôm kia	the day before yesterday
日出	mặt trời mọc	sunrise
日落	mặt trời lặn, hoàng hôn	sunset
十年	thập kỷ	decade
時	giờ	hour
時間	thời gian	time (in general)
時刻	thời điểm, lúc	moment

世紀	thế kỷ	century
天，日	ngày	day
• 整天	cả ngày	all day
• 每天	hàng ngày, mỗi ngày	daily
晚上	buổi tối	evening
• 今天晚上	tối nay	this evening
• 明天晚上	tối mai	tomorrow evening
• 在晚上	trong buổi tối	in the evening
下午	chiều	afternoon
• 今天下午	chiều nay	this afternoon
• 明天下午	chiều mai	tomorrow afternoon
• 在下午	trong buổi chiều	in the afternoon
小時	giờ	hour
星期	tuần	week
• 每星期	hàng tuần, mỗi tuần	weekly
夜裡	đêm	night
• 今天夜裡	đêm nay	tonight
• 明天夜裡	đêm mai	tomorrow night
• 在夜裡	vào ban đêm	at night
• 昨天夜裡	đêm qua	last night
月	tháng	month
• 每月的	hàng tháng, mỗi tháng	monthly
早晨，上午	buổi sáng	morning
• 今天早晨，今天上午	sáng nay	this morning
• 明天早晨，明天上午	sáng ngày mai	tomorrow morning
• 在早晨，在上午	vào buổi sáng	in the morning
中午	trưa	noon
• 在中午	giữa trưa	at noon
昨天	hôm qua	yesterday
• 昨天早晨，昨天上午	sáng hôm qua	yesterday morning
• 昨天下午	chiều hôm qua	yesterday afternoon

5.3 時間的表達

不時發生的	thỉnh thoảng xảy ra, không thường xuyên	sporadic
· 不時發生地	thỉnh thoảng	sporadically
曾經	một lần, một khi, từng	once
長期的	dài hạn	long-term
· 長期地	lâu dài	in the long term
持續	kéo dài, giữ lâu bền	last
· 持續長時間	trong một thời gian dài	last a long time
· 持續短時間	trong một thời gian ngắn	last a short time
從不	không bao giờ	never
· 幾乎從不	hầu như không bao giờ	almost never
等待	chờ đợi	wait (for)
當⋯時	khi	when
定期的	định kỳ	regular
· 定期地	một cách định kỳ	regularly
短期的	ngắn hạn	short-term
· 短期地	trong ngắn hạn	in the short term
短暫的	ngắn	brief
· 短暫地	một thời gian ngắn	briefly
二分點，晝夜平分時	điểm phân	equinox
發生	xảy ra	happen, occur
過去	quá khứ	past
很快	sớm	soon
很少	hiếm khi	rarely
花（時間）	dùng (thời gian)	spend (time)
還	chưa	yet
及時	kịp thời	in time
即將	sẽ, sắp	be on the point of
即刻	hiện nay	presently
將要	được phải, sắp	be about to
結束	cuối cùng, kết thúc	end, finish

• 結束	cuối, kết thúc	end
經常	thường	often
馬上	ngay	right away
那時	lúc đó	then
偶爾	thỉnh thoảng	once in a while, occasionally
頻繁的	thường xuyên	frequent
期待	mong	look forward to
期間	thời hạn	duration
去年	năm ngoái	last year
仍然	vẫn	still
上一個的	trước	last
• 上個月	tháng trước	last month
少有的	hiếm có	rare
時間表	thời gian biểu, lịch trình	timetable, schedule
守時	đúng giờ	be punctual
通常	thông thường	usually
同時的	đồng thời	simultaneous
• 同時地	đồng thời	simultaneously
晚，遲	muộn	late
• 晚	bị trễ, muộn	be late
未來	tương lai	future
現在	bây giờ	now
• 從現在起	từ bây giờ	from now on
• 到現在	đến bây giờ	by now
• 現如今	ngày nay, hiện nay	nowadays
• 現在，目前	hiện thời, nay	present
一…就	ngay khi...	as soon as
一小時時間	trong thời gian một tiếng	in an hour's time
• 兩小時時間	trong thời gian hai tiếng	in two hours time
已經	đã từng	already
• 已經三天	đã ba ngày	for three days
以前	cách đây, trước đây	ago
• 兩年前	hai năm trước đây	two years ago
又，再	lần nữa	again

與此同時	trong khi đó	meanwhile
在…期間	trong thời gian	during
在…之後	sau khi	after
在…之內	trong vòng	within
· 在兩天之內	trong vòng hai ngày	within two days
在…之前	trước khi	before
在同時	cùng một lúc	at the same time
早	sớm	early
· 早	được sớm	be early
自從	từ khi	since
· 從星期一	kể từ thứ hai	since Monday
· 從昨天	kể từ ngày hôm qua	since yesterday
正好，剛好	chính, ngay khi	just, as soon as
正當…時	đúng lúc	while
早晚	sớm hay muộn	sooner or later
準時	đúng giờ	be on time
之後	sau, ở sau, đến sau	posterior
之前，先前	trước, trước khi	anterior, before
直到…	cho tới khi	until
直到今天，直到現在	vào ngày này, đến nay	to this day, till now
總是，一直	luôn luôn	always
· 幾乎總是	hầu như luôn luôn	almost always
最近的	gần đây	recent
· 最近	gần đây	recently

慣用語表達

時間就是金錢！	Thời gian là tiền bạc!
日月如梭	Ngày tháng như thoi đưa.
光陰似箭	Thời gian tựa tên bay.
千載難逢	Có hội ngàn năm.
正是時候！	Đúng lúc đó!
晚做總比不做強！	Thà muộn còn hơn không!

5.4 計時工具

| 錶 | đồng hồ | watch |

· 錶帶	dây đồng hồ	watchband
· 手錶，腕錶	đồng hồ quả quít, đồng hồ đeo tay	wristwatch
· 手錶電池	pin đồng hồ	watch battery
· 電子手錶	đồng hồ kỹ thuật số	digital watch
錶快了。	Đồng hồ chạy nhanh.	The watch is fast.
錶慢了。	Đồng hồ chạy chậm.	The watch is slow.
錶盤	mặt đồng hồ	dial
鬧鐘	đồng hồ báo thức	alarm clock
日晷，日規	đồng hồ mặt trời	sundial
上弦	lên dây	wind
指針	kim (đồng hồ)	hand (of a clock, watch)
· 長針	kim dài, kim phút	long hand
· 短針	kim ngắn, kim giờ	short hand
鐘	đồng hồ	clock

6 · 日期、月份和季節

6.1 星期

星期	ngày trong tuần	days of the week
· 星期一	thứ hai, ngày thứ hai	Monday
· 星期二	thứ ba, ngày thứ ba	Tuesday
· 星期三	thứ tư, ngày thứ tư	Wednesday
· 星期四	thứ năm, ngày thứ năm	Thursday
· 星期五	thứ sáu, ngày thứ sáu	Friday
· 星期六	thứ bảy, ngày thứ bảy	Saturday
· 星期日	chủ nhật, ngày chủ nhật	Sunday
· 每星期一	thứ hai hàng tuần	every Monday
· 每星期六	thứ bảy hàng tuần	every Saturday
工作日	ngày làm việc	workday
節假日	kỳ nghỉ	holiday
· 今天是假日。	Hôm nay là ngày nghỉ.	Today is a holiday.
週末	cuối tuần	weekend
今天星期幾？	Hôm nay là thứ mấy?	What day is today?

6.2 月份

月	tháng	month
・一月	tháng một	January
・二月	tháng hai	February
・三月	tháng ba	March
・四月	tháng tư	April
・五月	tháng năm	May
・六月	tháng sáu	June
・七月	tháng bảy	July
・八月	tháng tám	August
・九月	tháng chín	September
・十月	tháng mười	October
・十一月	tháng mười một	November
・十二月	tháng mười hai	December
・正月	tháng giêng	the first lunar month
・臘月	tháng chạp	the last lunar month
每月	hàng tháng, mỗi tháng	monthly
日曆	lịch	calendar
閏年	năm nhuận	leap year
學年	năm học	school year
現在是幾月份？	Bây giờ là tháng mấy?	What month is it?

6.3 季節

季節	mùa	season
・春	mùa xuân	spring
・夏	mùa hè	summer
・秋	mùa thu	autumn
・冬	mùa đông	winter
地球	trái Đất	Earth
太陽	mặt trời	sun
星星	ngôi sao	star
行星	hành tinh	planet
月亮	mặt trăng	moon
至日，至點	chí nhật, chí điểm	solstice

6.4 星象

星象	tinh tượng, số tử vi	horoscope
黃道帶	hoàng đạo	zodiac
· 黃道十二宮，星座	cung hoàng đạo, chòm sao	signs of the zodiac
· 水瓶座	cung Bảo bình	Aquarius
· 雙魚座	cung Song ngư	Pisces
· 牡羊座	cung Dương cừu	Aries
· 金牛座	cung Kim ngưu	Taurus
· 雙子座	cung Song sinh	Gemini
· 巨蟹座	cung Bắc giải	Cancer
· 獅子座	cung Sư tử	Leo
· 處女座	cung Sử nữ	Virgo
· 天秤座	cung Thiên bình	Libra
· 天蠍座	cung Hổ cáp	Scorpio
· 射手座	cung Nhân mã	Sagittarius
· 摩羯座	cung Nam dương	Capricorn

6.5 表達日期

> 日期表達越南語和漢語"年月日"的順序正好相反。年使用 năm，月使用 tháng，日使用 ngày，10 號以下的日期可以在日期前加 mồng，相當於漢語的"初"，例如：2010 年 1 月 7 號 ngày mồng 7 tháng 1 năm 2010，2013 年 5 月 23 號 ngày 23 tháng 5 năm 2013，等等。

今天是幾號？	Hôm nay là ngày mấy?	What's the date today?
· 十月一號	Ngày mồng 1 tháng mười.	October first.
· 九月十五號	Ngày 15 tháng chín.	September 15th.
· 六月二十三號	Ngày 23 tháng sáu.	June 23rd.
今年是哪年？	Năm nay là năm nào?	What year is it?
· 2015 年。	Năm 2015 (hai ngàn mười năm).	It's 2015.

你什麼時候出生的？	Bạn sinh năm nào?	When were you born?
· 我生於 1994 年。	Tôi sinh năm 1994 (1 ngàn 9 trăm 9 mươi tư).	I was born in 1994.

常用的表達

下一個	tiếp theo, sau
下個星期	tuần sau
下個月	tháng sau
上一個	trước
上個星期	tuần trước
上個月	tháng trước
白天	ban ngày
一白天	cả ban ngày
晚上	buổi tối, ban đêm
一晚上	cả ban đêm
前天	ngày trước
昨天	hôm qua
今天	hôm nay
明天	ngày mai
後天	ngày kia

6.6 重要的日子

春節	Tết, Tết Âm Lịch	Spring Festival
端午節	Tết Đoan Ngọ	Dragon Boat Festival
復活節	Ngày Phục Sinh	Easter
國慶節	Ngày Quốc Khánh	National Day
假期	kỳ nghỉ	vacation
節假日	ngày nghỉ	holidays
節日	lễ hội	holiday
清明節	Ngày Thanh Minh	Qingming Festival
情人節	Ngày tình yêu, Ngày Va-len-tin	Valentine's Day

聖誕節	Ngày Giáng Sinh	Christmas
· 聖誕快樂!	Ngày Giáng Sinh vui vẻ!	Merry Christmas!
新年	Năm Mới	New Year
· 除夕	Đêm Giao Thừa	New Year's Eve
· 元旦	Tết Dương Lịch, Tết Tây	New Year's Day
· 新年快樂!	Chúc mừng năm mới!	Happy New Year!
元宵節	Tết Nguyên Tiêu	Lantern Festival
中秋節	Ngày Trung thu	Mid-Autumn Fesfival

三、自然與物質

7・天氣

7.1 基本天氣詞彙

冰	nước đá	ice
冰雹	mưa đá	hail
・下冰雹	mưa đá	hail
潮濕	độ ẩm	humidity
・潮濕的	ẩm, ẩm ướt	humid, damp
大豪雨	trận mưa dữ dội	cloudburst
大氣	khí quyển	atmosphere
・大氣狀況	tình trạng khí quyển	atmospheric conditions
滴	giọt	drop
風	gió	wind
・風暴	bão	storm
・颱風	Gió thổi.	The wind blows.
・強風	cơn gió mạnh	wind gust
・颱風	bão	typhoon
乾的	khô	dry
海	biển	sea
黑暗的，陰暗的	tối	dark
滑的	trơn	slippery
結冰	đóng băng	freeze
・結冰的	đông lạnh, có đóng băng	frozen
颶風	gió bão, cơn bão tố	hurricane
空氣	không khí	air
雷	sấm sét	thunder
・打雷	có sấm sét	thunder
・雷雨	dông / giông	thunderstorm
冷的	lạnh	cold
・天冷	Trời lạnh.	It's cold.

涼的	mát mẻ	cool
・天涼	Trời mát.	It's cool.
亮，光	ánh sáng, nguồn ánh sáng	light
龍捲風	gió lốc	tornado
露水	sương	dew
悶熱	nóng nực	mugginess
・悶熱的	oi ả	muggy
氣候	khí hậu	climate
・大陸性	lục địa	continental
・地中海式	kiểu Địa Trung Hải	Mediterranean
・乾燥的	khô	dry
・熱帶的	nhiệt đới	tropical
・濕潤的	ẩm	humid
晴朗的	nắng, trời quang	clear
・天空晴朗	Bầu trời trong sáng.	The sky is clear.
熱的	nóng	hot
・天熱	Trời nóng.	It's hot.
融化，解凍	tan băng	thaw
・融化，融雪	tan tuyết	thaw
閃電	ánh chớp, tia chớp	flash of lightning
・打閃	tia chớp	flash
霜	đông giá, sương giá	frost
・白霜	sương muối	hoarfrost
太陽	mặt trời	sun
・日光	ánh sáng mặt trời	sunlight
・日光浴	tắm nắng	sunbathe
・太陽眼鏡	kính râm	sunglasses
・陽光明媚	ánh nắng chan hòa	sunny
天空	bầu trời	sky
天氣	thời tiết, khí hậu	weather
・壞天氣	thời tiết xấu	bad / awful weather
・好天氣	thời tiết tốt / đẹp	good / beautiful weather
溫和	ấm áp	mild
・天氣溫和	Thời tiết ấm.	The weather's mild.
霧	sương mù	fog
・有霧的	có sương mù	foggy

小雨	mưa phùn, mưa bụi	drizzle
• 下毛毛雨的	trời mưa phùn	drizzly
星星	ngôi sao	star
雪	tuyết	snow
• 冰雪覆蓋的	băng tuyết che phủ	snow-capped
• 下雪	rơi tuyết	snow
• 雪暴，暴風雪	bão tuyết	snowstorm
• 雪花	bông tuyết	snowflake
• 雪球	hòn tuyết, nắm tuyết	snowball
• 雪人	người tuyết	snowman
影子	bóng, bóng râm	shadow, shade
雨	mưa	rain
• 傾盆大雨	mưa như chút nước	pouring rain
• 下大雨	mưa to	rain heavily
• 下雨	mưa	rain
• 有雨的	có mưa	rainy
雨夾雪	mưa đá	sleet
雲	mây	cloud
• 有雲的，陰天的	có mây phủ, đầy mây, u ám	cloudy
月亮	mặt trăng	moon
• 月光	ánh trăng	moonbeam
陣雨	mưa rào	shower

7.2 描述天氣

出汗	ra mồ hôi	perspire
感覺冷	cảm thấy lạnh	feel cold
• 我受不了冷。	Tôi không chịu được lạnh.	I can't stand the cold.
• 我喜歡冷。	Tôi thích trời lạnh.	I love the cold.
感覺熱	cảm thấy nóng	feel hot
• 我受不了熱。	Tôi không chịu được nóng.	I can't stand the heat.
• 我喜歡熱。	Tôi thích trời nóng.	I love the heat.
感覺涼	cảm thấy mát	feel cool
暖起來	ấm lên	warm up
受涼，著涼	bị cảm lạnh	catch a chill
天氣怎麼樣？	Thời tiết thế nào?	How's the weather?

· 天氣潮濕。	Trời ẩm.	It's humid.
· 天氣好。	Trời đẹp.	It's nice (weather).
· 天氣很好。	Trời rất đẹp.	It's pleasant.
· 天氣冷。	Trời lạnh.	It's cold.
· 天氣很冷。	Trời rất lạnh.	It's very cold.
· 天氣有點冷。	Trời se lạnh.	It's a bit cold.
· 天氣涼。	Trời lạnh.	It's cool.
· 天氣悶熱潮濕。	Trời ngột ngạt và ẩm ướt.	It's muggy and humid.
· 天氣熱。	Trời nóng.	It's hot.
· 天氣很熱。	Trời rất nóng.	It's very hot.
· 天氣有點熱。	Trời hơi nóng.	It's a bit hot.
· 天氣溫和。	Trời ấm áp.	It's mild.
· 天氣糟透了。	Trời rất xấu.	It's bad (weather).
· 天陰。	Trời đầy mây.	It's cloudy.
· 天在打雷。	Trời đang sấm.	It's thundering.
· 天在閃電。	Trời chớp.	There's lightning.
· 天在颱風。	Trời gió.	It's windy.
· 天在下雪。	Tuyết rơi.	It's snowing.
· 天在下雨。	Trời mưa.	It's raining.
· 陽光明媚。	Trời nắng. / Ánh nắng chan hòa.	It's sunny.

7.3 天氣觀測儀器

度	độ	degree
沸點	điểm sôi	boiling point
負號	dấu trừ	minus
恆溫器	máy điều nhiệt	thermostat
華氏	thang nhiệt Fa-ren-hét	Fahrenheit
零	zêrô, số không, linh, lẻ	zero
· 零上	trên không	above zero
· 零下	dưới không	below zero
氣壓表	áp kế, cái đo khí áp	barometer
· 大氣壓	áp suất không khí	barometric pressure
熔化	chảy ra, nấu chảy	melt
· 熔點	điểm nóng chảy	melting point

攝氏	thang nhiệt Celsius	Celsius, centigrade
水銀	thủy ngân	mercury
天氣公告	thông báo thời tiết	weather bulletin
天氣預報	dự báo thời tiết	weather forecast
天氣狀況	tình trạng thời tiết	weather conditions
溫度計	nhiệt kế	thermometer
正號	dấu cộng	plus
最低	thấp nhất	minimum
・最低氣溫	nhiệt độ thấp nhất	min. temperature
最高	tối cao, cao nhất	maximum
・最高氣溫	nhiệt độ cao nhất	max. temperature

8・顏色

8.1 基本顏色

這是什麼顏色？	Đây là màu gì?	What color is it?
白	trắng	white
橙色	màu da cam	orange
純色	trong	pure
粉紅	màu hồng	pink
褐	màu nâu	brown
黑	đen	black
・漆黑	tối đen như mực	pitch-black
紅	đỏ	red
黃	màu vàng	yellow
灰	xám	gray
・珍珠灰	màu xám ngọc trai	pearl gray
金色	vàng	gold
藍	xanh lam	blue
・淡藍	màu xanh nhạt	light blue
・深藍	màu xanh sẫm	dark blue
綠	xanh lục	green
・海軍綠	xanh biển	military green
木槿紫	màu hoa cà	mauve
檸檬黃	màu vàng nhạt	lemon

巧克力色	màu sôcôla	chocolate
青綠色，綠松石色	màu ngọc lam	turquoise
象牙白	màu ngà	ivory
銀色	màu bạc	silver
紫	tím	purple, violet
紫紅色	màu mận	plum

8.2　描述色彩

暗的，深的	tối, u ám, ngăm đen	dark
筆	bút	pen
・蠟筆	bút chì màu	crayon
・毛筆	bút lông	brush
・鉛筆	bút chì	pencil
・毛氈筆	bút phớt	felt pen
不透明的	mờ đục, không trong suốt	opaque
不鮮明，無光澤	đục, mờ đục, xỉn, xám xịt	dull
淡的，淺的	nhạt	light
畫	hội hoạ, vẽ	painting
・畫布	vải vẽ bức tranh	canvas
・畫家	họa sĩ	painter
・水彩	màu nước	watercolor
・顏料	sơn	paint
・作畫	vẽ	paint
色澤	màu	tint
・著色	nhuộm màu, phủ màu	tint
透明的	trong trẻo, trong sạch	transparent
鮮亮的	trong suốt	bright
鮮豔的	tươi tắm	lively
顏色	màu sắc	color
・彩色的	có màu	colored
・上色	tô màu	color

9 · 物質

9.1 宇宙

導彈，飛彈	tên lửa	missile
光	ánh sáng	light
· 光年	năm ánh sáng	light year
· 紅外線	tia hồng ngoại, hồng ngoại tuyến	infrared light
· 紫外線	tia tử ngoại, tử ngoại tuyến	ultraviolet light
軌道	quỹ đạo	orbit
· 沿軌道運行	đi theo quỹ đạo	orbit
黑洞	lỗ đen	black hole
彗星	sao chổi	comet
流星	sao băng	meteor
食	thiên thực	eclipse
· 日食	nhật thực	solar eclipse
· 月食	nguyệt thực	lunar eclipse
世界	thế giới	world
太空，空間	không gian, vũ trụ	space
· 太空梭	tàu vũ trụ	space shuttle
· 三度空間	không gian ba chiều	3-dimensional space
太陽	mặt trời	sun
· 太陽光線	tia sáng mặt trời	sun ray
· 太陽系	hệ mặt trời	solar system
· 陽光，日光	ánh sáng mặt trời	sunlight
天文學	thiên văn học	astronomy
衛星	vệ tinh	satellite
星	ngôi sao	star
行星	hành tinh	planet
· 水星	sao Thuỷ, Thuỷ tinh	Mercury
· 金星	sao Kim, Kim tinh	Venus
· 地球	trái Đất	Earth
· 火星	sao Hỏa, Hỏa tinh	Mars
· 木星	sao Mộc, Mộc tinh	Jupiter
· 土星	sao Thổ, Thổ tinh	Saturn

· 天王星	sao Thiên Vương, Thiên Vương tinh	Uranus
· 海王星	sao Hải Vương, Hải Vương tinh	Neptune
銀河系	hệ ngân hà	galaxy
宇宙	vũ trụ	cosmos, universe
月亮	mặt trăng	moon
· 滿月	trăng tròn	full moon
· 新月	trăng non	new moon
· 月光	ánh trăng	moonbeam
重力，地心引力	trọng lực, sức hút trái Đất	gravity

9.2 環境和物質

暗礁	đá ngầm	reef
壩，堰	đập, đê đập	dam
板塊	phiến chôn dưới đất	plate
半島	bán đảo	peninsular
邊，岸	cạnh, bờ	edge, bank
冰	nước đá	ice
波浪	sóng	wave
草	cỏ	grass
草場	sân cỏ	field of grass
草地	đồng cỏ, bãi cỏ	meadow
層，地層	tầng đất, địa tầng, vỉa	layer, stratum
潮，潮汐	thủy triều	tide
池塘	ao	pond
叢林，密林	rừng	jungle
大氣，大氣層	khí quyển, quyển, tầng khí	atmosphere
· 大氣的	khí quyển	atmospheric
島，島嶼	hòn đảo	island
地震	động đất	earthquake
頂，絕頂	thượng đỉnh, đỉnh cao	summit
洞，穴	hang	cave
風景	cảnh quan, phong cảnh	landscape
溝壑，溪谷	rãnh, máng, mương	gully

谷，峽	thung lũng	valley
關口，河口	cửa khẩu, cửa sông	pass
海	biển	sea
・海底	đáy biển	seabed
・海的，海上的	của biển, trên biển	maritime
海岸，海岸線	bờ biển	coast, coastline
海角，岬	góc biển, mũi	cape, promontory
海灘，沙灘	bờ biển	beach
海灣	vịnh	gulf, bay
海峽	eo biển, kênh	strait, channel
河，江	sông	river
・河岸	bờ sông	river bank
・可航行的，可通船的	tàu bè đi lại được	navigable
・流，流過	chảy, chảy qua	flow
河灣，小海灣	vịnh nhỏ, vũng	cove
洪水	lũ lụt	flood
湖	hồ	lake
環礁湖，潟湖	đầm phá, phá	lagoon
環境	môi trường	environment
火山	núi lửa	volcano
・噴發	phun trào	eruption
・熔岩，火山岩	dung nham	lava
激浪	sóng lớn, sóng cả	surf
峻峭的，險峻的	vách núi cheo leo	steep
裂隙	kẽ nứt, chỗ nẻ	crevasse
陸地	mảnh đất	land
泥，泥沙	bùn	mud, silt
・泥濘的	lầy lội, lầy bùn, đầy bùn	muddy
農田	đất nông nghiệp	farmland
泡沫	bọt	foam
盆地	chỗ trũng lòng chảo, bể, bồn địa	basin
平原	đồng bằng	plain
坡，斜坡	dốc	slope
瀑布	thác nước	waterfall
峭壁，絕壁	vách đá cheo leo	cliff
群島	quần đảo	archipelago

河口	cửa sông	estuary
森林	rừng	forest
・熱帶雨林	rừng nhiệt đới	tropical forest
沙	cát	sand
沙漠，荒漠	sa mạc, hoang mạc	desert
山	núi	mount
・山岳	núi đồi	mountain
・山多的	khu có dãy núi	mountainous
・山系，山脈	hệ thống núi, dãy núi	maintain chain
・山峰	ngọn núi, đinh núi, chóp núi	peak
海水	nước mặn, nước biển	salt water, seawater
卵石	sỏi	pebble
石，石頭	đá	stone
樹林，森林	rừng	woods
水路，渠	kênh	channel
天空	bầu trời	sky
田地，原野	đồng ruộng, cánh đồng	field
小山	đồi	hill
懸崖，絕壁	vách đá cheo leo	precipice
漩渦	xoáy nước	whirlpool
岩，岩石	đá núi, đá	rock
洋	đại dương	ocean
・北冰洋	Bắc Băng Dương	Arctic Ocean
・大西洋	Đại Tây Dương	Atlantic Ocean
・太平洋	Thái Bình Dương	Pacific Ocean
・印度洋	Ấn Độ Dương	Indian Ocean
運河	kênh	canal
沼澤，濕地	đầm lầy	marsh, swamp
・沼澤地	đất ngập nước	wetland
支流	nhánh sông, sông nhánh	tributary
植被，植物	thảm thực vật, cây cối	vegetation
自然	thiên nhiên, tự nhiên	nature
・自然的	thiên nhiên	natural

9.3 物質和材料

氨	amoniác	ammonia
白堊，粉筆	đá phấn, phấn viết	chalk
冰點	điểm đóng băng	freezing point
丙烯酸的	acrylíc	acrylic
玻璃	thủy tinh	glass
玻璃纖維	sợi thủy tinh	fiberglass
鉑，白金	bạch kim	platinum
薄紗，羅紗布	vải sa mỏng	gauze
材料，原料	tài liệu, vật liệu	material, stuff
瓷	sứ	porcelain
卡帶	băng	tape
大理石	đá hoa, cẩm thạch	marble
氮	nitơ	nitrogen
稻草	rơm	straw
燈芯絨	vải nhung kẻ	corduroy
碘	iốt	iodine
電	điện	electricity
• 電的	điện	electrical
鍛鐵，熟鐵	sắt rèn	wrought iron
法蘭絨	vải flanen	flannel
防腐劑	chất phòng phân hủy	resistant
紡織品	hàng dệt may	texture, textile
廢鐵	sắt phế liệu	scrap iron
沸點	điểm sôi	boiling point
分子	phân tử	molecule
• 分子的	phân tử	molecular
• 分子式	công thức phân tử	molecular formula
• 結構	kết cấu, cấu trúc	structure
• 模型	mô hình	model
輻射	bức xạ	radiation
• 放射性的	tính phóng xạ	radioactive
鈣	canxi	calcium
鋼	thép	steel
• 不鏽鋼	thép không gỉ	stainless steel
工業，產業	công nghiệp, sản nghiệp	industry
• 工業的，產業的	ngành công nghiệp	industrial
汞，水銀	thủy ngân	mercury

固體	thể rắn, chất đặc	solid
合成纖維	tổng hợp thành	synthetic fibre
紅木，桃花心木	gỗ gụ	mahogany
花邊，飾邊	dây buộc, dải buộc	lace
花崗岩，花崗石	đá hoa cương, đá granit	granite
化合物	hợp chất	compound
化石	hóa thạch	fossil
化學	hóa học	chemistry
· 化學的	thuộc hoá học	chemical
黃銅	đồng thau, thau	brass
混凝土	bê tông	concrete
火	lửa	fire
甲烷，沼氣	metan	methane
鉀	kali	potassium
膠泥，灰泥	thạch cao	plaster
焦油，柏油	hắc ín, nhựa	tar
結，繩結	nút, nơ	knot
· 有節的，有結的	có nhiều nút	knotty
金	vàng	gold
金屬	kim loại	metal
金屬板	tấm kim loại	sheet metal
空氣	không khí	air
礦物	khoáng sản	mineral
瀝青，柏油	nhựa đường	asphalt
粒子，微粒	hạt	particle
磷酸鹽	phótphát	phosphate
硫磺	lưu huỳnh	sulfur
· 硫酸	axít sunfuríc	sulfuric acid
濾器，濾紙	cái lọc, máy lọc	filter
氯	clo	chlorine
麻袋	túi vải bao bì	burlap bag
毛氈	nì, phớt	felt
煤	than đá	coal
· 採煤	khai thác than	coal mining
· 煤礦	mỏ than	coal mine
鎂	magiê	magnesium
棉，棉花	bông	cotton
木	gỗ	wood

鈉	nátri	sodium
能，能量	năng lượng	energy
黏土	đất sét	clay
鎳	niken	nickel
皮，皮革	da	leather
氣體，煤氣	khí thể, hơi đốt	gas
汽，水蒸氣	hơi, hơi nước	vapor
鉛	chì	lead
青銅	đồng thiếc	bronze
氫	khinh khí, Hyđrô	hydrogen
燃料	nhiên liệu	fuel
・礦物燃料	nhiên liệu khoáng vật	fossil fuel
熱	sức nóng, nhiệt	heat
軟木，軟木塞	nút bần	cork
砂石，礫	sỏi	gravel
繩	dây	rope
石棉	amiăng	asbestos
石油	xăng dầu	petroleum
・汽油	xăng	gasoline
・天然氣	khí thiên nhiên	natural gas
鱗	vảy	scale
實驗室，化驗室	phòng thí nghiệm	laboratory
試管	ống thử	test tube
樹脂，松脂	nhựa cây, nhựa thông	resin
水	nước	water
絲，綢	tơ, lụa	silk
絲絨，天鵝絨	nhung, nhung tơ	velvet
塑膠	nhựa	plastic
酸	axít	acid
燧石，打火石	đá lửa, viên đá lửa	flint
太陽能	năng lượng mặt trời	solar energy
碳	cácbon *(nguyên tố)*, than	carbon *(element)*
搪瓷，琺瑯	men	enamel
鐵	sắt	iron
銅，紫銅	đồng	copper

網	lưới, mạng	net
微波	vi sóng	microwave
溫度計，體溫計	nhiệt kế	thermometer
溫室效應	hiệu ứng nhà kính	greenhouse effect
烏木，黑檀	gỗ mun	ebony
污染	ô nhiễm	pollution
・污染	gây ô nhiễm	pollute
物理的，物質的	thuộc vật lý, thuộc vật chất	physical
物理學	vật lý học	physics
物質	vật chất	matter
錫	thiếc	tin
纖維	sợi, xơ, sơ	fiber
顯微鏡	kính hiển vi	microscope
線，繩子	dây, băng, dải	string
橡膠	cao su	rubber
壓力，壓強	áp lực	pressure
亞麻布，亞麻線	vải lanh, lanh	linen
煙	khói	smoke
鹽	muối	salt
羊毛	len	wool
・未加工的羊毛	len chưa gia công	virgin wool
無機的	vô cơ	inorganic
氧	dưỡng khí, oxy	oxygen
液體	thể lỏng, thể nước	liquid
以太，能媒	ête	ether
銀	bạc	silver
硬木	cây phong	hardwood
硬紙板，卡紙	giấy các tông	cardboard
有彈力的	co giãn, đàn hồi, mềm dẻo	elastic
有機的	hữu cơ	organic
元素	nguyên tố	element
原子	nguyên tử	atom
・電荷	điện tích	charge
・電子	điện tử	electron
・核	hạt nhân	nucleus
・核的，核子的	hạt nhân	nuclear
・質子	prôtôn	proton

中文	越南文	英文
• 中子	nơtrôn	neutron
織物，布類	vải	cloth
鑄鐵	gang	cast iron
磚	gạch	brick
• 砌磚工	thợ nề	bricklayer
自然資源	tài nguyên thiên nhiên	natural resources

9.4 物體的形狀

中文	越南文	英文
筆畫	nét, nét chữ	stroke
邊	mép, bờ, lề	margin
邊界，界限	ranh giới	boundary
不規則的	không đúng quy cách	irregular
不平的	không phẳng, gồ ghề, gập ghềnh	uneven
佈局	bố cục, bố trí	layout
測量	đo đạc (địa hình)	surveying
長方形的	hình chữ nhật	rectangular
大理石花紋的	hoa văn cẩm thạch	marbled
點	chấm nhỏ, điểm	dot
浮雕	chạm nổi, đồ đắp nổi	relief
格子圖案	ô vuông	check
• 有格子圖案的	có ô vuông	checked
軌道	quỹ đạo	orbit
劃線的	có vạch kẻ	lined
環，圈	vòng, hình tròn	ring
環形	đường vòng quanh	circuit
• 環形的，圓形	vòng, thuộc hình tròn	circular, round
徽章	huy chương, huy hiệu	emblem
剪影	bóng, hình bóng	silhouette
框架	khung	frame
棱錐的，金字塔形的	hình chóp, hình kim tự tháp	pyramidal
犁溝，車轍	luống cày, đường xoi, đường rạch	furrow

略圖	lược đồ, giản đồ, sơ đồ	schema
輪廓	hình bóng, hồ sơ	outline, profile
螺旋的	xoắn ốc	spiral
迷宮	mê cung	labyrinth, maze
排	dòng	row
片	miếng mỏng, lát mỏng	slice
平的	bằng phẳng, ngang bằng	even
崎嶇的	quanh co, khúc khuỷu, uốn khúc	tortuous
起伏的	lượn sóng, nhấp nhô, gợn sóng	wavy, undulating
球形的	hình cầu	spherical
曲折的，彎曲的	xoắn, quanh co	twisting, winding
三角形的	hình tam giác	triangular
十字	hình chữ thập	cross
條紋	sọc, vằn	stripe, streak
・有條紋的	có sọc, có vằn	streaked, striped
圖案	khuôn mẫu, mẫu vẽ	pattern, design
・有圖案的	có mẫu vẽ	patterned
・用圖案裝飾	trang trí theo mẫu vẽ	pattern
圖示	đồ thị	graph
外圍，四周	ngoại vi, xung quanh	periphery, outskirts
蜿蜒的，Z字形的	ngoằn ngoèo, hình chữ chi	zigzag
圍欄	đất có rào vây quanh	enclosure
・封閉的，圍住的	vây quanh, rào quanh	enclosed, surrounded
形狀	hình thức, hình dạng	form, shape
有點子的	lốm đốm, có đốm	spotted
有紋理的	có hạt, nhiều hạt	veined, grainy
圓盤	đĩa	disk
圓柱形的	hình trụ	cylindrical
正方形	hình vuông	square
柱形	cột	column
錐形	hình nón	conical

9.5 容器

包，袋	túi, bao tải	bag, sack
包裝箱	bao bì	packing crate
保險箱	tủ sắt, két an toàn	safe, strongbox
大箱子，旅行箱	hòm, rương, va li	trunk
工具箱	hộp công cụ	toolbox
罐，聽	lọ, hộp sắt tây	jar, tin
盒	ô	box
・方盒	ô vuông	square box
・木盒	hộp gỗ	wood box
・鐵盒	hộp thiếc	tin box
・圓盒	hộp tròn	round box
・紙板盒	hộp các tông	cardboard box
籃	cái rổ, cái giỏ, cái thúng	basket
・果籃	rổ hoa quả	fruit basket
・花籃	giỏ hoa	flower basket
盆，缸	bồn tắm	tub
容器	cái chứa, đồ đựng	container, receptacle
・盛	chứa	contain
・內容	nội dung	contents
手提袋	túi xách	handbag
水池	bể nước	water tank
水庫	hồ chứa	reservoir
桶	thùng	barrel
・酒桶	thùng rượu	cask
・水桶	xô	bucket
玩具盒	hộp đồ chơi	toy box
箱，櫃	thùng, két	tank
箱，盒	hộp	case

9.6 地理

半球	bán cầu	hemisphere
・半球的	bán cầu	hemispheric
北	phía bắc	north
・北方的	về phía bắc	northern
邊界，國界	biên giới	border (political)

城市	thành phố	city
赤道	xích đạo	equator
大陸	lục địa	continent
・大陸的，大陸性的	về lục địa	continental
帶，地帶	khu	zone
地方，地域	khu vực	region
地理	địa lý	geography
・地理的	về địa lý	geographical
地球儀	mô hình địa cầu	globe *(object)*
地區，面積	vùng, khu vực, diện tích	area
地圖	bản đồ	map
地圖集	tập bản đồ	atlas
東	phía đông	east
・東北	phía đông bắc	northeast
・東方的	phía đông	eastern
・東南	phía đông nam	southeast
國家	đất nước	country
海灣	vịnh	gulf
回歸線	chí tuyến	tropic
・北回歸線	Chí Tuyến Bắc	Tropic of Cancer
・南回歸線	Chí Tuyến Nam	Tropic of Capricorn
・熱帶的	nhiệt đới	tropical
極，極地	cực, cực địa	pole
・北極	Bắc Cực	North Pole
・北極圈	Vòng Bắc Cực	Arctic Circle
・南極	Nam Cực	South Pole
・南極圈	Vòng Nam Cực	Antarctic Circle
經度	kinh độ	longitude
緯度	vĩ độ	latitude
領土	lãnh thổ	territory
民族，國家	dân tộc, quốc gia	nation
・民族的，國家的	của dân tộc, của quốc gia	national
南	phía nam	south
・南方的	phía nam	southern
氣候	khí hậu	climate

人口統計 / 普查（學）的	thống kê / điều tra dân số	demographic
省	tỉnh	province
首都	thủ đô, thủ phủ	capital
天體，星球	quả cầu, tinh cầu	globe *(planetary)*
位置	vị trí	location
・確定…的位置	xác định vị trí của...	locate
・位於	đặt vị trí tại	be located
西	phía tây	west
・西北	phía tây bắc	northwest
・西方的	phía tây	western
・西南	tây nam	southwest
指南針	la bàn	compass
州	châu, bang	state
子午線	kinh tuyến	meridian
・本初子午線	đường kinh tuyến gốc	prime meridian

10 · 植物

10.1 基本詞彙

蓓蕾	nụ, lộc	bud
・含苞未放	đang ra nụ, đang ra lộc	in bud
菜園	vườn rau	vegetable garden
草地，草坪	cỏ	lawn
草地，草原	đồng cỏ, bãi cỏ	meadow
鏟子，鐵鍬	cái xẻng	shovel, spade
成熟的	chín	ripe
鋤頭	cái cuốc	hoe
・鋤（地）	cuốc, xới, giẫy	hoe
儲藏室，庫房	phòng kho, nhà kho	storage room, shed
刺，荊棘	gai	thorn
大麥	lúa mạch	barley
稻草，麥稈	rơm	straw
發酵	lên men	fermentation

肥料	phân	manure
・糞肥	phân chuồng	dung
・化肥	phân hóa học	fertilizer
腐爛的	thối	rotten
乾草	cỏ khô	hay
乾草叉，草耙	cái chĩa	pitchfork
割草機	máy cắt cỏ, máy gặt cỏ	lawn mower
根	rễ	root
耕種，翻耕	cày cấy, cày bừa	till
耕種，耕作	trồng trọt, canh tác	cultivation
穀倉，糧倉	vựa lúa	granary
穀物，糧食	hạt, lương thực	grain
灌溉	tưới	irrigation
灌木	bụi cây, bụi rậm	bush
光合作用	sự quang hợp	photosynthesis
害蟲	sâu hại	pest
花	hoa, bông hoa	flower
花瓣	cánh hoa	petal
花床	giường hoa	bed flower
花粉	phấn hoa	pollen
花園	vườn hoa	flower garden
混合肥料	phân hữu cơ	compost
莖，幹	thân cây, cuống, cọng	stem
開花	nở, nở hoa	bloom, flower
枯萎，凋謝	tàn héo, héo	wilt
犁	cái cày	plow
・犁，耕	cày đất	plow
鐮刀	cái liềm	sickle
苗床，苗圃	vườn ương, ươm	nursery
膜	màng, màng nhầy	membrane
泥刀，泥鏟	cái bay, cái xẻng bứng cây	trowel
黏土，泥土	đất sét	clay
農田	đất nông nghiệp, đất cày	farmland
農業	nông nghiệp	agriculture
耙子	cái cào	rake

中文	越南文	英文
・用耙子耙	cào, cời	rake
噴壺，灑水裝置	bình tưới nước, đồ tưới nước	sprinkler
噴射	phun	spraying
葡萄樹，藤	cây nho	vine
球根	củ, thân hành	bulb
殺蟲劑，農藥	thuốc trừ sâu	pesticide
生殖，繁殖	làm sinh sôi nẩy nở	reproduce
・生殖，繁殖	sinh đẻ, nhân giống	reproduction
收割	cắt, gặt	mow
收割，採收	gặt hái	reap
收獲，收割	thu hoạch	harvest
・收獲，收割	thu hoạch, gặt	harvest
樹	cây	tree
樹幹	thân cây	trunk
樹籬	hàng rào cây xanh	hedge
樹皮	vỏ cây	bark
樹葉	lá cây	foliage
樹枝	cành cây	branch
水溝，渠	hào, rãnh, mương	ditch
水龍帶，軟管	ống vòi	hose
飼料	thức ăn gia súc	fodder
穗	bông (ngô)	ear (of corn)
庭園，園子	vườn	garden
・庭園座椅	ghế vườn	garden seat
土塊	cục đất	clod
脫粒，打穀	đập lúa, đập	thresh
挖，掘，鑿	đào	dig
溫室	nhà kính	greenhouse
物種	loài, giống	species
細胞	tế bào	cell
細胞核	hạt nhân	nucleus
小麥	lúa mì	wheat
小園子，小菜園	vườn nhỏ	small garden
休閒中的（田地）	hoang, chưa trồng	fallow, uncultivated
修剪	sửa cây, tỉa cây	prune, trimmer
燕麥	yến mạch	oats
葉綠素	chất diệp lục	chlorophyll

葉子	lá	leaf
移植，移接	cấy lúa, chiết cành	transplant
有機體，微生物	thể hữu cơ, vi sinh vật	organism
玉米	ngô	corn
園丁，花匠	người làm vườn	gardener
園藝	nghề làm vườn	horticulture
雜草	cỏ dại	weed
摘取，採集	tập hợp	gather
照顧	xem xét sau khi	look after
植物	thực vật	plant
植物學	thực vật học	botany
• 植物學的	của thực vật học	botanical
種子	hạt giống	seed
• 播種	gieo trồng, gieo hạt	seed, sow
種植	trồng	plant

10.2　花卉

百合花	hoa huệ tây, hoa loa kèn	lily
常春藤	dây thường xuân	ivy
雛菊，延命菊	cây cúc	daisy
大波斯菊	cúc vạn thọ tây	cosmos
大麗花，天竺牡丹	hoa thược dược	dahlia
風信子	hoa lan dạ hương	hyacinth
花	bông hoa, hoa	flower
• 花床	luống hoa	flowerbed
• 花束	bó hoa	bouquet of flowers
• 枯萎的花	hoa héo	wilted flower
• 摘花	chọn hoa	pick flowers
槲寄生	cây tầm gửi	mistletoe
劍蘭	hoa lay-ơn	gladiolus
金盞花，萬壽菊	hoa kim trân, cúc vạn thọ	marigold
荊棘	gai	thorn
杜鵑花	hoa đỗ quyên	azalea
菊花	hoa cúc	chrysanthemum
康乃馨	hoa cẩm chướng	carnation

蘭草	phong lan	orchid
牡丹	hoa mẫu đơn	peony
木蘭，木蘭花	hoa mộc lan	magnolia
蒲公英	cây bồ công anh	dandelion
牽牛花	cây dạ yên thảo	petunia
蕁麻	cây tầm ma	nettle
薔薇，玫瑰	hoa hồng	rose
・野薔薇，野薔薇	cây tầm xuân	wild rose
三色菫，三色紫羅蘭	hoa bướm, hoa păng-xê	pansy
山茶花	hoa trà	camellia
芍藥，牡丹	hoa thược dược, hoa mẫu đơn	peony
矢車菊	hoa xa cúc	cornflower
水田芥	cây sen cạn	nasturtium
水仙	thuỷ tiên	narcissus
・黃水仙	thuỷ tiên vàng	daffodil
天竺葵	hoa phong lữ	geranium
鐵線蓮	hoa ông lao	clematis
勿忘我	hoa cỏ lưu ly	forget-me-not
仙客來	hoa anh thảo	cyclamen
仙人掌	cây xương rồng	cactus
向日葵	cây hướng dương	sunflower
繡球花	hoa tú cầu, cây hoa đĩa	hydrangea
雪花蓮	hoa giọt tuyết	snowdrop
罌粟	hoa anh túc	poppy
櫻草花	hoa báo xuân	primrose
迎春花	hoa nhài mùa đông	winter jasmine
櫻花	hoa anh đào	cherry blossom
鬱金香	hoa uất kim hương	tulip
紫羅蘭	hoa vi-ô-lét	violet
紫藤	cây đậu tía	wisteria

10.3 樹木

白楊	cây bạch dương	poplar
柏樹	cây bách	cypress
常綠樹	cây thường xanh	evergreen

楓樹	cây phong	maple
橄欖樹	cây ôliu	olive
果樹	cây ăn quả	fruit tree
・橙樹	cây cam	orange
・核桃樹	cây óc chó	walnut
・梨樹	cây lê	pear
・栗樹	cây dẻ	chestnut
・檸檬樹	cây chanh	lemon
・蘋果樹	cây táo	apple
・桃樹	cây đào	peach
・無花果樹	cây sung, cây vả	fig
・櫻桃樹	anh đào	cherry
・榛子	quả phỉ	hazelnut
樺，白樺	bạch dương	birch
冷杉	linh sam	fir
櫟樹，橡樹	cây sồi	oak
・櫟子，橡子	quả đầu	acorn
柳樹	liễu	willow
・垂柳	liễu rủ	weeping willow
山毛櫸	cây sồi	beech
樹	cây	tree
樹苗，幼樹	mềm cây cây nhỏ	sapling
松樹	cây thông	pine
烏木，黑檀	gỗ mun	ebony
榆	cây du	elm
棕櫚樹	cây cọ, cây họ cau dừa	palm

10.4 乾果和水果

鳳梨	dứa	pineapple
草莓	dâu tây	strawberry
柳橙	cam	orange
乾果	trái cây sấy khô	dried fruit
橄欖	ôliu	olive
核桃	quả óc chó	walnut
黑莓	quả mâm xôi đen	blackberry
花生	đậu phộng	peanut
開心果	quả hồ trăn	pistachio

藍莓	quả mọng xanh	blueberry
梨子	lê	pear
李子，梅	mận, mơ	plum
・李脯，梅乾	mận khô	prune
栗子	dẻ	chestnut
檸檬	chanh	lemon
蘋果	quả táo	apple
葡萄	nho	grape
葡萄柚	bưởi	grapefruit
水果	trái cây	fruit
桃子	đào	peach
甜瓜	dưa tây	melon
無花果	quả sung, quả vả	fig
西瓜	dưa hấu	watermelon
香蕉	chuối	banana
杏仁	mai	apricot
懸鉤子，覆盆子	mâm xôi	raspberry
櫻桃	anh đào	cherry
柚子	quả bưởi	pemelo
棗	quả chà là	date
中國柑橘	quả quít	mandarin orange

10.5 蔬菜

菠菜	rau chân vịt	spinach
薄荷	bạc hà	mint
菜豆	đậu que	string bean
菜花	súp lơ	cauliflower
蔥頭，洋蔥	củ hành	onion
大黃	đại hoàng	rhubarb
豆	đậu	bean
豆芽	giá, giá đỗ	bean sprouts
橄欖	ôliu	olive
胡椒	hạt tiêu	pepper
胡蘿蔔	cà rốt	carrot
黃瓜	dưa leo	cucumber
茴香	thì là	fennel
韭菜	tỏi tây	leek
卷心菜，圓白菜	cải bắp	cabbage

辣椒	ớt	pepper
蘆筍	măng tây	asparagus
羅勒	húng quế	basil
迷迭香	hương thảo	rosemary
蘑菇	nấm	mushroom
南瓜	bí ngô	pumpkin
歐芹	mùi tây	parsley
茄子	cà tím	eggplant
芹菜	cần tây	celery
青椒	ớt trái xanh	green pepper
沙拉	rau xa-lát	salad
生菜，萵苣	rau diếp	lettuce
蔬菜	rau	vegetables, greens
蒜，大蒜	tỏi	garlic
甜菜	củ cải đường	beet
土豆	khoai tây	potato
豌豆	đậu Hà-lan	pea
蕃茄	cà chua	tomato
西葫蘆，美洲南瓜	bầu	zucchini
西藍花，球花甘藍	bông cải xanh	broccoli
小扁豆	đậu lăng	lentil
小蘿蔔	củ cải	radish
雪豆	đậu lima, tuyết đậu	lima bean
洋蔥	củ hành tây	onion
洋薊	atisô	artichoke
鷹嘴豆	đậu xanh	chick pea
紫菜	rau tía	laver

11 · 動物

11.1　一般動物和哺乳動物

斑馬	ngựa vằn	zebra
豹	beo, báo	leopard, panther
北極熊，白熊	gấu Bắc cực, gấu trắng	polar bear
蝙蝠	con dơi	bat
哺乳動物	động vật có vú	mammal

捕獸機，陷阱	bẫy	trap
倉鼠	chuột đồng	hamster
長頸鹿	hươu cao cổ	giraffe
寵物	vật cảnh, vật cưng	pet
臭鼬	chồn hôi	skunk
刺蝟	con nhím Âu	hedgehog
大猩猩	con vượn gôrila, khỉ độc	gorilla
袋鼠	con canguru, đại thử	kangaroo
動物	động vật	animal
・動物學	động vật học	zoology
・動物學的	của động vật học	zoological
・動物園	sở thú, vườn bách thú, vườn thú	zoo
狒狒	khỉ đầu chó	baboon
孵化，繁育	ấp, ươm	breeding
狗	chó	dog
・長卷毛狗	chó xù	poodle
・德國牧羊犬，狼狗	chó béc giê, chó sói	German shepherd
・惡犬	chó bun	bulldog
・吠，叫	tiếng sủa, sủa	bark
・狗窩	cũi chó	kennel
・嚎，嗥叫	tiếng hú, hú	howl
・獵犬	chó săn	hound
・母狗	chó cái	female dog
・公狗	chó đực	male dog
・小狗	chó con	puppy
海狸，海獺	hải ly	beaver
海獅	sư tử biển	sea lion
海象	con moóc	walrus
豪豬，箭豬	con nhím	porcupine
河馬	hà mã	hippopotamus
猴子	con khỉ	monkey
胡狼	chó sói	jackal
虎	hổ, cọp	tiger
獾	con lửng	badger
浣熊	gấu chuột xù lông	raccoon
家畜，牲畜	gia súc	livestock

角	sừng	horn
・多叉鹿角	gạc hươu, gạc nai	antler
海豹	chó biển	seal
鯨	cá voi	whale
狼	chó sói	wolf
獵人	người đi săn	hunter
・追獵，獵取	đi săn, săn	hunt
鬣狗	linh cẩu	hyena
羚羊	linh dương	antelope
鹿	hươu, nai	deer
驢子	con lừa	donkey
騾子	con la	mule
駱駝	lạc đà	camel
馬	ngựa	horse
・母馬	ngựa cái	mare
・嘶	tiếng hí, hí	neigh
・蹄	móng guốc	hoof
・鬃毛	bờm	mane
貓	con mèo	cat
・喵喵地叫	kêu meo meo	meow
・小貓	mèo con	kitten
囓齒動物	động vật gặm nhấm	rodent
牛	con bò	ox
・公牛	con bò đực	bull
・母牛	bò sữa	cow
・小牛	bê	calf
・哞哞地叫	bò rống	moo
獅子	sư tử	lion
・吼，咆哮	kêu la	roar
獸穴，地洞，窩	hang, sào huyệt	burrow, den
鼠	chuột	rat
水貂	chồn vizon	mink
水牛	trâu	buffalo
水獺	rái cá	otter
飼養場，畜牧場	trang trại, nông trường chăn nuôi	farm
・廄，穀倉	chuồng, vựa	barn
・農場主	chủ trang trại	farmer
・柵欄，籬笆	hàng rào	fence

松鼠	con sóc	squirrel
土撥鼠，旱獺	con mác-mốt, rái cạn	marmot
兔，家兔	thỏ, thỏ nuôi	rabbit
・野兔	thỏ rừng	hare
尾巴	đuôi	tail
喂草，放牧	ăn cỏ, thả chăn	graze
犀牛	con tê giác	rhinoceros
象	con voi	elephant
・象牙	ngà voi	tusk
熊	con gấu	bear
熊貓	gấu trúc	panda
馴鹿	tuần lộc	reindeer
馴養	thuần hoá	tame
鼴鼠	chuột chũi	mole
羊，綿羊	cừu, dê	sheep
・羔羊，小羊	cừu con, cừu non	lamb
・公羊	cừu đực	ram
・山羊	con dê	goat
野豬	heo rừng	wild boar
猿，猴子	vượn, khi	ape, monkey
豬	con lợn, con heo	pig
・母豬	lợn nái	sow

11.2 禽鳥

斑鳩	chim gáy	turtledove
蒼頭燕雀	chim mai hoa	chaffinch
巢，窩	tổ, ổ	nest
翠鳥	chim bói cá	kingfisher
杜鵑，布穀鳥	chim cu	cuckoo
鵝	con ngỗng	goose
鴿	chim bồ câu	dove
・信鴿	bồ câu đưa thư	homing pigeon
鸛	chim cò	stork
海鷗	chim mòng biển	seagull
候鳥	chim di trú	migratory bird
火雞	gà tây	turkey
火烈鳥	chim hồng hạc	flamingo
雞	gà	chicken, hen

雞冠	mào gà	crest
金絲雀	chim bạch yến	canary
孔雀	chim công	peacock
麻雀	chim sẻ	sparrow
貓頭鷹	con cú	owl
猛禽	chim dữ	bird of prey
鳥，禽	chim	bird
鳥籠	lồng chim	birdcage
企鵝	chim cánh cụt	penguin
鵲	chim khách	magpie
隼，獵鷹	chim ưng	falcon
鵜鶘	con bồ nông	pelican
天鵝	thiên nga	swan
鴕鳥	đà điểu	ostrich
禿鷹，禿鷲	chim kên kên	vulture
小雞，小鳥	gà con, chim con	chick
雄雞	gà trống	rooster
鴉，烏鴉	con quạ	crow
鴨	vịt	duck
燕子	chim yến	swallow
夜鶯	chim sơn ca	nightingale
一窩	lứa, ổ	brood
翼，翅膀	cánh	wing
鸚鵡，虎皮鸚鵡	con vẹt	parrot, budgie
鷹	chim ưng, chim đại bàng	eagle
羽毛	lông vũ	feather
雲雀	chim chiền chiện	lark
鷓鴣	chim đa đa	partridge
知更鳥	chim cổ đỏ	robin
雉，野雞	gà lôi đỏ, gà lôi	pheasant
啄木鳥	chim gõ kiến	woodpecker
嘴，喙	mỏ	beak

11.3　水生動物

鱉，龜	rùa, ba ba	turtle, tortoise
蟾蜍，癩蛤蟆	con cóc	toad
大螯蝦，龍蝦	tôm hùm	lobster

鯡魚	cá trích	herring
蛤	con trai	clam
蛤貝，貽貝	hến	mussel
鮭魚，三文魚	cá hồi	salmon
海馬	con moóc, cá ngựa	seahorse
甲殼，貝	sò, vỏ hến	shell
箭魚，旗魚	cá kiếm	swordfish
金槍魚	cá ngừ	tuna
金魚	cá vàng	goldfish
蝌蚪	nòng nọc	tadpole
鰻魚，鱔魚	lươn	eel
明太魚，大口魚	cá pô-lắc	walleye pollack
明蝦，對蝦，河蝦	tôm sú, tôm	prawn, shrimp
牡蠣	con hàu	oyster
螃蟹	cua	crab
鰭，闊鰭	vây, chân chèo	fin, flipper
青蛙	ếch	frog
· 呱呱地叫	kêu ộp ộp	croak
鯖魚	cá thu	mackerel
軟體動物	động vật thân mềm	mollusk
有殼類水生動物	nghêu, sò, ốc, hến	shellfish
沙丁魚	cá xácđin	sardine
鯊魚	cá mập, cá nhám	shark
扇貝，貝	vỏ sò, sò	scallop, shell
水母，海蟄	sứa	jellyfish
鰨魚，比目魚	cá bơn	sole
鱈魚	cá tuyết	codfish
魷魚	cá mực	squid
魚	cá	fish
· 釣魚，捕魚	đánh cá, câu cá	fishing
· 釣魚竿	cần câu	fishing rod
· 釣魚者	người câu cá	angler
· 魚鉤	lưỡi câu	hook
· 魚鱗	vảy cá	scale
· 魚鰓	mang cá	gill
章魚	bạch tuộc, con tuộc, con mực phủ	octopus
鯔魚	cá đối, cá phèn	mullet
鱒魚	cá hồi	trout

11.4 爬行動物和兩棲動物

毒蛇	rắn độc	viper
鱷魚	cá sấu	crocodile
奎蛇	rắn cạp nong	viper
蟒蛇	con trăn Nam mỹ	boa
爬行動物	loài bò sát	reptile
蛇	con rắn	snake
蜥蜴	thằn lằn	lizard
響尾蛇	rắn có vòng sừng, rắn chuông	rattlesnake
眼鏡蛇	rắn mang bành	cobra

11.5 昆蟲和其他無脊椎類動物

白蟻	mối mọt, con mối	termite
壁虱	con bét, con ve, con tíc	tick
扁蟲	giun dẹp	flatworm
蠶	tằm	silkworm
・蠶繭	làm kén, kén	cocoon
蟲，昆蟲	côn trùng	insect
臭蟲	con rệp	bedbug
大黃蜂	ong vò vẽ	hornet
蝶蛹	con nhộng	chrysalis
蝴蝶	bướm	butterfly
黃蜂	ong bắp cày	wasp
家蠅	ruồi ở trong nhà	housefly
甲蟲	bọ cánh cứng	beetle
螞蟻	con kiến	ant
・蟻塚	tổ kiến	ant hill
毛蟲	sâu bướm	caterpillar
蜜蜂	ong	bee
・蜂巢，蜂房	tổ ong, đõ ong	hive
・蜂群	đàn, đám, bầy, đàn ong	swarm
・螫，叮	cắn	sting
瓢蟲	bọ rùa	ladybug
蜻蜓	con chuồn chuồn	dragonfly
蠕蟲	giun, sâu, trùng	worm

虱子	rận, chấy	louse
跳蚤	con bọ chét	flea
蚊子	muỗi	mosquito
• 嗡嗡叫，營營響	kêu vo vo	buzz
蟋蟀	con dế	cricket
蠍子	bọ cạp	scorpion
螢火蟲	con đom đóm	glowworm
蚱蜢，蝗蟲	châu chấu	grasshopper
蟑螂	gián	cockroach
蜘蛛	con nhện	spider
• 蜘蛛網	mạng nhện	spider web

四、人

12・身體

12.1 身體部位和組織系統

背，背部	lưng	back
鼻	mũi	nose
鼻孔	lỗ mũi	nostril
臂	cánh tay	arm
・前臂	cẳng tay	forearm
扁桃腺	hạch hạnh nhân, amiđan	tonsil
腸，腸子	ruột	intestines
膽，膽囊	túi mật	gall bladder
動脈	động mạch	artery
肚臍	rốn	navel, bellybutton
肚子，腹	bụng	belly
額，額頭	trán	forehead
上顎	vòm miệng	palate
耳，耳朵	tai	ear
耳鼓	màng nhĩ	eardrum
肺，肺臟	phổi	lung
肝，肝臟	gan	liver
肛門	hậu môn	anus
膈，橫膈膜	cơ hoành	diaphragm
跟腱	gân chân	Achilles tendon
骨，骨頭	xương	bone
骨骼	bộ xương	skeleton
骨盆	xương chậu	pelvis
骨髓	tủy xương	bone marrow
關節	khớp xương	joint
頜，顎	hàm	jaw
頜骨	xương hàm	jawbone

喉嚨，咽喉	họng	throat
呼吸系統	hệ thống hô hấp	respiratory system
鬍子	râu, ria	beard, moustache
踝，足踝	mắt cá	ankle
肌肉	cơ bắp	muscle
脊椎，脊柱	cột sống	spine
肩，肩膀	vai	shoulder
肩胛骨	xương bả vai	shoulder blade
腱	gân	tendon
腳，足	chân	foot
腳底，腳掌	bàn chân	sole
腳跟	gót chân	heel
腳趾	ngón chân	toe
頸，脖子	cổ	neck
頸背，後頸	gáy	nape
脛	cẳng chân	shin
靜脈	tĩnh mạch	vein
酒窩，靨	lúm đồng tiền	dimple
髖	hông	hip
肋骨	sườn	rib
臉，面孔	mặt	face
臉頰，面頰	má	cheek
・ 頰骨，顴骨	xương hàm	cheekbone
膀胱	bàng quang	bladder
淋巴系統	hệ thống bạch huyết	lymphatic system
顱骨，頭骨	sọ	skull
毛	lông	hair *(bodily)*
毛孔	lỗ chân lông	pore
泌尿系統	hệ thống tiết niệu	urinary system
免疫系統	hệ thống miễn dịch	immune system
面色，膚色	sắc mặt	complexion
內臟	nội trạng	guts
腦	óc, não	brain
皮，皮膚	da	skin
脾，脾臟	lách, tỳ	spleen
屁股，臀部	mông	buttocks, bottom
氣管	khí quản	windpipe
器官	cơ quan, tạng	organ
丘疹，粉刺	mụn	pimple

軀幹，身軀	thân, thân thể	torso, trunk
拳，拳頭	nắm tay	fist
肉體，肌膚	thịt, da thịt	flesh
乳房	vú	breast
乳頭	núm vú	nipple
軟骨	sụn	cartilage
舌，舌頭	lưỡi	tongue
身體	cơ thể	body
神經	thần kinh	nerve
神經系統	hệ thống thần kinh	nervous system
腎，腎臟	thận	kidney
腎上腺素	nội tiết tố tuyến thượng thận	adrenaline
聲帶	thanh đới	vocal cord
食道	thực quản	esophagus
手	tay	hand
手掌，手心	gan bàn tay, lòng bàn tay	palm
瞳孔	con ngươi, đồng tử mắt	pupil
頭	đầu	head
頭髮	tóc	hair *(head)*
頭皮	da đầu	scalp
腿	chân	leg
・大腿	đùi	thigh
・小腿	bắp chân	calf
唾液，涎	nước bọt, nước dãi	saliva, spit
腕	cổ tay	wrist
胃	dạ dày	stomach
膝，膝蓋	đầu gối	knee
細胞	tế bào	cell
下巴，頦	cằm	chin
腺	tuyến	gland
消化管	ống tiêu hóa	alimentary canal
消化系統	đường tiêu hóa	digestive system
心，心臟	trái tim	heart
心跳	nhịp tim	heartbeat
胸，胸部，胸脯	ngực	breast, chest
血，血液	máu	blood

• 血管	mạch máu, huyết quản	blood vessel
• 血型	nhóm máu	blood group
• 血壓	huyết áp	blood pressure
心血管循環系統	hệ thống tuần hoàn tim mạch	cardiovascular system
眼睛	mắt	eye
• 眉毛	lông mày	eyebrow
• 眼瞼	mí	eyelid
• 眼睫毛	lông mi	eyelash
四肢	chân tay	limbs
腰，腰部	eo	waist
腋窩	nách	armpit
胰腺	tụy	pancreas
指甲	móng tay	fingernail
指頭，手指	ngón tay	finger
• 拇指	ngón tay cái	thumb
• 食指	ngón tay trỏ	index finger
• 無名指	ngón nhẫn	ring finger
• 小指	ngón tay út	little finger
• 中指	ngón tay giữa	middle finger
肘	khuỷu tay	elbow
組織	mô	tissue
嘴，口	miệng	mouth
嘴唇	môi	lip
坐骨神經	thần kinh tọa	sciatic nerve

12.2 身體狀態和活動

病的，生病的	ốm yếu	sick
吃	ăn	eat
打嗝	ợ	burp, belch
膽固醇	côlétxtêrôn	cholesterol
感到，感覺	ý thức, cảm thấy	sense, feel
• 感覺不適	cảm thấy khó chịu	feel bad
• 感覺餓	cảm thấy đói	be hungry
• 感覺渴	cảm thấy khát	be thirsty
• 感覺冷	cảm thấy lạnh	be cold
• 感覺良好	cảm thấy tốt	feel well

・感覺疲倦	cảm thấy mệt mỏi	be tired
・感覺熱	cảm thấy nóng	be hot
感知，察覺	nhận thức, trông thấy	perceive
喝，飲	uống	drink
呼吸	thở	breath
・呼氣	toả hơi	exhale
・呼吸	thở ra	breathe
・吸氣	hít vào	inhale
飢，飢餓	đói	hunger
健康	sức khoẻ	health
・健康的	lành mạnh, khoẻ	healthy
渴	khát	thirst
尿	nước tiểu	urine
・小便，排尿	đi tiểu	urinate
跑	chạy	run
疲乏	mệt mỏi	tiredness, fatigue
起床	dậy	get up
氣喘	suyễn, siễn, hen	lack of breath
睡覺	ngủ	sleep
・打瞌睡	buồn ngủ, thiu thiu	doze
・入睡	ngủ thiếp đi	fall asleep
排便	đại tiện	defecate
疼，痛	đau	hurt
頭皮屑	gàu	dandruff
消化	tiêu hóa	digestion
醒來，弄醒	thức giấc	wake up
休息，放鬆	nghỉ ngơi, thư giãn	rest, relax
噎，哽	nghẹn, làm tắc thở	choke
走，步行	đi bộ	walk

12.3 感官和感覺

聽覺

爆炸	nổ, vụ nổ	explode, blast
嘈雜的，喧鬧的	ồn ào	noisy
吹口哨	thổi còi	whistle

叮噹	leng keng, tiếng xủng xoảng, kêu xủng xẻng	jingle, clink, jangle
咚咚，噹噹	sập mạnh, nổ vang	bang
發出回聲	tiếng dội, tiếng vang	echo
格格響	lốp bốp, tiếng lách cách, tiếng lạch cạch	rattle
回響	tiếng vang	resonate
尖叫	kêu ré lên, kêu the thé, eng éc, kêu thét, rít	squeal, shriek
濺潑聲	tiếng nước bắn	splash
聾的	điếc	deaf
鳴，響	tiếng kêu	ring
碰撞聲	tiếng chan chát, tiếng loảng xoảng	clash
噼噼啪啪	tiếng tanh tách, tiếng răng rắc, tiếng lốp bốp	crackle
沙沙	tiếng xào xạc, sột soạt	rustle
聲音	âm thanh, tiếng	sound
聲音刺耳	inh / chói / chác tai	grate
聽	lắng nghe, nghe	listen, listen to
聽見	nghe được	hear
聽覺	thính giác	sense of hearing
嗡嗡	tiếng vo ve, tiếng o o	hum
噪聲	tiếng ồn ào, tiếng om sòm, tiếng huyên náo	noise
吱吱嘎嘎	tiếng cọt kẹt, tiếng cót két, tiếng kẽo kẹt	creak

視覺

盯視	nhìn chằm chằm vào	stare at
發光，發亮	toả sáng, soi sáng	shine, glow
反射	phản xạ	reflection
光明的，明亮的	tươi sáng, rõ ràng	bright, clear

黑暗的	tối	dark
環顧	nhìn xung quanh	look around
角膜	giác mạc	cornea
近視的	cận thị	short-sighted
晶狀體	thủy tinh thể	lens of the eye
看	xem xét, xem	look at, watch
看見	nhìn thấy	see
瞥視	lướt qua, thoáng thấy	glance, glimpse
• 瞥一眼	nhìn lướt qua, nhìn thoáng qua	cast a glance
• 撇一眼某人	lướt qua ai đó	glance at someone
閃亮，閃耀	lấp lánh, lóng lánh	sparkle
閃爍	lấp lánh	twinkle
失明的，瞎的	mù	blind
視覺	thị giác	sense of sight
視力，視界	thị lực, tầm nhìn	sight
視力測試	kiểm tra thị lực	sight test
偷看，窺視	nhìn trộm, hé nhìn	peep, peer
消失	phai, biến mất	fade, disappear
眼鏡	kính, mắt kính	eyeglasses
隱形眼鏡	kính áp tròng	contact lens
遠視的	viễn thị	far-sighted
眨眼睛	nháy mắt, chớp mắt	blink
照明，光照	chiếu sáng, rọi sáng, soi sáng	illumination

味覺、觸覺和嗅覺

觸覺	xúc giác	sense of touch
• 觸，碰	sờ, mó, đụng, chạm	touch
刺鼻的	chát	acrid
粗糙的	nhám	rough
多刺的	gai	prickly
惡臭，臭氣	mùi hôi thối	stink
• 臭的，有臭味的	có mùi hôi thối	stinky
• 發出惡臭	bối mùi thôi	stink
• 發臭的，腐臭的	ôi, hôi, thiu	fetid, putrid
芳香，香味	hương, thơm	aroma, fragrance
• 馥郁的，芳香的	mùi thơm	scented
滑的	trơn	slippery

滑溜的，平滑的	mượt	smooth
苦的	đắng	bitter
沒有味道的，不好吃的	vô vị, nhạt	insipid, tasteless
美味的，鮮美的	tươi, ngon	delicate, delicious
黏的	dính	sticky
氣味	mùi	smell, odor
軟的，柔軟的	mềm	soft
酸的	chua	sour
甜的	ngọt	sweet
味道，滋味	hương vị, mùi	taste, flavor
味覺	vị giác	sense of taste
鹹的	mặn	salty
辛辣的	cay	spicy
新鮮的	tươi	fresh
嗅覺	khứu giác	sense of smell
· 聞，嗅	ngửi thấy, thấy mùi	smell
癢，發癢	ngứa	itch
· 發癢的	ngứa	itchy
硬的	cứng	stiff

13 · 描述人

13.1 外貌特徵

矮的	lùn	short
矮胖的	béo lùn, thấp	stocky
矮子	người lùn	dwarf
表情	biểu hiện	expression
殘疾的	tàn tật	handicapped
醜的	xấu	ugly
脆弱的	yếu đuối	frail
大的	lớn, to	big, large
· 巨大的	lớn, khổng lồ	huge, giant
大腹便便的	phệ bụng	paunchy, pot-bellied
多毛的	nhiều lông	hairy
多肉的	nhiều thịt	fleshy

額頭	trán	forehead
· 低額頭	trán thấp	low forehead
· 高額頭	trán cao	high forehead
· 寬額頭	trán rộng	broad forehead
髮型	kiểu tóc	hairstyle
豐滿的	đầy đặn, tròn trĩnh, phúng phính, mẫm	plump
高的	cao	tall
好氣色	sắc mặt tốt	good complexion
好身材	vóc người cao	good figure
機警的	cảnh báo	alert
肌肉發達的	cơ bắp phát triển	muscular
肌肉結實的	cơ bắp khoẻ mạnh, rắn chắc, nở nang	brawny
健康	sức khoẻ	health
· 健康的	khoẻ mạnh, khoẻ	healthy
精力充沛的	đầy nghị lực, đầy sinh lực	energetic
精力旺盛的	mạnh khoẻ, cường tráng, đầy khí lực	vigorous
皸裂了的手	tay nứt nẻ	chapped hands
可愛的	đáng yêu	cute
寬肩的	vai rộng	broad-shouldered
臉，面孔	mặt, vẻ mặt	face, countenance
· 和藹的面孔	khuôn mặt thân thiết	friendly face
· 快樂的面孔	khuôn mặt vui vẻ	happy face
· 憔悴的臉	khuôn mặt hốc hác, phờ phạc	haggard face
· 圓臉	khuôn mặt tròn	round face
臉頰	má	cheeks
· 蒼白的面頰	má nhợt nhạt	pale cheeks
· 紅潤的面頰	má hồng	rosy cheeks
臉紅，害臊	đỏ mặt, thẹn	blush
蘿蔔腿	chân vòng kiềng	bow legs
美女	người đẹp, mỹ nữ	beauty
迷人的	hấp dẫn	fascinating
敏捷的	nhanh nhẹn	agile
男孩	con trai	boy
男人	người đàn ông	man

男性	nam	male
· 男性的	nam giới	masculine
年輕的	trẻ trung, tuổi trẻ	youthful
女人，婦女	phụ nữ	woman
女士	phu nhân, quý bà	lady
女性	nữ	female
· 女性的	nữ giới	feminine
胖的	béo	fat
· 發胖	béo phì	become fat
· 肥胖的	bự con, béo phì	corpulent, obese
皮膚	da	skin
· 粗糙的皮膚	da thô	rough skin
· 乾燥的皮膚	da khô	dry skin
· 橄欖色皮膚	da màu ôliu	olive skin
· 光潔的皮膚	da sáng	clear skin
· 褐色的皮膚	da nâu	brown skin
· 黝黑的皮膚	da đen thui thủi	dark skin
漂亮的	đẹp	beautiful, pretty
強健的	khoẻ mạnh	hefty
強壯的	khoẻ mạnh, cường tráng	robust, strong
強壯結實的	tráng kiện, rắn chắc	husky, manly
憔悴的	gầy mòn, hốc hác	emaciated
丘疹，面皰	mụn	pimple
雀斑	tàn nhang	freckles
· 有雀斑的	có tàn nhang	freckled
柔弱的	yếu	weak
弱小的	nhỏ bé, bé bỏng, yếu đuối	puny
身高	chiều cao	height
· 矮個子	lùn, thấp	short
· 高個子	cao	tall
· 中等個的	khổi người trung bình	of medium height
· 平均身高	chiều cao bình quân	average height
· 你有多高？	Bạn cao bao nhiêu?	How tall are you?
· 我身高…	Tôi cao...	I'm...tall.
身體	cơ thể	body
· 身體健康	có sức khoẻ tốt	be in good health

紳士	quý ông	gentleman
瘦的	gầy	lean
・ 變瘦	gầy đi	become thin
・ 骨瘦如柴	gầy đét	skin and bones
・ 苗條的	thướt tha mềm mại	slim
・ 皮包骨的	gầy giơ xương, gầy nhom	skinny
・ 瘦長的	cao gầy, lêu nghêu	lanky
體格	khổ người	build
・ 體格健美	chắc nịch, vạm vỡ	well-built
・ 體格強健	mạnh khoẻ	be strongly built
・ 體格文弱	yếu, yếu ớt	be slightly built
體重	trọng lượng	weight
・ 稱體重	cân nặng	weigh oneself
・ 減輕體重	giảm cân nặng	lose weight
・ 你有多重？	Bạn bao nhiêu cân?	How much do you weigh?
・ 我的體重是…	Tôi nặng...	I weigh...
・ 重的	nặng	heavy
頭髮	tóc	hair
・ 分頭	rẽ ngôi	parted hair
・ 黑髮	tóc đen	dark hair
・ 紅髮	tóc đỏ	red hair
・ 花白的頭髮	tóc hoa râm	streaked hair
・ 灰白頭髮	tóc màu xám	gray hair
・ 卷髮	tóc quăn	wavy hair
・ 卷髮的	tóc quăn	curly
・ 亂蓬蓬的頭髮	tóc xoã ra	disheveled hair
・ 染髮	nhuộm tóc	color one's hair
・ 掉髮，脫髮	rụng tóc	lose one's hair
・ 直髮	ép tóc	straight hair
禿頭的	hói, trọc	bald
駝背的	gù, cong	hunched
外貌	ngoài mặt	physical appearance
微笑	nụ cười	smile
無齒的	không có răng	toothless
吸引人的	hấp dẫn	attractive
下巴	cằm	chin

· 寬下巴	cằm rộng	broad chin
· 雙下巴	cằm đôi, cằm chẻ	double chin
纖弱的	yếu ớt mảnh khảnh, mảnh dẻ	slender
小的	nhỏ, ít	small, little
小姐	cô, chị, em	young lady
小鬍子	râu mép, ria	mustache
性別	giới tính	sex
眼睛	mắt	eye
· 褐色眼睛	mắt nâu	brown eyes
· 斜眼	mắt xếch	slanting eyes
腰身纖細	vòng eo thon thả	have a slim waistline
腰圍	vòng eo	waistline
英俊的	đẹp trai	handsome
優雅	thanh lịch, tao nhã	elegance
· 不優雅的	thiếu trang nhã, không thanh nhã	inelegant
· 優雅的	thanh lịch, trang nhã	elegant
· 優雅地	một cách thanh nhã	elegantly
誘惑的	quyến rũ	seductive
圓胖的	mũm mĩm, mập mạp	chubby
髒的	bẩn	dirty
值得敬慕的	đáng kính	adorable
皺紋	nếp nhăn	wrinkles

13.2 年齡

成年	tuổi trưởng thành	adulthood
· 成年人	người lớn, người thành niên	adult
成熟	chín chắn	maturity
· 成熟的人	người chín chắn	mature person
孩子	đứa trẻ	child
· 孩子們	bọn trẻ	children
老年，晚年	tuổi già	old age
· 變老	già đi	become old
· 老年的	người già, người cao tuổi	senile

男孩	con trai	boy
年齡	tuổi	age
・大	lớn	big *(in sense of old)*
・年老的	già	old
・年長者	bậc cao tuổi	senior
・你多大了？	Bạn bao nhiêu tuổi?	How old are you?
・您高壽啊？	Ông / Bà bao nhiêu tuổi?	How old are you?
・二十歲。	Hai mươi tuổi.	Twenty years old.
・兩歲。	Hai tuổi.	Two years old.
・我…歲了。	Tôi... tuổi rồi.	I'm...years old.
・我 55 歲。	Tôi 55 tuổi.	I am 55 years old.
年輕的	trẻ, trẻ trung	young, youthful
年輕人	người thanh niên	young person
年紀小的	tuổi trẻ	younger
・弟弟	em trai	younger brother
・妹妹	em gái	younger sister
年長的	nhiều tuổi hơn	older
・哥哥	anh trai	elder brother
・姐姐	chị	elder sister
女孩	cô gái, em gái	girl
青春	tuổi trẻ, tuổi xuân, tuổi thanh niên	youth
・青春期	tuổi dậy thì	puberty
青年	thanh niên, tuổi thanh niên	youth
・青年期	thanh niên, thời thanh niên	adolescence
青少年	thanh thiếu niên	adolescent, teenager
童年	thời thơ ấu	childhood
小姑娘，少女	thiếu nữ, cô gái	young lady
小伙子	thiếu niên	young man
新生的	mới sinh	newly-born
嬰兒	trẻ sơ sinh	infant baby
・嬰兒期	tuổi còn ãm ngửa, tuổi thơ ấu	infancy
・嬰兒期的	thời kỳ sơ sinh	infantile
長大，成人	lớn lên, người lớn	grow up

中年	đứng tuổi, trung niên	middle age

13.3 描述性格

傲慢的	kiêu ngạo, vô lễ	arrogant, insolent
保守的	bảo thủ	conservative
報復心強的	báo thù, trả thù	vengeful
卑鄙的	xấu, thấp kém, kém cỏi, tầm thường	bad, mean
悲哀的	buồn, buồn rầu, buồn bã	sad
悲觀的	bi quan	pessimistic
悲傷的	buồn rầu, buồn phiền, âu sầu, ảo não, đau đớn	sorrowful
· 悲觀主義	chủ nghĩa bi quan	pessimism
· 悲觀主義者	kẻ bi quan, kẻ yếm thế	pessimist
博學的	học rộng, uyên bác	erudite
不負責任的	thiếu trách nhiệm	irresponsible
不感興趣的	không quan tâm đến, hờ hững, thờ ơ	disinterested
不敬的	thiếu tôn kính, bất kính	irreverent
殘酷的	tàn nhẫn	cruel
沈著的	bình tĩnh	calm
誠實的	trung thực	honest
· 不誠實的	không trung thực	dishonest
遲鈍的	chậm hiểu, trì độn	obtuse
衝動的	hung hăng, bốc đồng	impetuous, impulsive
愁眉不展的	buồn rầu, ủ rũ, mặt mày nhăn nhó	sullen
傳統的	truyền thống	traditional
純粹的，貞潔的	tinh khiết, thuần tuý	pure
聰慧的	thông minh, sáng dạ, nhanh trí	intelligent
聰明的	thông minh	wise
聰明伶俐的	khôn, khôn ngoan	smart
粗暴的	thô, thô lỗ	rough, rude

粗心大意的	bất cẩn, không lo	careless, negligent
脆弱的	dễ bị tổn thương	vulnerable
大膽的	dũng cảm, cả gan	bold
大驚小怪的	om sòm, rối rít, nhắng nhít, hay nhặng xị	fussy
擔憂的	lo lắng	worried
膽小的	rụt rè, nhút nhát, bẽn lẽn, e lệ	timid
道德敗壞的	suy đồi đạo đức	corrupt
獨創的	sáng chế	original
獨立的	độc lập	independent
多才多藝的	đa tài	versatile
多愁善感的	đa cảm	sentimental
多情的	lãng mạn, đa tình	romantic
惡意的	hiểm độc, có ác tâm, có hiềm thù	malicious
反叛的	nổi loạn	rebellious
放肆的	táo bạo	presumptuous
瘋狂的	điên, điên cuồng	crazy, mad
諷刺的	chế nhạo, mỉa mai, châm biếm	ironic, sarcastic
富有的	giàu có	rich
富裕的	giàu có, phong phú	affluent
乾淨的	gọn gàng, sạch gọn, ngăn nắp	neat
感覺遲鈍的	không có cảm giác, không nhạy cảm	insensitive
感情深厚的	tình cảm sâu nặng	affectionate
高尚的	cao thượng, cao quý	refined
個人主義的	theo chủ nghĩa cá nhân	individualist
個性	cá tính	personality
古板的	nghiêm ngặt, câu nệ	precise
古怪的	lập dị, kỳ cục	eccentric
固執的	cố chấp	tough
詭計多端的	gian trá	wily
過分講究的	quá lịch sự, quá sang trọng, cầu kỳ	picky, fastidious
過分拘謹的	quá nghiêm ngặt	prudish

過於自信的	quá tự tin	self-sufficient
害怕的	ghê sợ, sợ	fearful
好鬥的	hay gây sự, hung hăng	aggressive
人格	cá tính	personality
好心情	tâm trạng tốt	good mood
好發牌氣的	dễ phát cáu, nổi nóng	brash
好奇的	ham biết, tò mò, hiếu kỳ, thọc mạch	curious
好爭吵的	hay giận, hay cãi nhau, hay gây gổ, hay sinh sự	quarrelsome
合情合理的	hợp tình hợp lý	sensible
和藹的	hòa nhã, ôn hòa	affable
壞心情	tâm trạng xấu	bad mood
活潑的	vui vẻ, hoạt bát hăng hái, năng nổ, sôi nổi	lively
機敏的	sắc sảo, tinh khôn	astute
機智的	dí dỏm	witty
積極的	tích cực	active
急躁的	thiếu kiên nhẫn nóng vội, nôn nóng, sốt ruột	impatient
嫉妒的	ganh tị, ghen tuông	envious, jealous
堅定的	khăng khăng, nài nỉ, kiên định	insistent, un-relenting
堅強的	khỏe mạnh cường tráng	strong
簡單的	đơn giản	simple
焦慮的	lo âu, lo lắng, băn khoăn	anxious
狡猾的	láu cá, quỷ quyệt	sly
結結巴巴的	lắp bắp	stuttering
矜持的	dè dặt, giữ gìn	reserved
緊張不安的	căng thẳng	nervous
精力充沛的	đầy nghị lực, đầy sinh lực	energetic
舉止得體的	lịch sự	well-mannered
開朗的	vui tính, cởi mở	outgoing

慷慨的	rộng lượng, hào phóng, thịnh soạn	generous
考慮不周的	thiếu thận trọng, thiếu suy nghĩ, khinh suất	inconsiderate
可愛的	đáng yêu, đẹp	likable, nice
可恨的	đáng căm thù, đáng căm hờn, đáng căm ghét	hateful
可憐的	đáng thương, tội nghiệp	poor
快活的	vui vẻ, vui tính	jovial
快樂的	vui mừng	joyous
邋遢的	lếch thếch, bù xù, rối	untidy
懶惰的	lười biếng	lazy
懶散的	luộm thuộm, không đến nơi đến chốn	sloppy
樂觀的	lạc quan	optimistic
・樂觀主義	chủ nghĩa lạc quan	optimism
・樂觀主義者	kẻ lạc quan, người lạc quan	optimist
禮貌的	có lễ độ, lịch sự	polite, courteous
・沒禮貌的	không có lễ độ, vô phép	impolite
・有禮貌的	lịch sự	courteous
理想主義	chủ nghĩa lý tưởng	idealism
・理想主義的	lý tưởng chủ nghĩa	idealistic
・理想主義者	người có lý tưởng	idealist
理智的	tỉnh táo, có lý trí	rational
利他主義	chủ nghĩa vị tha	altruism
・利他主義的	vị tha chủ nghĩa	altruistic
・利他主義者	người vị tha chủ nghĩa	altruist
廉潔的	liêm khiết	incorruptible
吝嗇的	keo kiệt, bủn xỉn	stingy
靈活的	linh hoạt	flexible
令人不快的	làm mất vui	unpleasant
令人煩惱的	gây phiền nhiễu	annoying
令人厭煩的	khó chịu, làm phiền, làm tức	bothersome, irksome
令人作嘔的	phát nôn, phán chán	disgusted

流利的	ăn nói trôi chảy	voluble
魯莽的	không lo âu, không để ý tới	reckless
滿意的	hài lòng, vừa ý	satisfied
• 不滿意的	không hài lòng	unsatisfied
沒耐心的	thiếu kiên nhẫn	impatient
迷信的	mê tín dị đoan	superstitious
敏感的	nhạy cảm	sensitive
敏捷的	thông minh nhanh nhạy	shrewd
明理的	hợp lý	reasonable
漠不關心的	không quan tâm	indifferent
墨守成規的	tuân thủ	conformist
• 不墨守成規的	không tuân thủ	nonconformist
能適應的	thích nghi	adaptable
平靜的	bình tĩnh, yên tĩnh	tranquil, calm
氣量大的	rộng rãi, phóng khoáng	broad-minded
謙卑的	khiêm nhường	humble
怯懦的	hèn nhát	cowardly
勤奮的	siêng năng	diligent
勤勉的	cần cù	hardworking
輕率的	láo xược, hỗn xược	impudent
輕佻的	thiếu thận trọng, khinh suất	frivolous
情願的	bằng lòng, vui lòng	willing
熱誠的	nhiệt thành	zealous
熱心的	nhiệt tâm	zealous
認真負責的	tận tâm	conscientious
軟弱的	yếu	weak
傻的	ngu xuẩn, ngờ nghệch, ngớ ngẩn, khờ dại	silly
善良的	có đức, có lòng tốt, tốt bụng	virtuous
慎重的	thận trọng	prudent
生氣的	tức giận	angry
失禮的	thất lễ, vô lễ	discourteous
失望的	tuyệt vọng	desperate
勢利的	nịnh hót, bợ đỡ	snobbish

守信的	trung thành	faithful
死板的	quá câu nệ, kỹ tính	punctilious
貪心的	tham lam	greedy
唐突的	đường đột, sống sượng	brusque
淘氣的	tinh nghịch, tinh quái	mischievous
特點	đặc điểm	characteristic
• 有特點的	có đặc điểm	characteristic
特性	đặc tính	character
天真的	ngây thơ, chất phác, ngờ nghệch, khờ khạo	naïve
恬靜的	yên lặng	quiet
甜蜜的	ngọt ngào	sweet
挑剔的	hay chỉ trích, chê bai	critical
徒然的	hư không	vain
完美的	hoàn hảo	perfect
頑固的	bướng bỉnh, ương ngạnh	stubborn, obstinate
溫和的	ôn hòa	gentle
溫柔的	dịu dàng, dịu hiền	tender
溫順的	ôn thuận	gentle
無辜的	vô tội, không có tội	innocent
無賴的	vô lại	scoundrel
無能的	không đủ năng lực	incompetent
無情的	tàn nhẫn, vô tình	ruthless
無憂無慮的	vô tư lự, thảnh thơi	carefree
無知的	ngu dốt, dốt nát	ignorant
無組織性的	vô tổ chức	disorganized
吸引人的	hấp dẫn	charming, fascinating
細緻的	tỉ mỉ, tế nhị	meticulous
現實的	thực tế	realistic
想像的	giàu tưởng tượng	imaginative
小心謹慎的	cẩn thận, thận trọng	careful
心不在焉的	tính tình lơ đãng	absent-minded
心胸狹窄的	lòng dạ hẹp hòi	narrow-minded
幸福的	hạnh phúc	happy
性格內向的	tính cách hướng nội	introverted

性格外向的	tính cách hướng ngoại	extroverted
性情粗暴的	gắt gỏng, cục cằn	grumpy
羞怯的	xấu hổ, e thẹn	shy
嚴厲的	nghiêm khắc	severe
嚴肅的	nghiêm túc	serious
野心勃勃的	đầy tham vọng	ambitious
藝術的	nghệ thuật	artistic
異常的	phi thường	extraordinary
異想天開的	kỳ quái, kỳ dị	whimsical
抑鬱的	trầm cảm, trầm uất	depressed
易怒的	nóng tính, dễ cáu kinh	irascible, irritable
引誘的	quyến rũ	seductive
勇敢的	dũng cảm	courageous
優美的	phong nhã, thanh nhã	graceful
優柔寡斷的	do dự, lưỡng lự, không quả quyết	indecisive
優雅的	thanh lịch, trang nhã	elegant
憂悶的	lo âu	gloomy
幽默的	hài hước	humorous
· 幽默感	tính hài hước	sense of humor
友好的	tiện lợi	friendly
友善的	tốt, có lòng tốt	good (at heart), kind
有創造性的	có sức sáng tạo	creative
有口才的	có tài hùng biện	eloquent
有耐心的	có lòng kiên nhẫn, nhẫn nại, bền chí	patient
有能力的	có năng lực, có tay nghề cao	competent, skilled
有趣的	có tính khôi hài	funny
有外交手腕的	có tài ngoại giao	diplomatic
有吸引力的	có sức hấp dẫn	attractive
有修養的	có học thức, có giáo dục	cultured
愉快的	vui vẻ	pleasant
愚蠢的	ngu dại, ngu đần, đần độn, ngớ ngẩn, ngu si	stupid, foolish

鬱悶的	buồn rầu, rầu rĩ, ủ ê, khinh khinh	morose
佔有慾強的	tỏ ý muốn chiếm hữu	possessive
真摯的	chân thành	sincere
正直的	ngang thẳng, trung thực	honest
· 不正直的	không trung thực	dishonest
執迷不悟的	u mê không tinh	bigoted
直率的	ngây thơ	ingenuous
鐘愛的	yêu thương	loving
周到的	chu đáo	attentive
卓越的	xuất sắc hơn người	brilliant
自負的	tự phụ, kiêu căng, khoe khoang	pretentious
自豪的	tự hào	proud
自私自利的	ích kỷ	selfish
自我主義	chủ nghĩa ích kỷ	egoism
· 自我主義的	tính ích kỷ	egoistic
· 自我主義者	kẻ ích kỷ	egoist
自信的	tự tin	self-confident
自由的	tự do	liberal
足智多謀的	khéo léo, tài tình, mưu trí	ingenious
坐立不安的	thao thức, bồn chồn, áy náy	restless

13.4 個人訊息

工作和職業，見 42.1。

兵役	nghĩa vụ quân sự	military services
稱謂，頭銜	học hàm, chức vụ	title
· 博士	Tiến sĩ	Ph.D
· 大夫	Bác sỹ	Doctor
· 工程師	Kỹ sư	Engineer
· 會計	Kế toán	Accountant
· 教授	Giáo sư	Professor
· 律師	Luật sư	Lawyer

· 女士	Bà	Ms
· 太太，夫人	Bà, Phu nhân	Mrs
· 先生	Ông	Mr.
· 小姐	Cô	Miss
出生	sinh đẻ	birth
· 出生地點	nơi sinh	place of birth
· 出生日期	ngày sinh	date of birth
地址	địa chỉ	address
· 大街	đại lộ	avenue
· 廣場	quảng trường	square
· 寄送地址	địa chỉ chuyển tiếp	forwarding address
· 街，街道	đường phố	street
· 街區	khu	block
· 門牌號	số nhà	house number
· 在城裡	ở thành phố	in the city
· 在郊區	ở ngoại ô	in the suburbs
· 在商業區	khu thương mại, khu sầm uất	downtown
· 在鄉下	ở nông thôn	in the countryside
· 住，居住	cư trú	reside
· 住在某處	sống một nơi nào đó	live somewhere
· 住宅	nhà ở	residence
電話號碼	số điện thoại	phone number
· 區號	mã vùng	area code
個人訊息	thông tin cá nhân	personal information
工作經歷	kinh nghiệm làm việc	work experience
· 工作	công việc	work
· 僱用	việc làm	employment
· 僱員	người làm công	employee
· 僱主	chủ nhân, người chủ	employer
· 職業	nghề nghiệp	profession
· 職業生涯	nhà nghề, nghề nghiệp	career
國籍	quốc tịch	nationality
婚姻狀況	tình trạng hôn nhân	marital status
· 分居的	sống riêng	separated
· 寡婦	góa phụ	widow

· 鰥夫	người goá vợ	widower
· 離婚的	ly dị	divorced
· 未婚的	chưa kết hôn, ở vậy	unmarried
· 已婚的	kết hôn	married
教育	giáo dục	education
· 本科生	sinh viên đại học hệ chính quy	undergraduate student
· 畢業生	sinh viên tốt nghiệp	graduate
· 畢業證書	bằng tốt nghiệp	diploma
· 大學學位	trình độ đại học	university degree
· 博士	bác sỹ	doctor
· 就學	đi học	go to school
· 碩士	thạc sỹ	master
· 完成學業	hoàn thành học nghiệp	finish school
· 學士	cử nhân	bachelor
· 研究生	nghiên cứu sinh / tiến sĩ	graduate student
· 中學畢業證書	bằng tốt nghiệp trung học	high school diploma
· 專科生 / 大專生	sinh viên cao đẳng	junior college student
身分	thân phận	identity
· 出身，血統	xuất thân	origin
· 出身於	xuất thân từ...	be of...origin
· 公民身份	tư cách công dân	citizenship
· 來自於	đến từ	be from
· 身分證	chứng minh thư	identification
推薦信	thư tiến cử	references
興趣，愛好	thích thú, sở thích	interests, hobbies
姓名	họ tên	name
· 姓	họ	surname
· 名	tên	first name
· 暱稱，綽號	biệt hiệu	nickname
· 我的名字是…	Tên tôi là...	My name is...
· 簽名	chữ ký	signature
· 簽名	ký tên	sign one's name

14 · 醫療與健康

14.1 醫院

阿司匹林	aspirin	aspirin
癌症	ung thư	cancer
愛滋病	bệnh AIDS, hội chứng suy giảm chức năng miễn dịch	AIDS
愛滋病病毒檢驗呈陽性的	HIV dương tính	HIV-positive
安眠藥	thuốc ngủ	sleeping pill
巴比妥類藥物	thuốc barbiturát	barbiturate
白內障	đục thủy tinh thể	cataract
白血病	bệnh bạch cầu	leukemia
百日咳	ho gà	whooping cough
包紮物	băng	bandage
保險套，避孕套	bao cao su	condom
背痛，腰痛	đau lưng	backache
繃帶	băng bó	bandage
避孕的	tránh thai	contraceptive
避孕藥	thuốc tránh thai	contraceptive pill
扁桃腺炎	viêm amiđan	tonsillitis
便秘	táo bón, chứng táo bón	constipation
病，疾病	bệnh	disease
・生病	bị bệnh	become ill
・有病的	hay đau, có bệnh	sickly
病毒	vi rút	virus
病毒感染	nhiễm vi rút	viral infection
病理學家	nhà bệnh lý học	pathologist
病人	bệnh nhân	sick person
・患者	người bị bệnh	patient
病危	bệnh nguy kịch	critical condition
補藥	thuốc bổ	tonic
不舒服	khó ở, khó chịu, bực bội	discomfort
蒼白的	nhợt nhạt	pale

婦產科醫生	bác sỹ sản khoa	obstetrician
超音波	siêu âm, siêu âm ba	ultrasound
出血	xuất huyết, chảy máu	hemorrhage, bleeding
出診	đi khám bệnh, đi chữa bệnh	house call
傳染，感染	lây nhiễm	infection
雌性激素	kích thích tố cái	estrogen
痤瘡，粉刺	mụn trứng cá	acne
大小便失禁	không kiểm chế được bài tiết	incontinence
帶狀泡疹，纏腰龍	bệnh zona	shingles
擔架	cái cáng	stretcher
膽結石	sỏi mật	gallstones
膽汁	mật	bile
滴眼藥	thuốc rỏ mắt	eye-drop
癲癇發作	cơn động kinh	epileptic fit
碘酊	cồn iốt	tincture of iodine
錠劑	viên thuốc hình thoi	pastille
動脈硬化	xơ cứng động mạch	arteriosclerosis
竇炎	viêm xoang	sinusitis
噁心	buồn nôn	nausea
· 感覺噁心	cảm thấy buồn nôn	feel nauseous
惡化	xấu đi, ác hóa	worsen, deteriorate
惡性的	ác tính	malignant
小兒科醫生	bác sỹ nhi khoa	pediatrician
耳病	bệnh tai	ear infection
發冷，發抖	bị lạnh, run	chill, shiver
· 受寒，發冷	cảm lạnh, nhiễm lạnh	catch a chill
發燒	sốt rét	fever, temperature
發作	lên cơn	stroke
放射學家	bác sỹ X quang	radiologist
放射照片	phim chụp X quang	radiography
肺病	cảm nhiễm phổi	chest infection
肺炎	bệnh viêm phổi	pneumonia
風濕病	bệnh thấp khớp	rheumatism
婦科	phụ khoa	gynecology

婦科醫生	thầy thuốc phụ khoa	gynecologist
腹瀉	tiêu chảy	diarrhea
感冒，著涼	bị lạnh, bị cảm	cold
高血壓	huyết áp cao	hypertension
孤獨症	chứng tự kỷ	autism
骨折，挫傷	gãy xương	fracture
拐杖	cái nạng	crutch
關節炎	viêm khớp	arthritis
過敏	dị ứng	allergy
減肥	giàm béo	diet
・過敏的	dị ứng	allergic
汗	mồ hôi	sweat
・出汗	ra mồ hôi	sweat
好轉	được tốt hơn	to get better
荷爾蒙，內分泌	hoócmôn, nội tiết	hormone
紅腫，炎症	tấy đỏ, triệu viêm chứng	inflammation
・紅腫的，發炎的	sưng đỏ, triệu viêm chứng	inflamed
喉炎	viêm họng	laryngitis
候診室	phòng chờ	waiting room
護士	y tá, hộ lý	nurse
懷孕，妊娠	mang thai	pregnancy
・懷孕的，有孕	mang thai, có thai	pregnant
壞血病	bệnh hoại huyết	scurvy
患	bị bệnh...	have...
・背痛，腰痛	đau lưng	a backache
・嗓子疼	đau họng	a sore throat
・頭痛	đau đầu	a headache
・胃疼	đau dạ dày	a stomachache
恢復，痊癒	phục hồi, khỏi bệnh	recover
恢復精力	phục hồi sức lực	resuscitate
昏昏欲睡	buồn ngủ	drowsiness
機能降低，抑鬱症	trầm cảm	depression
雞眼	mắt cá	corn, callus
劑量，服用量	liều, liều lượng	dosage
檢查	kiểm tra	examine
僵直，僵硬	cứng đờ, cứng nhắc	stiffness

焦慮	lo âu	anxiety
接種	tiêm chủng	vaccinate
・ 接種	tiêm phòng	vaccination
結腸炎	viêm kết tràng	colitis
結石	đá, sỏi	stone
精神病醫生	bác sỹ chuyên khoa thần kinh	psychiatrist
痙攣，抽搐	co thắt	spasm
靜脈曲張	chứng giãn tĩnh mạch	varicose vein
康復，恢復	lại sức, hồi phục	convalescence
抗生素	thuốc kháng sinh	antibiotic
咳嗽	cơn ho	cough
・ 咳嗽	ho	cough
・ 陣咳	ho từng cơn	coughing fit
・ 止咳糖漿	xi-rô ho	cough syrup
可體松	coóctizon, coóctidon	cortisone
潰瘍	loét, ung thư	ulcer
闌尾炎，盲腸炎	viêm ruột thừa	appendicitis
利尿劑	lợi tiểu	diuretic
良性的	lành tính	benign
療法，療效	trị liệu	therapy
淋病	lậu	gonorrhea
流產	phá thai	abortion
流感	cúm	flu, influenza
・ 禽流感	cúm gia cầm	birds flu, avian flu
・ 豬流感	cúm A/H1N1	swine flu
流行病，傳染病	bệnh truyền nhiễm, bệnh lây	epidemic
流行性腮腺炎	quai bị	mumps
輪椅	xe lăn	wheelchair
麻痺，癱瘓	tê liệt, bại liệt	paralysis
麻疹，痧子	sởi	measles
麻醉	gây mê	anesthesia
・ 麻醉的	gây mê	anesthetic
脈搏	mạch	pulse
梅毒	giang mai	syphilis
泌尿科醫師	thầy thuốc tiết niệu	urologist
棉棒	tăm bông	swab

囊腫	nang, u nang	cyst
腦震盪	chấn động não, choáng não	concussion
黏膜炎	viêm niêm mạc	catarrh
檸檬酸鎂	magiê xítríc	magnesium citrate
扭傷	bong gân	sprain
・腳踝扭傷	bong gân mắt cá chân	ankle sprain
膿，膿液	mủ	pus
嘔吐	nôn	vomit
嘔吐物	mẫu bệnh phẩm	vomit
疱疹	mụn giộp	herpes
噴嚏	hắt xì	sneeze
・打噴嚏	hắt hơi	sneeze
皮膚炎	viêm da	dermatitis
皮疹	phát ban	rash
貧血的	thiếu máu	anemic
貧血症	bệnh thiếu máu	anemia
破傷風	bệnh uốn ván	tetanus
氣喘	suyễn	asthma
強壯的，有力的	mạnh mẽ, có sức	strong
青黴素	pênixilin	penicillin
青腫，擦傷	vết thâm tím, vết thâm	bruise
祛痰劑	khứ đàm, long đờm	expectorant
乳劑	thuốc kem	cream
軟膏，藥膏	thuốc mỡ	ointment
疝，突出	bệnh sa đì, thoát vị	hernia
傷，負傷	vết thương	wound
傷痕，疤	sẹo	scar
腎結石	sỏi thận	kidney stone
失眠	mất ngủ	insomnia
失去知覺	bất tỉnh, ngất đi	unconscious
石膏	thạch cao	plaster
石膏繃帶	bó bột	plaster cast
食物中毒	ngộ độc thực phẩm	food poisoning
手術	mổ xẻ, mổ, phẫu thuật	operation
・動手術，開刀	phẫu thuật	operate

• 手術室	phòng phẫu thuật	operation room
輸精管切除	cắt ống dẫn tinh	vasectomy
輸卵管切除	cắt ống dẫn trứng	salpingotomy
漱口	súc miệng, súc họng	gargle
栓塞	tắc mạch	embolism
水痘	bệnh thuỷ đậu	chicken pox
水疱，水腫	phồng da, phù thũng	blister
順勢療法	phép chữa vi lượng đồng cân	homeopathy
隨時待命	sẵn sàng chờ lệnh	be on call
損害 (機體、器官 等的)	tổn thương	lesion
探視時間	giờ thăm bệnh nhân	visiting hours
碳酸氫鈉	nátri cácbonát	sodium bi-carbonate
糖尿病	bệnh tiểu đường	diabetes
疼痛	đau	pain
• 疼痛的	đau đói	painful
體格檢查	kiểm tra sức khỏe	medical checkup
體溫	nhiệt độ	a temperature
• 量體溫	đo nhiệt độ	take one's temperature
體溫計	nhiệt kế	thermometer
停經，絕經	mãn kinh	menopause
頭暈	chóng mặt, hoa mắt, choáng váng	dizziness
• 頭暈，昏過去	ngất đi, xỉu đi	faint
脫水	mất nước	dehydration
• 脫水的	mất nước	dehydrated
脫位，脫臼	trật khớp, sai khớp	dislocation
• 脫位的，脫臼的	trật	dislocated
失調	ốm đau bệnh tật, khổ sở	ailment
外科，外科手術	ngoại khoa, phẫu thuật ngoại khoa	surgery
外科手術器械	thiết bị phẫu thuật ngoại khoa	surgical appliance
外科醫生	bác sỹ ngoại khoa	surgeon
維生素	vitamin	vitamin

胃痛，肚子痛	đau bụng, đau dạ dày	stomachache
胃灼熱，心口灼熱	nóng ruột	heartburn
細菌，病菌	khuẩn que, loại vi khuẩn	bacillus, bacterium
橡膠手套	găng tay cao su	rubber gloves
橡皮膏，黏著性繃帶	băng dính	adhesive bandage
消化不良	khó tiêu	indigestion
斜視	cái nhìn liếc mắt	squint
瀉藥	thuốc nhuận tràng	laxative
心電圖	điện tâm đồ	electrocardiogram
心理治療學家	nhà tâm lý trị liệu	psychotherapist
心力衰竭，心臟病發作	đau tim, suy tim	heart attack
心律不整	loạn nhịp tim	arrhythmia
心身的，身心失調的	tâm thần	psychosomatic
猩紅熱	bệnh tinh hồng nhiệt	scarlet fever
性病	bệnh hoa liễu	venereal disease
虛弱的	yếu, nhược suy	weak
懸帶	băng đeo	sling
血	máu	blood
・輸血	truyền máu	blood transfusion
・驗血	xét nghiệm máu	blood test
血腫	bệnh bướu máu	hematoma
壓力，緊張	áp lực, căng thẳng	stress
言語治療專家	chuyên gia ngôn ngữ trị liệu	speech therapist
眼科醫生	bác sỹ nhãn khoa, thầy thuốc khoa mắt	oculist
驗光配鏡師	người đo thị lực	optometrist
癢，發癢	ngứa	itch
・癢的，發癢的	ngứa	itching
咬，叮，螫	cắn	bite
藥方，處方	đơn thuốc	prescription
・開藥，開處方	kê đơn	prescribe
藥劑師	dược sĩ	pharmacist
藥片	viên thuốc	tablet
藥瓶	chai thuốc	phial
藥丸	thuốc viên	pill

藥物	dược phẩm	pharmaceutical
一針，縫線	kim, chỉ	stitch
一陣昏厥	ngất, xỉu, choáng	fainting spell
醫生，大夫	bác sỹ, thầy thuốc	doctor
・家庭醫生	bác sỹ gia đình	family doctor
・醫生診療室	phòng khám của bác sỹ	doctor's office
醫治，治癒	chữa khỏi, làm lành	heal
胰島素	inxulin	insulin
移植	ghép, gấy	transplant
癮	nghiện	addiction
・吸毒成癮	nghiện ma túy	drug addiction
疣，肉贅	hột cơm, mụn cóc	wart
預後	tiên lượng	prognosis
預約	hẹn	appointment
・預約	đặt cuộc hẹn	make an appointment
月經	kinh nguyệt, hành kinh	menstruation
早產	sẩy thai, đẻ non	miscarriage
針刺	châm cứu	acupuncture
針探	thăm dò kim	probe
診斷	chẩn đoán	diagnosis
・診斷	chẩn đoán	diagnose
鎮靜劑，鎮定劑	thuốc an thần	tranquilizer, sedative
整形外科	phẫu thuật chỉnh hình	plastic surgeon
・整形外科醫生	bác sỹ ngoại khoa chỉnh hình	orthopedic surgeon
症狀，徵候	triệu chứng	symptom
支氣管炎	viêm phế quản	bronchitis
脂肪團	mô mỡ cứng	cellulite
止痛藥	thuốc giảm đau	painkiller
止血帶，壓脈器	băng cầm máu, garô	tourniquet
治標的	thuốc trị đỡ	palliative
治療，醫治	chữa bệnh	cure
治療學家	nhà trị liệu	therapist
治癒，醫治	chữa bệnh	cure

· 治癒	chữa khỏi, làm lành	become cured
腫瘤	khối u	tumor
腫大	sưng tấy	swell
· 腫的	bị sưng	swollen
中風	xuất huyết não	stroke
中暑	say nắng	sunstroke
加護病房	phòng chăm sóc chuyên sâu	intensive care unit
助聽器	máy trợ thính	hearing aid
注射	tiêm	injection
注射器	ống tiêm	syringe
自我檢查	tự kiểm tra	self-examination
足癬	hắc lào chân	athlete's foot
坐藥，栓劑，塞劑	thuốc đạn	suppository

14.2 牙醫診所

X 光	X-quang	X-rays
拔牙	nhổ răng	pull a tooth
· 拔牙術	phẫu thuật răng	tooth extraction
補牙	hàm răng, vá răng, trám răng	fill a tooth
補牙填料	chất liệu hàn răng	filling
上顎	vòm miệng	palate
頜，顎	hàm	jaw
假牙	răng giả	false teeth
就診時間	giờ khám bệnh	office hours
口腔	khoang miệng	oral cavity
麻醉的	gây mê	anesthetic
麻醉藥	thuốc gây mê	anesthetic
舌	lưỡi	tongue
漱口	súc miệng	rinse
牙斑	bợn răng	plaque
牙齒	răng	tooth
· 臼齒	răng hàm	molar
· 犬齒	nanh	canine
· 門齒	răng cửa	incisor
· 智齒	răng khôn	wisdom tooth
牙齒矯正器	máy chữa răng	braces

牙洞	sâu răng	tooth decay
牙膏	kem đánh răng	toothpaste
牙垢	cáu răng, bựa	tartar
牙痛	đau răng	toothache
• 患牙痛	bị đau răng	have a toothache
牙根	chân răng	root
牙醫	nha sĩ	dentist
牙醫診所	phòng khám nha sĩ	dentist office
牙醫助理	phụ tá nha sĩ	dental assistant
牙齦	lợi răng, lợi	gums
牙齒矯正醫師	bác sĩ chỉnh răng	orthodontist
鑽頭	khoan	drill
嘴	miệng	mouth
• 張開嘴！	Há miệng!	Open the mouth!
嘴唇	môi	lip

15 · 家庭和朋友

15.1 家庭成員

阿姨	dì	aunt
爸爸	bố, cha	dad
伯父	bác trai	uncle
伯母	bác gái	aunt
伯祖	ông	great-uncle
伯祖母	bà	great-aunt
大伯	bác	uncle
大伯子	anh chồng	brother-in-law
弟弟	em trai	younger brother
弟媳	chị dâu, cô em dâu	sister-in-law
兒媳婦	con dâu	daughter-in-law
兒子	con trai	son
父母	cha mẹ, bố mẹ	parents
父親	bố, cha	father
哥哥	anh trai	elder brother
公公	bố chồng	father-in-law
姑父	chồng cô, dượng	uncle
姑母	cô	aunt

姑婆	bà nội dượng	great-aunt
孩子	đứa trẻ, trẻ con	child
繼父	cha kế	stepfather
繼母	mẹ kế	stepmother
繼女	con gái riêng	stepdaughter
繼子	con trai riêng	stepson
家庭	gia đình	family
教父	cha đỡ đầu	godfather
教母	mẹ đỡ đầu	godmother
教女	con gái đỡ đầu	goddaughter
教子	con trai đỡ đầu	godson
姐夫	anh rể	brother-in-law
姐姐	chị	elder sister
舅父	cậu	uncle
舅母	mợ	aunt
媽媽	mẹ	mom
妹夫	em rể	brother-in-law
妹妹	em gái	younger sister
女兒	con gái	daughter
女婿	con rể	son-in-law
婆婆	mẹ chồng	mother-in-law
妻子	vợ	wife
親戚	thân nhân, thân thích	relative
親屬	thân thuộc, người nhà	family
三胞胎	sinh ba	triplets
嫂子	chị dâu	sister-in-law
嬸母	thím	aunt
叔父	chú	uncle
叔祖	ông trẻ	great-uncle
叔祖母	bà trẻ	great-aunt
雙胞胎	sinh đôi	twin
四胞胎	sinh tư	quadruplets
孫女	cháu gái	granddaughter
孫子	cháu nội	grandson
堂 / 表兄弟，堂 / 表姊妹	anh / chị / em họ	cousin
外甥	cháu trai	nephew
外甥女	cháu gái	niece
外孫	cháu trai ngoại	grandson

外孫女	cháu gái ngoại	granddaughter
外祖父	ông ngoại	grandfather
外祖母	bà ngoại	grandmother
小叔子	chú	brother-in-law
一家之主	chủ gia đình, chủ nhà	head of the family
姨父	chồng dì, dượng	uncle
姨母	dì	aunt
岳父	bố vợ	father-in-law
岳母	mẹ vợ	mother-in-law
曾孫	chắt trai	great-grandson
曾孫女	chắt gái	great-granddaughter
曾外孫	chắt trai ngoại	great-grandson
曾外孫女	chắt gái ngoại	great-granddaughter
曾外祖父	cố ông	great-grandfather
曾外祖母	cố bà	great-grandmother
曾祖父	cụ ông	great-grandfather
曾祖母	cụ bà	great-grandmother
丈夫	chồng	husband
姪女	cháu gái	niece
侄子	cháu trai	nephew
祖父	ông nội	grandfather
祖母	bà nội	grandmother

15.2 婚姻和人生

愛，愛情	yêu, tình yêu	love
• 愛，愛慕	yêu	love
• 愛上	đã yêu	fall in love
• 相愛，戀愛	yêu nhau	in love
伴郎	phù rể	best man
伴娘	phù dậu	bridesmaid
財產，房地產	bất động sản	estate
出生	sinh ra	be born
• 出生	sinh	birth
• 出生證明	giấy khai sinh	birth certificate
戴孝	để tang, để trở	be in the mourning
單身漢	người chưa vợ	bachelor
訂婚	đã đính hôn	get engaged

· 訂婚	đính hôn	engagement
· 訂婚戒指	nhẫn đính hôn	engagement ring
· 未婚夫	chồng chưa cưới, hôn phu	fiancé
· 未婚妻	hôn thê	fiancée
墮胎	phá thai	abortion
· 墮胎	phá thai	abort
分居	sống riêng	separate
· 分居	sống riêng	separation
分娩	đẻ, sinh nở	give birth
· 分娩	sinh đẻ	childbirth
· 生孩子	sinh con	have a baby
· 早產	sẩy thai, đẻ non	premature birth
撫養	nuôi dưỡng	raise (someone)
孤兒	trẻ mồ côi	orphan
· 孤兒院	trại trẻ mồ côi	orphanage
寡婦	góa phụ	widow
鰥夫	người goá vợ	widower
懷孕	mang thai	be pregnant
· 懷孕	có thai	pregnancy
· 懷孕的	có thai, có mang	pregnant
· 孕婦	phụ nữ có mang	expectant mother
婚禮	đám cưới	wedding
· 花環	vòng hoa	wreath
· 結婚戒指	nhẫn cưới	wedding ring
· 結婚禮服	váy cưới	wedding dress
· 結婚請柬	thiếp mời	wedding invitation
· 結婚誓言	thề ước	marriage vow
· 招待會	tiệc cưới	reception
婚姻	hôn nhân	marriage, matrimony
· 婚姻的	của hôn nhân	matrimonial
婚姻狀況	tình trạng hôn nhân	marital status
· 單身的	chưa vợ	single
· 分居的	sống riêng	separated
· 離婚的	ly dị	divorced
· 未婚的	chưa kết hôn, ở vậy	unmarried
· 已婚的	đã kết hôn	married

繼承	kế thừa	inherit
・繼承人	người thừa kế	inheritor
家譜	gia phả	family tree
嫁妝	của hồi môn	dowry
接吻	hôn nhau	kiss
・吻	hôn	kiss
結婚	lập gia đình	get married
・和…結婚	kết hôn với	marry
・新婚夫婦	vợ chồng mới cưới	newlyweds
・已婚夫婦	vợ chồng đã cưới	married couple
離婚	ly hôn	divorce
・與…離婚	ly hôn với	divorce
禮物	món quà	gift
・送禮物	tặng món quà	give a gift
流產	phá thai, sẩy thai	miscarriage
・流產	phá thai, sẩy thai	miscarry
蜜月	tuần trăng mật	honeymoon
面紗	mạng che mặt	veil
母乳喂養	nuôi bằng sữa mẹ	breast-feed
墓	lăng mộ	tomb
・墓石，墓碑	bia mộ, mộ chí	tombstone
奶瓶	chai sữa, bình cho bú	baby bottle
配偶	vợ chồng	spouse
妻子	vợ	wife
人工授精	thụ tinh nhân tạo	artificial insemination
贍養費，撫養費	tiền phụng dưỡng, tiền nuôi dưỡng	alimony
生活	sống	live
・生命，生活	cuộc sống	life
生日	sinh nhật	birthday
・過生日	kỷ niệm ngày sinh nhật	celebrate one's birthday
・生日快樂！	Chúc mừng sinh nhật!	Happy birthday!
屍體	xác chết	corpse
試管嬰兒	đứa bé thụ tinh nhân tạo	test-tube baby

收養，過繼	nhận làm con nuôi	adopt
• 繼嗣，過繼	nhận con nuôi	adoption
受贍養者	phụ thuộc	dependent
死	chết	die
• 死亡	sự chết	death
• 死亡證書	giấy khai tử	death certification
通姦，私通	ngoại tình	adultery
同居，同住	ăn ở với nhau, sống cùng nhau	cohabit, live together
• 同居，同住	sống chung	cohabitation
頭胎的，最長的	sinh đầu tiên, cả	first-born
新郎	chú rể	groom
新娘	cô dâu	bride
新生的	trẻ sơ sinh	newborn
遺傳	di truyền	heredity
遺囑	di chúc, chúc thư	will
已故的	đã chết, đã qua đời	deceased, late
再婚	tái hôn	remarry
葬禮	lễ tang, chôn cất	funeral
• 棺材	quan tài	coffin
• 火葬	hỏa táng	cremation
• 埋葬	chôn	bury
• 下葬	chôn cất	burial
主婚人	người chủ hôn	witness
週年紀念	kỷ niệm năm tròn	anniversary
• 金婚	đám cưới vàng	golden wedding
• 銀婚	đám cưới bạc	silver wedding
• 鑽石婚	đám cưới kim cương	diamond wedding
子女，後代	con cái, con cháu đời sau	offspring
祖先，祖宗	tổ tiên	ancestor

15.3 朋友

敵人	kẻ thù	enemy
男朋友	bạn trai	boyfriend
女朋友	bạn gái	girlfriend
朋友	bạn	friend
• 成為朋友	trở thành bạn bè	become friends

・家庭朋友	bạn của gia đình	family friend
・朋友之間	giữa bạn bè	between friends
・親密朋友	bạn bè thân mật	close friend
情侶，情人	người yêu	lover
・戀情，風流韻事	chuyện yêu đương, chuyện tình	love affair
人	người	person
人民，人們	nhân dân, con người	people
熟人	người quen	acquaintance
同事，同行	đồng nghiệp	colleague
未婚夫	chồng chưa cưới, hôn phu	fiancé
未婚妻	hôn thê	fiancée
友誼	hữu nghị	friendship
・斷絕友誼	cắt đứt tình bạn	break off a friendship

16 · 民族

阿爾巴尼亞人	người An-ba-ni	Albanian
阿爾及利亞人	người An-giê-ri	Algerian
阿根廷人	người A-hen-ti-na	Argentinean
阿拉伯人	người A-rập	Arabic
埃及人	người Ai Cập	Egyptian
衣索比亞人	người Ê-ti-ô-pi-a	Ethiopian
愛爾蘭人	người Ai-len	Irish
愛沙尼亞人	người E-xtô-ni-a	Estonian
奧地利人	người Ô-xtrây-li-a	Austria
澳洲人	người Úc	Australian
巴基斯坦人	người Pa-kí-xtan	Pakistani
巴拉圭人	người Pa-ra-goay	Paraguayan
巴勒斯坦人	người Pa-le-xtin	Palestinian
巴拿馬人	người Pa-na-ma	Panamanian
巴西人	người Bra-xin	Brazilian
保加利亞人	người Bun-ga-ri	Bulgarian
北美人	người Bắc Mỹ	North American
比利時人	người Bỉ	Belgian
波多黎各人	người Pu-ét-tô Ri-cô	Puerto Rican

波蘭人	người Ba Lan	Polish
波斯尼亞人	người Bô-xni-a	Bosnian
玻利維亞人	người Bô-li-vi-a	Bolivian
朝鮮人	người Triều Tiên	Korean
丹麥人	người Đan Mạch	Danish
德國人	người Đức	German
東亞人，東方人	người Phương Đông	Easterner, Oriental
多明尼加人	người Đô-mi-ni-ca	Dominican
俄羅斯人	người Nga	Russian
厄瓜多爾人	người Ê-cu-a-đo	Ecuadorian
法國人	người Pháp	French
非洲人	người Châu Phi	African
菲律賓人	người Phi-li-pin	Filipino
芬蘭人	người Phần Lan	Finnish
剛果人	người Công-gô	Congolese
哥倫比亞人	người Cô-lôm-bi-a	Columbian
哥斯大黎加人	người Cô-xta-ri-ca	Costa Rican
古巴人	người Cu-ba	Cuban
海地人	người Ha-i-ti	Haitian
韓國人	người Hàn Quốc	Korean
荷蘭人	người Hà Lan	Dutch
宏都拉斯人	người Ôn-đu-rát	Honduran
加勒比人	người Ca-ri-bê	Caribbean
加拿大人	người Ca-na-đa	Canadian
柬埔寨人	người Cam-pu-chia	Cambodian
捷克人	người Séc / Tiệp Khắc	Czech
科威特人	người Cô-oét	Kuwaiti
克羅地亞人	người Crô-a-ti-a	Croatian
肯亞人	người Kê-ni-a	Kenyan
寮國人	người Lào	Laotian
黎巴嫩人	người Li-băng	Lebanese
立陶宛人	người Lít-va	Lithuanian
賴比瑞亞人	người Li-bê-ri-a	Liberian
利比亞人	người Libi	Libyan
盧森堡人	người Lúc-xăm-bua	Luxembourger
羅馬尼亞人	người Ru-ma-ni	Romanian
馬爾他人	người Man-ta	Maltese
馬來西亞人	người Ma-lai-xi-a	Malaysian
馬其頓人	người Ma-xê-đô-ni-a	Macedonian

美國人	người Mỹ	American
蒙古人	người Mông Cổ	Mongolian
秘魯人	người Pê-ru	Peruvian
摩爾達維亞人	người Môn-đa-vi	Moldavian
摩洛哥人	người Ma-rốc	Moroccan
墨西哥人	người Mê-hi-cô	Mexican
南非人	người Nam Phi	South African
南美人	người Nam Mỹ	South American
南斯拉夫人	người Nam Tư	Yugoslavian
尼加拉瓜人	người Ni-ca-ra-goa	Nicaraguan
奈及利亞人	người Ni-giê-ri-a	Nigerian
挪威人	người Na Uy	Norwegian
歐洲人	người Châu Âu	European
葡萄牙人	người Bồ Đào Nha	Portuguese
日本人	người Nhật	Japanese
瑞典人	người Thụy Điển	Swedish
瑞士人	người Thụy Sĩ	Swiss
薩爾瓦多人	người En Xan-va-đô	Salvadoran
塞爾維亞人	người Séc-bi-a	Serbian
塞內加爾人	người Xê-nê-gan	Senegalese
沙特人	người A-rập Xê-út	Saudi
斯堪的納維亞人	người Scan-đi-na-vi-a	Scandinavian
斯拉夫人	người Sla-víc / Tư-lạp-phu	Slavic
斯洛伐克人	người Xlô-va-ki-a	Slovak
斯洛文尼亞人	người Xlô-vê-ni-a	Slovenian
蘇丹人	người Su-đăng	Sudanese
蘇格蘭人	người Xcốt-len	Scottish
索馬利亞人	người Xô-ma-li-a	Somalian
泰國人	người Thái Lan	Thai
突尼西亞人	người Tuy-ni-di	Tunisian
土耳其人	người Thổ Nhĩ Kỳ	Turkish
瓜地馬拉人	người Goa-tê-ma-la	Guatemalan
威爾士人	người Uên	Welsh
委內瑞拉人	người Vê-nê-xu-ê-la	Venezuelan
烏干達人	người U-gan-đa	Ugandan
烏拉圭人	người U-ru-goay	Uruguayan
西班牙人	người Tây Ban Nha	Spanish
西伯利亞人	người Xi-bê-ri	Siberian

西歐人	người Phương tây	Westerner
希臘人	người Hy Lạp	Greek
新加坡人	người Xin-ga-po	Singaporean
紐西蘭人	người Tân Tây Lan	New Zealander
匈牙利人	người Hung-ga-ri	Hungarian
敘利亞人	người Sy-ri	Syrian
牙買加人	người Ha-mai-ca	Jamaican
亞美尼亞人	người Ác-mê-ni	Armenian
伊拉克人	người I-rắc	Iraqi
伊朗人	người I-ran	Iranian
以色列人	người I-xra-en	Israeli
義大利人	người I-ta-li-a	Italian
印尼人	người In-đô-nê-xi-a	Indonesian
印度人	người Ấn Độ	Indian
英格蘭人	người Anh	English
英國人	người Anh	British
約旦人	người Gióoc-đa-ni	Jordanian
越南人	người Việt Nam	Vietnamese
尚比亞人	người Dăm-bia	Zambian
智利人	người Chi-lê	Chilean
中東人	người Trung Đông	Middle Easterner
中國人	người Trung Quốc	Chinese

五、交流

17．語言

17.1 語言

阿爾巴尼亞語	tiếng An-ba-ni	Albanian
阿拉伯語	tiếng A-rập	Arabic
愛沙尼亞語	tiếng E-xtô-ni-a	Estonian
保加利亞語	tiếng Bun-ga-ri	Bulgarian
波蘭語	tiếng Ba Lan	Polish
波斯語	tiếng Ba Tư	Persian
朝鮮語	tiếng Triều Tiên	Korean
丹麥語	tiếng Đan Mạch	Danish
德語	tiếng Đức	German
俄語	tiếng Nga	Russian
法語	tiếng Pháp	French
佛拉芒語	tiếng Flamăng	Flemish
高棉語	tiếng Campuchia	Khmer
韓國語	tiếng Hàn Quốc	Korean
漢語	tiếng Trung Quốc, Hán Ngữ, tiếng Hoa	Chinese
荷蘭語	tiếng Hà Lan	Dutch
捷克語	tiếng Séc / Tiệp Khắc	Czech
克羅地亞語	tiếng Crô-a-ti-a	Croatian
寮國語	tiếng Lào	Laotian
立陶宛語	tiếng Lít-va	Lithuanian
羅馬尼亞語	tiếng Ru-ma-ni	Romanian
馬爾他語	tiếng Man-ta	Maltese
馬來語	tiếng Malai	Malaysian
馬其頓語	tiếng Ma-xê-đô-ni-a	Macedonian
蒙古語	tiếng Mông Cổ	Mongolian
挪威語	tiếng Na Uy	Norwegian
葡萄牙語	tiếng Bồ Đào Nha	Portuguese

日語	tiếng Nhật	Japanese
瑞典語	tiếng Thụy Điển	Swedish
瑞士語	tiếng Thụy Sĩ	Swiss
塞爾維亞語	tiếng Séc-bi	Serbian
斯堪的納維亞語	tiếng Scan-di-na-vi-a	Scandinavian
斯拉夫語	tiếng Slavíc	Slavic
斯洛伐克語	tiếng Xlô-vác	Slovak
斯洛文尼亞語	tiếng Xlô-vê-ni-a	Slovenian
斯華希里語	tiếng Swahili / Kiswahili	Swahili
蘇格蘭語	tiếng Ê-cốt	Scottish
索馬利亞語	tiếng Xô-ma-li-a	Somalian
他加祿語	tiếng Ta-ga-lốc	Tagalog
泰語	tiếng Thái Lan	Thai
土耳其語	tiếng Thổ Nhĩ Kỳ	Turkish
威爾士語	tiếng Uên	Welsh
烏爾都語	tiếng Ur-đu	Urdu
西班牙語	tiếng Tây Ban Nha	Spanish
希伯來語	tiếng Hê-brơ	Hebrew
希臘語	tiếng Hy Lạp	Greek
匈牙利語	tiếng Hung-ga-ri	Hungarian
亞美尼亞語	tiếng Ác-mê-ni	Armenian
義大利語	tiếng I-ta-li-a	Italian
印地語	tiếng Hin-đi	Hindi
印尼語	tiếng In-đô-nê-xi-a	Indonesian
英語	tiếng Anh	English
越南語	tiếng Việt, tiếng Việt Nam, Việt Ngữ	Vietnamese

17.2 語法

語法術語

比較級	so sánh hơn	comparative
賓語，受詞	tân ngữ	object
・直接受詞	tân ngữ trực tiếp	direct object
・間接受詞	tân ngữ gián tiếp	indirect object
詞	từ	word
・格	cách	case
・變格	biến cách	declension

・前綴，字首	tiền tố	prefix
・後綴，字尾	hậu tố	suffix
代詞	đại từ	pronoun
・賓格代詞	đại từ bổ cách	object pronoun
・反身代詞	đại từ phản thân	reflexive pronoun
・關系代詞	đại từ quan hệ	relative pronoun
・人稱代詞	đại từ nhân xưng	personal pronoun
・物主代詞	đại từ sở hữu	possessive pronoun
・疑問代詞	đại từ nghi vấn	interrogative pronoun
・指示代詞	đại từ chỉ thị	demonstrative pronoun
・主格代詞	đại từ chủ ngữ	subject pronoun
動詞	động từ	verb
・變位	chia ngôi	conjugation
・不定式	vô định	infinitive
・規則動詞	động từ quy tắc	regular verb
・不規則動詞	động từ bất quy tắc	irregular verb
・及物動詞	ngoại động từ	transitive verb
・不及物動詞	nội động từ	intransitive verb
・詞尾	từ vĩ	ending
・情態動詞	động từ hình thái	modal verb
・自反動詞	động từ tự phản	reflexive verb
・主動態	chủ động	active
・被動態	bị động	passive
動名詞	động danh từ	gerund
分詞	phân từ	participle
・過去分詞	phân từ quá khứ	past participle
・現在分詞	phân từ hiện tại	present participle
分句，從句	mệnh đề	clause
・從屬的	mệnh đề phụ	subordinate
・關系的	mệnh đề quan hệ	relative
・主要的	mệnh đề chính	main
副詞	phó từ	adverb
冠詞	mạo từ	article
・定冠詞	mạo từ xác định	definite article
・不定冠詞	mạo từ không xác định	indefinite article
介詞	giới từ	preposition
句子	câu	sentence

・ 簡單句	câu đơn	simple sentence
・ 複合句	câu kép	compound sentence
・ 陳述句	câu tường thuật	declarative
・ 疑問句	câu nghi vấn	interrogative
・ 感嘆句	câu cảm thán	exclamatory
連接詞	liên từ	conjunction
名詞	danh từ	noun
拼寫	chính tả	spelling
人稱	ngôi	person
・ 第一人稱	ngôi thứ nhất	first person
・ 第二人稱	ngôi thứ hai	second person
・ 第三人稱	ngôi thứ ba	third person
時態	thời	tense
・ 現在式	thời hiện tại	present
・ 過去式	thời quá khứ	past
・ 將來式	thời tương lai	future
・ 完成式	thời hoàn thành	perfect
・ 未完成式	thời chưa hoàn thành	imperfect
・ 現在完成式	thời hoàn thành hiện tại	present perfect
・ 過去完成式	thời hoàn thành quá khứ	pluperfect
式	thể, lối	mood
・ 陳述式	thể trần thuật	indicative
・ 命令式	thể mệnh lệnh	imperative
・ 條件式	thể điều kiện	conditional
・ 虛擬式	thể giả định	subjunctive
數	số	number
・ 單數	số lẻ	singular number
・ 複數	số phức	plural number
謂語	vị ngữ	predicate
形容詞	tính từ	adjective
・ 品質	phẩm chất	descriptive
・ 物主	sở hữu	possessive
・ 疑問	nghi vấn	interrogative
・ 指示	chỉ thị	demonstrative
性	tính	gender
・ 陽性	dương tính, giống đực	masculine

· 陰性	âm tính, giống cái	feminine
· 中性	trung tính	neutral
引語	trích dẫn	discourse
· 直接引語	câu trích dẫn trực tiếp	direct discourse
· 間接引語	câu trích dẫn gián tiếp	indirect discourse
語法	ngữ pháp	grammar
原級	độ nguồn	positive degree
主語	chủ ngữ	subject
字母表	bảng chữ cái	alphabet
· 發音	cách phát âm	pronunciation
· 輔音	phụ âm	consonant
· 語音學	ngữ âm	phonetics
· 元音	nguyên âm	vowel
· 重音	trọng âm	accent
· 字母	chữ cái	letter
最高級	so sánh nhất	superlative

冠詞

一，一個	một	a, an
· 一個男孩	một cậu bé	a boy
· 一個女孩	một cô bé	a girl
· 一位叔叔	một chú	an uncle
· 一個朋友	một người bạn	a friend
這，那；這些，那些	này, đó, những cái	the
· 這個男孩	cậu bé này	the boy
· 這些男孩	các em trai này	the boys
· 這位叔叔	chú này	the uncle
· 這些叔叔	các chú này	the uncles
· 這位朋友	người bạn này	the friend
· 這些朋友	những bạn bè này	the friends
· 這個女孩	cô bé này	the girl
· 這些女孩	những cô bé này	the girls

表示部分概念的詞

一些	một vài	some
· 一些男孩	một số bé trai	some boys
· 一些朋友	một số người bạn	some friends
· 一些叔叔	một số chú	some uncles

· 一些女孩	một số bé gái	some girls
一點	một chút, một ít	a bit, a little, some
· 一點黃油	một tí bơ	some butter
· 一點糖	một tí đường	some sugar
· 一點蛋糕	một chút bánh ga-tô	some cake
· 一點水	một tí nước	some water

人稱代詞

　　越南語的人稱代詞單數第一、第二、第三人稱可以分別用 tôi, ta、mày、nó 表示。其中，ta 表示本方，相當於中文"我方、我國"中"我"字的含義。複數在這些詞前加 chúng 表示，只用 chúng 時表示"他們、她們、它們"。注意 mày 和 nó 用在貶義或者指事物，不要隨便使用。而越南語人稱代詞平時用表示親屬關系謂稱的詞或者職位互相對稱，比如兩個人，一大一小，大的為男時，稱為 anh 哥哥，大的為女時，稱為 chị 姐姐。小的稱為 em（弟妹、小輩），不分男女。自稱時，譯成"我"，對稱時，譯成"你"或"您"。此時的複數在單數名詞前加 các 表示"你們"。第三人稱複數還可在上述詞類後面加 ấy（這個 這些）或 ta（我們的）表示。其他表示親屬謂稱的詞還有：cụ 老人，bác 伯伯、伯母，ông 先生、bà 女士、太太，cháu 侄、孫輩，đồng chí 同志，bạn 朋友，thầy 老師、bác sỹ 醫生，luật sư 律師，giám đốc 經理，等等。

我	tôi	I
· 給我	cho tôi	me
· 我自己	bản thân mình	myself
你	bạn	you
· 給你	cho bạn	you
· 你自己	chính bạn	yourself
他	anh ấy	he
· 給他	anh ta	him
· 他自己	bản thân anh ta	himself
她	cô ấy	she

· 給她	của cô ấy	her
· 她自己	bản thân cô ta	herself
您	bác, ông, bà	you
· 給您	cho bác, cho ông, cho bà	you
· 您 / 你自己	bản thân ông, bản thân bà	yourself
我們	chúng tôi	we
· 給我們	cho chúng tôi	us
· 我們自己	chính chúng tôi	ourselves
你們	các bạn	you
· 給你們	cho các bạn	you
· 你們自己	chính các bạn	yourselves
他們，她們，它們	họ	they
· 給他們，給她們，給它們	cho họ	them
· 他們 / 她們 / 它們自己	chính họ mình	themselves

物主代詞

我的	của tôi	my
· 我的書	sách của tôi	my book
· 我的一些書	những sách của tôi	my books
你的	của bạn	your
· 你的書	sách của bạn	your book
· 你的一些書	những sách của bạn	your books
他的 / 她的 / 您的	anh ấy / cô ấy / của bạn	his / her / your
· 他的 / 她的 / 您的書	sách của anh ấy / cô ấy / người	his / her / your book
· 他的 / 她的 / 您的一些書	những sách của anh ấy / cô ấy / ông ấy	his / her / your books
我們的	của chúng tôi	our
· 我們的書	cuốn sách của chúng tôi	our book
· 我們的一些書	những sách của chúng tôi	our books
你們的	của các bạn	your
· 你們的書	sách của các bạn	your book

・你們的一些書	những sách của các bạn	your books
他們的，她們的，它們的	của các anh ấy / các cô ấy / họ	their
・他們的，她們的書	cuốn sách của các anh ấy / các cô ấy	their book
・他們的，她們的一些書	những sách của các anh ấy / các cô ấy	their books

其他代詞

每個人	mỗi người	everyone
每件事	mỗi thứ	everything
許多	nhiều	many
某個	người nào đó	one *(in general)*
其他的	những người khác	others
一些	một vài	some
某人，某些人	một số người nào đó	some *(people)*
某事，某物	việc gì đó	something

介詞

除了	ngoài ra	besides
從	từ	from
的	của	of
對於	về	for
沒有	không có	without
同，跟	với	with
向	tới	to
在	tại	at
在…當中	giữa, ở giữa	among
在…裡	trong	in
在…上	ở trên	on
在…上方	trên	above
在…下面	bên dưới	below
在…之間	giữa	between
在…之上	trên, ở trên	over

連詞

除非	trừ phi	unless
但是	nhưng	but
多虧	nhờ	thanks to

好像	giống như	as if
和	và	and
即便是	mặc dù	even though
既然	vì lẽ rằng, bởi chưng	since
假設	miễn là, nếu là	provided that
儘管	mặc dù	although
沒有	không có	without
哪怕	ngoại trừ	despite
然而	tuy nhiên	however
如果	nếu	if
如同	như	as
事實上	trên thực tế	in fact
所以，以便	do đó, để	so that, in order to
萬一，一旦	một khi	in the event that
也	cũng	also
一…就	ngay khi	as soon as
因此	do đó	therefore
因為	bởi vì	because
‧ 因為，由於	bởi, do	on account of
正當	trong khi	while
直到	cho tới khi	until

常用副詞

不幸地	không may	unfortunately
差不多	hầu hết	almost
匆忙地	vội vàng	in a hurry
到現在	đến bây giờ	by now
反而	thay vì	instead
接著，隨後	tiếp theo, sau đó, sau khi	then, after
今天	hôm nay	today
今天晚上	tối nay	this evening
今天早上	sáng nay	this morning
僅僅，只是	chỉ, vừa mới, vừa đủ	just, barely
近	gần chỗ	near(by)
馬上	ngay	right away
明天	ngày mai	tomorrow
那裡	ở đó	there
偶然	bởi cơ hội, tình cờ	by chance

然後	sau đó	then
仍然，還	vẫn còn, nhưng, một lần nữa	still, yet, again
事實上	như thực tế	as a matter of fact
首先	đầu tiên	first
同時	trong khi đó, đồng thời	in the meanwhile
晚	muộn	late
現如今	ngày nay	nowadays
相當	khá	rather
也	cũng được, cũng	also, too
一會兒	trong một thời gian ngắn, chốc lát	in a little while
一起	cùng nhau	together
已經	đã từng, đã	already
遠	xa	far
再	lần nữa	again
糟糕	tồi tệ	bad(ly)
早	sớm	early
直到現在	cho đến bây giờ	until now
只	chỉ	only
足夠	đủ	enough

否定

不是那樣	không phải như vậy	not really, not quite
不再	không còn	no more, no longer
從不	không bao giờ	never
既不…也不…	không... cũng không	neither...nor
沒有任何	không có... nào	nothing
沒有一個	không có ai	no one
甚至不	thậm chí không	not even

18・社交

18.1 問候與告別

| 後會有期。 | Hẹn sớm gặp bạn! | See you soon! |

回頭見。	Hẹn gặp bạn sau!	See you later!
明天見。	Hẹn gặp bạn ngày mai!	See you to-morrow!
你好！	Chào!	Hi!
你身體好嗎？	Bạn có khoẻ không?	How are you?
・ 近況怎樣？	Tình hình gần đây thế nào?	How's it going?
・ 不錯。	Không tồi.	Not bad.
・ 不好。	Không được tốt lắm!	Bad(ly)!
・ 好。	Tốt đẹp! Tốt!	Fine! Well!
・ 很好。	Rất tốt!	Quite / Very well!
・ 一般。	Vừa vừa. / Tàm tạm.	So-so.
晚安！	Chúc ngủ ngon!	Good night!
認識你很高興。	Rất vui được gặp anh / chị	Pleased to meet you.
請代我向…問好。	Cho tôi gửi lời thăm tới...	Please give my regards to...
問候	lời hỏi thăm	greeting
・ 向…打招呼	chào hỏi...	greet
握手	bắt tay	shake hands
・ 握手	bắt tay	handshake
・ 與…握手	bắt tay với...	shake hands with...
午安！	Chào buổi chiều.	Good afternoon.
一切如意！	Vạn sự như ý!	Best wishes!
再見！	Tạm biệt!	Bye! Good-bye!
・ 後會有期！	Hẹn gặp lại!	See you!
早安！	Xin chào buổi sáng!	Good morning!
週日見。	Hẹn gặp bạn vào chủ nhật!	See you Sunday!
祝你好運！	Chúc may mắn!	Good luck!

18.2 稱謂與介紹

稱呼，職稱，頭銜	học hàm, chức danh	title
・ 博士	Tiến sỹ	Doctor
・ 工程師	Kỹ sư	Engineer
・ 會計	Kế toán	Accountant
・ 教授	Giáo sư	Professor
・ 律師	Luật sư	Lawyer
・ 女士	Bà	Ms.

· 太太	Phu nhân	Mrs.
· 先生	Ông	Mr.
· 小姐	Cô	Miss
· 醫生	Bác sỹ	Doctor
很高興認識你。	Rất vui được gặp bạn.	Nice to meet you.
介紹	giới thiệu	introduction
· 介紹	giới thiệu	introduce
· 認識某人	biết ai đó	know someone
· 自我介紹	giới thiệu mình	introduce oneself
名片	danh thiếp	calling / business card
你叫什麼名字？/ 您貴姓？	Tên bạn là gì?	What's your name?
· 我叫…	Tên tôi là...	My name is...
· 我是…	Tôi là...	I'm...
請別客氣！（招待客人用語）	Không nên khách khí!	Make yourself comfortable!
請進！	Mời vào!	Come in!
請讓我給你（您）介紹…。	Cho phép tôi giới thiệu bạn... được không?	May I introduce you to...?
請允許給您介紹…	Để tôi giới thiệu bạn...	Allow me to introduce you to...
請允許我介紹一下自己。	Cho phép tôi giới thiệu bản thân mình.	Allow me to introduce myself.
遇見	gặp gỡ	meet
· 碰到	chạy vào, xô vào	run into
我來給你（您）介紹…。	Hãy để tôi giới thiệu... cho bạn.	Let me introduce you to...
幸會。	Hân hạnh được gặp.	A pleasure.
· 這是我的榮幸。	Đó là hân hạnh của tôi!	The pleasure is mine!
· 同樣。	Cũng thế. / Cũng vậy.	Likewise.
正式的稱呼	bằng xưng hô chính thức	be on a formal basis
· 非正式的稱呼	xưng hô không chính thức	be on a first-name basis
坐下	ngồi đi	be seated

| · 請坐! | Mời ngồi! | Be seated. |

18.3 常用的詢問方式

詢問	hỏi	ask (for)
· 提問	đặt một câu hỏi	ask a question
回答	trả lời	answer
· 答案	câu trả lời	answer
多少錢？	Bao nhiêu?	How much?
哪個？	Cái nào?	Which (one)?
哪裡？	Ở đâu?	Where?
那又怎麼樣？	Vì vậy thế nào?	So?
你（您）能告訴我…？	Bạn / anh / chị có thể cho tôi biết... không?	Can you tell me...?
什麼？	Gì?	What?
什麼時候？	Khi nào?	When?
誰？	Ai?	Who?
它是什麼意思？	Có nghĩa gì?	What does it mean?
為什麼？	Tại sao?	Why?
我不明白。	Tôi không hiểu.	I don't understand.
怎麼會？	Sao lại thế đi?	How come?
怎麼樣？	Thế nào?	How?

18.4 感嘆與禮貌用語

哎喲!	Ối! Ái chà!	Ouch!
安靜!	Hãy yên lặng!	Be quiet!
保持安靜!	Im lặng!	Stay still!
別胡說八道!	Không nói chuyện vô nghĩa!	Don't talk nonsense!
別說了!	Đừng nói nữa!	Stop it!
不客氣!	Không nên khách khí! Không sao!	You're welcome.
長命百歲!	Sống lâu trăm tuổi!	Bless you!
倒霉!	Xúi quẩy! Không may!	A shame!
對不起!	Xin lỗi!	I'm sorry!
多荒謬啊!	Thật là vô lý!	What a nuisance!
復活節快樂!	Phục Sinh vui vẻ!	Happy Easter!

該死!	Đáng chết!	Damn (it)!
恭喜!	Chúc mừng!	Congratulations!
夠了!	Đủ rồi!	That's enough!
好!	Tốt!	Good!
好極了!	Tuyệt!	Fantastic!
很高興做這件事!	Tôi rất vui làm điều đó!	I'll be glad to do it!
假期愉快!	Có một kỳ nghỉ vui vẻ.	Have a good holiday.
借過!	Làm ơn để tôi đi qua!	Excuse me! (I need to get through.)
靜一靜!	Yên lặng!	Quiet!
勞駕! 對不起!	Làm phiền! Xin lỗi!	Excuse me!
了不起!	Kỳ diệu quá!	Stupendous!
旅途愉快!	Có chuyến đi thú vị!	Have a good trip!
沒錯! 的確! 可不是!	Thật! Chắc chắn! Phải đấy!	Yah! Sure! There!
沒關係。	Không sao. / Không có gì!	It doesn't matter.
不行!	Đừng hòng! / Không được!	No way!
難以置信!	Không thể tin được!	Incredible!
你別傻了!	Đừng có ngu ngốc! Em ạ!	Don't be silly!
您別傻了!	Đừng có ngu ngốc! Anh ạ!	Don't be silly!
你瘋了嗎?	Bạn điên à?	Are you crazy?
請…	Xin vui lòng...	Please...
請享用!	Xin mời dùng.	Eat up.
如果你不介意…	Nếu bạn không để tâm...	If you don't mind...
生日快樂!	Chúc mừng sinh nhật!	Happy birthday!
聖誕快樂!	Giáng sinh vui vẻ!	Merry Christmas!
十分感謝。	Rất cám ơn.	Many thanks.
太棒了!	Tuyệt vời!	Marvelous!
太精彩了!	Lộng lẫy đấy! Tuyệt vời!	Magnificent!
太讓人吃驚了!	Thật bất ngờ!	What a nice surprise!
太幸運了!	May mắn thật!	How lucky!
太糟了!	Quá xấu!	Too bad!

中文	越南文	英文
玩得愉快！	Có một thời gian vui vẻ.	Have a good time.
我可以進來嗎？	Tôi có thể vào không?	May I come in?
我可以嗎？	Tôi có thể không?	May I?
我能幫忙嗎？	Tôi có thể giúp bạn không?	May I help you?
我希望…	Tôi muốn...	I wish...
謝天謝地！	Cảm ơn Chúa!	Thank God!
謝謝，您太好了！	Cảm ơn bạn. Bạn tốt nhỉ!	Thank you. It's very kind of you!
謝謝你！	Cảm ơn bạn!	Thank you!
新年快樂！	Chúc mừng năm mới!	Happy New Year!
一切如意！	Vạn sự như ý!	Best wishes!
遺憾！	Thật đáng tiếc!	Pity!
有意思！	Thú vị thật!	Interesting!
怎麼可能！	Không thể được!	It can't be!
真的？	Có thật không?	Really?
真煩人！	Thật là một buồn phiền!	What a bore!
真累贅！	Lôi thôi quá!	What a drag!
真傻！	Thật là một người ngốc!	What a fool!
真是一團糟！	Thật là be bét hỗn loạn!	What a mess!
注意了！	Chú ý!	Attention!
祝你好運！	Chúc may mắn!	Good luck!
祝你健康！乾杯！	Chúc sức khoẻ! Cạn chén!	Cheers!
做得好極了！	Giỏi quá! / Giỏi lắm!	Well done!

19 · 講話與談話

19.1 言語風格與功能

中文	越南文	英文
暗含，暗示	ngụ ý	imply
保持沈默	giữ yên lặng	keep quiet
保證	đảm bảo	ensure
· 保證	đảm bảo	guarantee

報告	báo cáo	report
抱怨	oán trách	complain
· 抱怨	kêu ca, phàn nàn	complaint
比較	so sánh	compare
· 比較	so sánh	comparison
閉嘴	im đi	shut up
貶低	hạ thấp	speak badly of
辨別	nhận biết	identify
辯解	biện luận, lời bào chữa	excuse
· 為自己辯解	biện bạch cho mình	excuse oneself
辯論	tranh luận	debate
表達	bày tỏ	express
· 表達自己	thể hiện mình	express oneself
參考	tham khảo	refer
查詢	tư vấn, tìm kiếm	consult, look up
嘲笑	chế giễu	jeer
沉默	im lặng	silence
· 沉默的	im lặng	silent
陳述，肯定	phát biểu, khẳng định	state, affirm
· 陳述	phát biểu, nói rõ	statement
稱讚	khen ngợi	praise
承諾	hứa	promise
· 承諾，諾言	lời hứa, cam kết	promise
重覆	nhắc lại, lặp lại	repeat
· 重覆	lặp lại	repetition
傳閒話	tin đồn nhảm	spread gossip
詞	từ	word
詞彙	từ vựng	vocabulary
打斷	gián đoạn, đứt quãng, ngắt	interruption
· 打斷	làm gián đoạn, làm đứt quãng	interrupt
打哈欠	ngáp	yawn
低語	thì thầm	whisper
嘀咕著說	rên rỉ, than vãn	whine
定義	định nghĩa	define

· 本義	gốc nghĩa	literal
· 喻義	ẩn dụ	metaphor
對話，交談	trò chuyện	converse
· 對話，會話	đối thoại, hội thoại	dialogue, conversation
多話的，健談的	nói nhiều, ba hoa	loquacious
惡語	lời nói hiểm độc	malicious gossip
發誓	thề, nguyện	swear, vow
發音	phát âm	pronounce
發音清晰地說	phát âm rõ ràng, nói rõ ràng	articulate
翻譯	dịch, phiên dịch	translate
· 翻譯	phiên dịch	translation
· 口譯	dịch miệng, dịch nói	interpret
反駁	cãi lại, phủ nhận	contradict
反對	phản đối, chống đối	object
分享	phân chia, chia sẻ	share
否認	phủ nhận	deny
改變話題	thay đổi chủ đề	change the subject
感謝	cảm ơn	thank
告知	thông báo	inform
咕嚕咕嚕地說	nói lầm bầm	mumble
故事	câu chuyện	story
· 講故事	kể một câu chuyện	tell a story
哈欠	ngáp	yawn
含沙射影地說	nói bóng gió, nói ám chỉ	insinuate
喊，叫	kêu, la hét, hò hét	shout
· 喊，叫	la hét, hò hét, reo hò	shout
歡呼，喝采	hoan hô, tiếng hoan hô	cheer, acclaim
謊言	lời nói dối	lie
· 撒謊	nói dối	lie
回答	trả lời, câu trả lời, lời đáp	answer
· 回答	trả lời, đáp lại	answer
回覆	trả lời, đáp lại	reply
匯報	báo cáo	report
記筆記	ghi, ghi chép	take notes

堅持，捍衛	duy trì, giữ	uphold, maintain
間接提到	nói bóng gió, ám chỉ	allude
建議	đề nghị	advise, suggest
・建議	lời khuyên, gợi ý	advice, suggestion
講，談	nói chuyện, nói	speak, talk
・講話，發言	lời nói, lời phát biểu	talk, speech
講述	trình bày, nói chuyện	relate, tell (a story)
交際	giao thiệp, xã giao	communicate
・交際	giao thiệp	communication
叫	gọi, kêu	call
叫喊	kêu la, hét	yell, scream
結論	kết luận	conclusion
・得出結論	rút kết luận	conclude
解釋	giải thích	explain
・解釋	giải thích	explanation
解析	giải đoán	decipher
警告	cảnh báo	warn
・警告	cảnh báo	warning
肯定	khẳng định	affirm
口述，聽寫	đọc viết, đọc chính tả	dictate
口頭	đầu miệng	oral
・口頭地	bằng miệng	orally
類比	phép loại suy	analogy
離題	lạc đề, ra ngoài đề	digress
領會言外之意	thấu hiểu lời bóng gió	read between the lines
冒犯，衝撞	xúc phạm	offend
描述	miêu tả	describe
・描述	mô tả	description
命令	mệnh lệnh	order
喃喃細語	thì thầm, nói thầm	murmur
祈禱	cầu nguyện	pray
・祈禱人	người cầu nguyện	prayer
強調	nhấn mạnh	emphasize
・強調	nhấn mạnh	emphasis
請求做某事	xin để làm một cái gì đó	beg to do something
確認	xác nhận	confirm
說，告訴	nói, nói cho, nói ra	say, tell

說出	nói, phát biểu, bày tỏ	utter
說話風趣的	dí dỏm, thú vị	witty
說教	thuyết giáo	preach
・說教，講道	thuyết giáo, thuyết pháp	sermon
討論	thảo luận	discuss
・討論	thảo luận	discussion
提出	đưa ra	put forward
提升嗓門	lên giọng	raise one's voice
提及	đề cập	mention
提議	kiến nghị, đề nghị	propose, suggest
聽	lắng nghe	listen to
通告	thông báo	announce
・通告	thông báo	announcement
同意	đồng ý	agree
・不同意	không đồng ý	disagree
推薦	giới thiệu, tiến cử	recommend
玩笑	pha trò, giễu cợt	jest
・開玩笑	nói đùa, nói giỡn	jest
威脅	đe dọa	threaten
・威脅	đe dọa	threat
誤解	hiểu lầm	misunderstanding
閒話	tin đồn nhảm, chuyện gẫu	gossip
・說閒話	nói ra nói vào	gossip
閒談	nói chuyện phiếm, tán gẫu	chat
嫌言怨語，嘮叨	mè nheo, rầy la	nag
笑話	đùa	joke (oral)
・講笑話	kể chuyện tiếu lâm	tell a joke
訊息，消息	tin tức, tin	information
雄辯的，口才流利的	tài hùng biện	eloquent
修辭	tu từ	rhetoric
・修辭的	của tu từ	rhetorical
・修辭問句，反問句	câu phản vấn	rhetorical question
修辭格	biện pháp tu từ	figure of speech
・比喻	phép ẩn dụ	metaphor
・象徵	biểu tượng	symbol

宣佈	tuyên bố	declare
詢問	dò hỏi, hỏi	ask for
言語，談話	bài phát biểu, nói chuyện	speech, talk
演講，講座	bài giảng	lecture
• 演講，做講座	diễn thuyết, thuyết trình	lecture
邀請	mời	invite
• 邀請	lời mời	invitation
謠傳	tin đồn	rumor
• 謠傳說…	Đồn kể rằng...	Rumor has it that...
要求	yêu cầu	request
意見不一	ý kiến bất đồng	disagreement
意思	ý nghĩa	meaning
• 意指	nghĩa là	mean
猶豫	ngần ngại	hesitate
• 猶豫	do dự	hesitation
語音	phát âm	pronunciation
預言，預報	dự đoán, dự báo	predict
爭辯，爭論	tranh cãi, tranh luận	contest
爭論	tranh luận	argument
• 爭論	tranh luận	argue
直言不諱	thẳng thắn	outspoken
指出	chỉ ra	indicate
• 指出	chỉ thị, nêu rõ	indication
指示	hướng dẫn, chỉ thị	instruct
指責	chỉ trích, quở trách	reproach
質疑	tra hỏi	interrogate
祝賀	chúc mừng	congratulate
• 祝賀	lời chúc mừng	congratulations
祝酒，敬酒	chén rượu chúc mừng	toast
• 祝酒辭，敬酒辭	nói lời chúc mừng	toast
總結，概述	tổng kết, tóm tắt	summarize
• 總結	sự tóm tắt	summary
詛咒	nguyền rủa	curse

19.2 會話中的常用表達

不是這樣嗎？	Không phải là như vậy chứ?	Isn't it so?
簡而言之	nói tóm lại	briefly
沒理，錯	vô lý, sai	be wrong
請繼續！/ 請說!	Nói đi!	Go ahead!
請聽!	Xin nghe!	Listen!
然而	tuy nhiên	however
實際上	thực sự, trên thực tế	actually
事實上	nhưng thực tế là	as a matter of fact
誰知道？	Ai biết? / Có ai biết không?	Who knows?
順便說一句	tiện đây, nhân tiện	by the way
似乎是	Dường như...	It seems that...
我不明白。	Tôi không hiểu!	I did not understand!
我確定…	Tôi chắc chắn rằng...	I'm sure that...
顯然…	Rõ ràng là...	It's obvious that...
也就是說	cũng có nghĩa là	that is to say
依我看	trong quan điểm của tôi	in my opinion
• 按我自己的看法	bằng quan điểm của riêng tôi / mình	in my own opinion
因此	do đó	therefore
有必要…	Có cần thiết mà...	It's necessary that...
有理，對	có lý, đúng	be right
怎麼說…？	... nói thế nào?	How do you say...?
• …用越南語怎麼說？	... nói thế nào bằng tiếng Việt Nam?	How do you say... in Vietnamese?
這是真的。	Đó là sự thật!	It's true!
• 這不是真的。	Đó không phải là sự thật!	It's not true!
總而言之	tóm tắt, tóm lại	to sum up

20 · 電話

20.1 電話與配件

| 行動電話 | điện thoại không dây | portable phone |

插頭	phích cắm	plug
插座	ổ cắm	outlet
傳真機	máy fax	fax machine
代幣	đồng tiền dùng thay	token
・ 投幣孔	khe (cho đồng tiền)	slot (for tokens)
電話	điện thoại	telephone
電話按鍵	bàn phím điện thoại	phone keyboard
電話簿	niên giám điện thoại	phone book
・ 黃頁電話簿	trang vàng niên giám điện thoại	yellow pages
電話答錄機	máy ghi điện thoại	answering machine
電話卡	thẻ điện thoại	phone card
電話亭	quán điện thoại	phone booth
電話帳單	hóa đơn điện thoại	phone bill
電纜	cáp	cable
耳機	tai nghe	earphone
放大器，擴音器	máy khuếch đại	amplifier
公共電話	điện thoại công cộng	public phone
話筒	ống nói	speaker
接線員，話務員	người coi tổng đài	operator
內部通話設備	hệ thống liên lạc nội bộ	intercom
手機，行動電話	thiết bị / điện thoại di động	mobile / cellphone
數字式的	kỹ thuật số	digital
數據機	thiết bị điều chế sóng tín hiệu	modem
聽筒，耳機	ống nghe	receiver, earphone
通信	viễn thông, thông tin	telecommunications
通信衛星	vệ tinh thông tin	telecommunication satellite

20.2 使用電話

撥號	quay số	dial
・ 查號請撥 0	Hỏi số xin bấm 0.	Number enquiry please dial 0.

・打外線請先撥 9	Gọi bên ngoài xin bấm số 9 trước.	For exterior line please dial 9 first.
・人工服務請撥 1	Yêu cầu dịch vụ xin bấm số 1.	For human service please dial 1.
・直撥	trực quay	direct dialing
・直接撥號	quay số trực tiếp	dial directly
傳真	fax	fax
錯誤號碼	số sai	wrong number
・對不起，號碼撥錯了！	Xin lỗi, tôi đã quay số sai.	Sorry, I've dialed the wrong number.
電話	điện thoại	call
・本地電話	cuộc gọi nội hạt	local call
・長途電話	cuộc gọi đường dài	long-distance call
・國際電話	cuộc gọi quốc tế	international call
・直撥電話	cuộc gọi trực tiếp	direct call
打電話	gọi điện thoại	phone call
・打一個電話	đánh một cuộc gọi	make a call
・阿明社長在嗎？	Ông giám đốc Minh có ở đấy không?	Is Mr. Minh the president in?
・請接 323 分機。	Xin gọi máy riêng 323.	Extension 323, please.
・是哪位？	Ai đấy?	Who's speaking?
・喂！	Allô!	Hello!
・我可以同…通話嗎？	Tôi có thể nói chuyện với...?	May I speak with...?
・我想請…接電話。	Tôi muốn nói chuyện với...	I would like to speak with...
・這裡是…	Đây là...	This is...
・…在嗎？	... có đấy không?	Is...in?
電話不通。	Thuê bao đang bận.	The line is busy.
・電話通了。	Đường dây đã thông.	The line is free.
電話號碼	số điện thoại	telephone number
・撥電話號碼	quay số	dial the number
電話線	đường dây điện thoại	telephone line
對方付費電話	điện thoại do đối phương trả tiền	collect call
掛電話	treo ống	hang up
分機號	số máy riêng	extension number
口信	tin nhắn	message

鈴響	đổ chuông	ring
免費電話	điện thoại miễn phí	toll-free
區號	mã vùng	area code
訊息	tin tức, tin	information
星號	dấu sao	asterisk, star button
應答	trả lời	answer
#號	dấu thăng	pound button

21・信函

21.1 信函的稱呼語與結尾

正式說法

尊敬的先生	Kính thưa quý ông:	Dear Sir:
尊敬的女士	Kính thưa quý bà:	Dear Madam:
致負責人	Gửi người phụ trách hữu quan	To whom it may concern
敬啟者	Người nhận	Attentively
・各位敬啟者	Thưa bạn	Attentively yours
您真誠的／誠摯的	Trân trọng kính chào / chân thành / thân ái	Yours truly / sincerely / cordially
一切如意	Với mong muốn như ý / Vạn sự như ý	With kind wishes
致以誠摯的問候	Với lời chào thân thiết	With cordial greetings

非正式說法

親愛的…	... thân mến	Dear...
我親愛的…	... thân mến của tôi	My dear...
最親愛的…	... thân mến nhất /...yêu quý nhất	Dearest...
愛你的…	Với tình yêu...	With love...
代問…好	Xin gửi lời chào của tôi cho...	Give my regards to...
你的…	Bạn chân thành của anh (chị...)	Yours...
你的親愛的…	Trìu mến...	Affectionately...
十分愛你的…	Yêu anh / em nhiều	With much love

吻…	Một nụ hôn cho...	A kiss...
問候…	Gửi lời chúc mừng...	Greetings...
擁抱…	Một cái ôm thật chặt...	A hug...

21.2 信函的正文與標點符號

標點	dấu chấm câu	punctuation
· 大寫字母	chữ hoa	capital letter
· 逗號	dấu phẩy	comma
· 方括號	ngoặc vuông	square brackets
· 分號	chấm phẩy	semicolon
· 黑體	chữ đậm, chữ đen	boldface
· 句號	chấm	period
· 括號	dấu ngoặc	brackets
· 連字號	dấu nối, gạch nối	hyphen
· 冒號	dấu hai chấm	colon
· 破折號	gạch ngang	dash
· 撇號 (')	dấu lược	apostrophe
· 感嘆號	dấu cảm thán	exclamation mark
· 問號	dấu hỏi	question mark
· 下劃線	gạch dưới	underline
· 小寫字母	chữ nhỏ	small letter
· 斜體	chữ nghiêng	italics
· 斜線	gạch chéo	slash
· 星號	dấu sao	asterisk
· 引號	dấu ngoặc kép	quotation marks
· 重音	trọng âm	accent
擦除，刪除	xóa, xóa bỏ	erase, delete
抄寫	chép	copy
地點	nơi	place
風格	phong cách	style
附有	kèm theo, đính kèm	enclose, attach
· 隨信附有	có kèm theo	enclosed, attached
複製	sao lại, làm thành hai bản	duplicate
腳註	chú thích ở cuối trang	footnote
結尾	kết thúc, cuối cùng	closing

居中	ở giữa	center
拼寫	chính tả	spelling
起草	phác thảo	draft
簽	ký tên	sign
· 簽名	chữ ký	signature
清除	xoá, bỏ	clear
日期	ngày tháng, ngày	date
刪除	xoá bỏ	delete
問候語	lời thăm hỏi	salutation
標題	đầu thư	heading
頁	trang	page
頁面設定	bố trí trang	page set-up
正文，主要部分	bản chính	body
· 邊	lề	margin
· 短語	nhóm từ	phrase
· 段	đoạn	paragraph
· 行	dòng	line
· 句子	câu	sentence
· 縮寫	viết tắt	abbreviation
· 附言	tái bút	P.S.
· 字	từ, chữ	word
· 字母	chữ cái	letter

21.3 書寫工具與書寫材料

筆	bút	pen
· 鉛筆	bút chì	pencil
· 螢光筆	bút dạ quang	highlighter
· 原子筆	bút bi	ballpoint pen
· 毛氈筆	bút phớt	felt pen
便條紙	tập giấy thấm, tập giấy	pad
標籤	nhãn, nhãn hiệu	label
草稿	phác thảo	draft
尺	cái thước kẻ	ruler
打孔	giùi lỗ	punch
印表機	máy in	printer
打字機	máy chữ	typewriter
· 表格鍵	phím tab, bảng kê	tab

・ 滑架，托架	bàn trượt	carriage
・ 鍵盤	bàn phím	keyboard
・ 空白	lề trang	margin
・ 空格鍵	phím cách	space bar
・ 色帶	dải, băng, ruy băng	ribbon
訂書釘	đinh kẹp, má kẹp	staple
訂書機	máy dập ghim	stapler
廢紙簍	sọt giấy vụn, sọt rác	wastebasket
影印機	máy phô-tô	photocopying machine
影印商店	cửa hàng phô-tô	photocopy shop
活頁本	sổ giấy rời	ring-binder
電腦	máy vi tính	computer
剪刀	cái kéo	scissors
膠帶	băng dính	adhesive tape
膠水	keo hồ	glue
卡，卡片	thẻ	card
拷貝	sao chép	copy
・ 兩份	hai bản sao	two copies
名片	danh thiếp	business card
墨水匣	hộp mực	cartridge
墨水	mực	ink
皮筋，橡皮筋	dây cao su	rubber band
切碎	cắt thành miếng nhỏ, xé thành mảnh nhỏ	shred
迴紋針	cái ghim, cái kẹp	clip
掃描器	máy quét	scanner
書籤	thẻ kẹp sách	marker
圖釘	đinh đầu bẹt, đinh bấm	tack
修正液	bút phủ	whiteout
文字處理器	công cụ chỉnh sửa văn bản	word processor
線，繩	dây, băng, dải	string
橡皮擦	cái tẩy	eraser
信	thư	letter
信封	phong bì	envelope
信頭	đầu thư	letterhead
邀請函	thư mời, giấy mời	invitation letter

頁	trang	page
紙	giấy	paper
・公文紙	giấy văn phòng	official paper
・一頁紙	một tờ giấy	a sheet of paper
・一令紙	một ram giấy	a ream of paper
紙夾，迴紋針	cái ghim, cái kẹp giấy	paper clip

21.4 郵遞

包	gói	packet
包裹	gói đồ, kiện hàng	package
保價的	trị giá bảo hiểm	insured
待取郵件	thư đợi lấy	mail withheld for pick-up
等候	chờ	wait for
地址	địa chỉ	address
・回信地址	địa chỉ trả lại	return address
遞送急件的信差	người chuyển phát nhanh	courier
電報	điện tín	telegram
副署，會簽	tiếp ký	countersign
・副署，會簽	chữ tiếp ký	countersignature
掛號信	thư đăng ký	registered letter
掛號郵件	bưu kiện đăng ký	registered mail
國外，寄國外	gửi nước ngoài	abroad
航空郵件	bưu kiện hàng không, bưu phẩm gửi qua máy bay	airmail
回覆	trả lời	reply
匯票，郵政匯票	phiếu gửi tiền	money order
貨到付款，貨到收款	trả tiền lúc nhận hàng	cash on delivery
機密	bí mật	confidential
寄	gửi	send
寄信人	người gửi	sender
接收	nhận được	receive
快遞	bưu kiện phát nhanh	express mail
明信片	bưu thiếp	postal card

普通平郵	bưu kiện bình thường	regular surface mail
商務信函	thư thương mại	business letter
收件人	người nhận	addressee, receiver
限時專送	bưu phẩm đặc biệt	special delivery
通信	thông tin	correspondence
· 通信的	của thông tin	correspondent
寫	viết	write
信箱	hộp thư	mailbox
· 投入信箱	đưa vào hộp thư	put into a mailbox
業務視窗	cửa sổ dịch vụ	clerk's window
印刷品	ấn phẩm	printed matter
郵包	gói bưu phẩm	postal package
郵遞	đưa thư, bưu chính	mail delivery
郵差	người đưa thư, bưu tá	letter carrier
郵費	bưu phí	postage, postal rate
郵寄	gửi qua bưu điện	send by mail
郵件	bưu kiện, bưu phẩm	mail
郵局	bưu điện	post office
郵票	tem	stamp
郵局職員	công nhân viên chức bưu chính	postal clerk
郵遞區號	mã bưu chính	postal code
郵政車	xe bưu chính	mail truck

21.5 電子郵件和網際網路

> 其他電腦用語，見 44.2-44.3。

儲存	lưu trữ	save
筆記型電腦	máy vi tính xách tay	laptop computer
超文本	siêu văn bản	hypertext
磁盤	đĩa	diskette
列印	in ấn, in	print
印表機	máy in	printer
· 雷色印表機	máy in la-de	laser printer
· 噴墨印表機	máy in phun mực	ink-jet printer

導航	duyệt lướt qua, trình duyệt mạng	navigate
點	chấm	dot
點擊	nháy chuột	click
電子郵件	thư điện tử	e-mail
電子郵件地址	địa chỉ thư điện tử	e-mail address
伺服器	máy chủ hệ phục vụ	server
游標	con trỏ chuột	cursor
交互式	cách giao hộ	interactive
空格鍵	phím cách	space bar
滑鼠	chuột	mouse
搜索	tìm kiếm	search
外圍設備	thiết bị ngoại vi	peripherals
網路	Internét	Internet
網路商	cung cấp dịch vụ Internét	Internet provider
網站	trang mạng	website
文字處理	từ xử lý, xử lí văn bản	word processing
硬碟驅動器	ổ đĩa cứng	hard drive
用戶	tên người dùng	user
用戶友好的	tiện lợi cho tên người dùng	user-friendly
在 / 小老鼠（@）	a còng (@)	at (@)

22 · 媒介

22.1 印刷媒介

報紙	tờ báo	newspaper
· 報導	phóng sự	report, reporting
· 本地新聞	tin bản xứ	local news
· 編輯，編者	biên tập	editor
· 標題，頭版頭條新聞	tiêu đề, tin chính trang đầu	headline
· 採訪	phỏng vấn	interview
· 採訪記者	phóng viên	reporter
· 插圖	minh hoạ	illustration

· 讀者	độc giả, bạn đọc	readers
· 訃告	cáo phó	obituary
· 記者	nhà báo	journalist
· 批評	phê bình	criticism
· 評論	bình luận	review
· 日報	tờ báo hàng ngày	daily newspaper
· 社論	bài xã luận	editorial
· 頭版	trang đầu	front page
· 文章	bài	article
· 新聞	tin tức	news
· 要聞	tiêu đề	headline
· 照片	ảnh, bức ảnh	photo
· 重大新聞	tin tức đặc biệt	breaking news
編輯	biên tập	edit
編輯部	bộ biên tập	editorial office
參考書	cuốn sách tham khảo	reference book
· 百科全書	bách khoa toàn thư	encyclopedia
· 詞典	từ điển	dictionary
· 定義	định nghĩa	definition
暢銷書	sách bán tốt nhất	best seller
出版	xuất bản	publish
出版商	nhà xuất bản	publisher
地圖集	tập bản đồ	atlas
訂閱	đặt mua	subscribe
· 訂閱	đặt mua	subscription
翻閱，草草瀏覽	đọc lướt qua	leaf through
犯罪報導	thông tin về tội phạm	crime report
誹謗，中傷	nói xấu, phỉ báng	defame, libel
封面，護封	bìa, bìa đọc sách	cover, dust jacket
附錄	phụ lục	appendix
公報	công báo	communiqué
廣告	quảng cáo	advertising
話劇，戲劇	kịch nói, kịch thoại	play
· 喜劇	hài kịch	comedy
· 悲劇	bi kịch	tragedy
· 正劇	chính kịch	drama

記者室	phòng báo chí	press room
校對	hiệu đính	proofread
欄目，專欄	chuyên mục, chuyên đề	column
・專欄作家，記者	phóng viên chuyên đề, phóng viên	columnist, reporter
漫畫書	truyện tranh	comics (book)
排印錯誤	lỗi in	typographical error
批評家	nhà phê bình	critic
期刊	xuất bản định kỳ	periodical
取消訂閱	hủy đặt mua	cancel a subscription
全國性報刊	báo chí toàn quốc	national press
審查	thẩm tra	censor
・審查制度	sự kiểm duyệt	censorship
詩歌	bài thơ, thơ	poem, poetry
書	tên sách	book
書名	tiêu đề sách	title
隨筆	tùy bút, tiểu luận	essay
索引	bảng hướng dẫn	index
特派記者	phóng viên đặc biệt	special correspondent
體育記者	phóng viên thể thao	sports reporter
小冊子	cuốn sách nhỏ	pamphlet, brochure
小說	tiểu thuyết	fiction, novel
・非小說	phi tiểu thuyết	non-fiction
・短篇小說	truyện ngắn	short story
・科幻小說	tiểu thuyết khoa học viễn tưởng	science fiction
・浪漫小說	tiểu thuyết lãng mạn	romantic novel
・情節	tình tiết, cốt truyện	plot
・人物	nhân vật	character
・探險小說	tiểu thuyết phiêu lưu	adventure
・懸疑小說	tiểu thuyết ly kỳ	mystery
・偵探小說	tiểu thuyết trinh thám	detective novel
寫作	viết	write

新聞發布會	họp báo	press conference
新聞社	báo thông tấn xã	press service / agency
新聞編輯室	phòng tin	newsroom
印量	số lượng in	print run
印刷	in ấn, in, ấn loát	print
・版式	trình bày bản in	typography
・絕版	tuyệt bản	out of print
・出版	xuất bản, ấn phẩm	publication
影評人	nhà phê bình điện ảnh	film critic
閱讀	đọc	read
雜誌	tạp chí	magazine
・插圖雜誌	tạp chí minh họa	illustrated magazine
・兒童雜誌	tạp chí trẻ em	kids magazine
・肥皂劇雜誌	tạp chí phim dài tập	soap-opera magazine
・婦女雜誌	tạp chí của phụ nữ	women's magazine
・黃色雜誌	tạp chí khiêu dâm	pornographic magazine
・青少年雜誌	tạp chí tuổi teen	teen magazine
・時裝雜誌	tạp chí thời trang	fashion magazine
正文，本文	văn bản	text
主要情節	câu tình tiết chính	main story
註釋	chú thích	note
撰稿人，投稿人	người cộng tác	contributor
作者	tác giả	author

22.2　電子媒介

傳呼器，B.B. call	máy gọi	pager
DJ，主持人	người chủ tọa	disc jockey
DVD 播放機	máy nghe DVD	DVD player
MP3 播放機	máy nghe nhạc mp3	MP3 player
便攜式 CD 播放器	máy nghe CD cầm tay	portable CD player
播音員	phát thanh viên	announcer

充電器	bộ nạp điện	battery charger
打開	bật, vặn, mở	turn on
帶麥克風的耳機（手機用）	tai nghe với micrô (dành cho điện thoại di động)	earphones with microphone (for cellphone)
帶子	băng	tape
電波	làn sóng phát thanh	radio wave
電視	truyền hình	television
· 壁掛電視	truyền hình treo tường	wall type television
· 閉路電視	truyền hình mạch kín	closed-circuit television
· 傳送	truyền đi	transmission
· 電纜電視	truyền hình cáp	cable television
· 電視報導	phóng sự truyền hình	television report
· 電視電影	phim truyền hình	television movie
· 電視廣播	phát sóng truyền hình	TV broadcasting
· 電視機	máy truyền hình	television set
· 電視記者	phóng viên truyền hình	television reporter
· 電視攝影機	ca-mê-ra ghi hình	television camera
· 電視網絡	mạng lưới truyền hình	television network
· 電視新聞	thời sự truyền hình	television news
· 電視演播室	phòng thu hình	television studio
· 電視遊戲節目	chương trình trò chơi truyền hình	television game show
· 電視直播	truyền hình trực tuyến	TV live
· 訪問，採訪	phỏng vấn	interview
· 肥皂劇	phim dài tập	soap opera
· 高清晰電視	TV phân giải cao, màn hình siêu nét	high-definition television
· 公共電視	truyền hình công cộng	public television
· 公共頻道	kênh công cộng	public channel
· 紀錄片	phim tài liệu	documentary

· 家用電視	truyền hình gia dùng	private television
· 看，收看	xem, đón xem	look at, watch
· 錄影帶	băng video	video tape
· 頻道	kênh	channel
· 商業廣告	quảng cáo thương mại	commercial
· 商業頻道	kênh thương mại	commercial channel
· 電視遊戲	trò chơi điện tử	video game
· 系列劇，連續劇	phim truyền hình nhiều tập	serial, series
· 遙控器	bộ điều khiển từ xa	remote control
碟片	đĩa	disc
短波	làn sóng ngắn	short-wave
影印機	máy phô-tô	copier
關掉	tắt	turn off
觀眾	người xem, khán giả	viewer
光纜	cáp quang	optic cable
光纖	sợi quang	optic fiber
廣播	phát sóng	broadcast
· 調幅，調頻	sóng AM, sóng FM	AM, FM
· 廣播，播送	đang phát thanh	air
· 開始廣播	bắt đầu phát sóng	go on the air
· 正在廣播	đang phát sóng	be on the air
幻燈片機	máy đèn chiếu	slide projector
節目，演出	trình diễn	show
· 兒童節目	chương trình thiếu nhi	children's program
· 實況節目	chương trình sống	live program
· 體育節目	chương trình thể dục thể thao	sports program
· 綜藝節目	chương trình nghệ thuật	variety program
節目單	chương trình	program
卡帶	băng cát xét	cassette tape
鋰電池	pin liti	lithium battery
立體聲裝置	thiết bị âm thanh nổi	stereo equipment
連接，接通	kết nối	make a connection

錄影帶	băng cát xét ghi hình	video cassette
錄影機	máy ghi hình	VCR
錄音機	máy ghi âm	recorder
民意測驗	thăm dò ý dân, trưng cầu ý dân	poll, rating
全球定位系統	GPS, hệ thống định vị toàn cầu	GPS (Globe Position System)
攝影師	người quay phim	cameraman
適配器，轉接器	máy tiếp hợp, ống nối	adapter
收音機	máy thu thanh	radio
・電台	đài phát thanh	station
・電台廣播網	mạng phát thanh	radio network
・電台頻率	tần số phát thanh	radio frequency
・電台新聞	tin tức đài phát thanh	radio news
・汽車收音機	máy thu thanh xe dùng	car radio
・收聽	đón nghe	listen to
・無線電廣播	truyền thanh vô truyền	radio broadcasting
・新聞報導	phóng sự mới	news report
・新聞廣播	bản tin đài	newscast
・新聞快報	tin nhanh	news flash
・袖珍收音機	máy thu thanh cỡ bỏ túi	pocket radio
數位攝影機	máy quay phim kỹ thuật số	digital video camera
DVD 光碟	đĩa DVD	DVD
數位影像	hình ảnh kỹ thuật số	digital image
天氣預報	dự báo thời tiết	weather report
天線	ăng ten	antenna
投影機	máy đèn chiếu, máy áo đăng	projector
脫口秀	chương trình nói chuyện	talk show
衛星電視	truyền hình vệ tinh	satellite television
衛星天線	đĩa parabôn vệ tinh	satellite dish
衛星轉播	truyền qua vệ tinh	via satellite
無線電話	điện thoại không dây	cordless phone

無線的	không dây, vô tuyến	wireless
無線電話	điện thoại vô tuyến	wireless phone
音響設備	thiết bị âm thanh	audio equipment
・播放	phát	play
・磁帶，卡式磁帶	băng cát xét	cassette
・錄音帶播放機	máy cát xét	cassette player
・調音器，調諧器	nút chinh âm	tuner
・耳機	tai nghe	headphones
・光碟	đĩa quang học, CD	compact disc, CD
・話筒	micrô	microphone
・擴音器	bộ khuếch đại	amplifier
・錄音	ghi âm	recorder
・聽筒	ống nghe	receiver
・揚聲器，播音喇叭	loa	speaker
影碟	đĩa video	videodisc

22.3 廣告宣傳

標誌	biểu tượng	logo
電視廣告	quảng cáo truyền hình	television advertising
電台廣告	quảng cáo phát thanh	radio advertising
廣告	quảng cáo	advertisement, advertising
廣告標誌	biểu tượng quảng cáo	advertising sign
廣告歌詞	nhạc quảng cáo	jingle
廣告公司	công ty quảng cáo	advertising agency
廣告攻勢	chiến dịch quảng cáo	advertising campaign
廣告時間	giờ quảng cáo	advertising break
海報	áp phích	poster
口號	khẩu hiệu	slogan
禮券，購物優惠券	phiếu mua hàng	coupon, voucher
免費的	miễn phí	free
・免費樣品	hàng mẫu miễn phí	free sample
品牌，標誌	thương hiệu	brand

說明書	sổ tay	directions
小廣告傳單	tờ rói	flier
樣品	mẫu, mẫu hàng	sample
主辦	tài trợ, tổ chức	sponsoring
主辦者	nhà tài trợ, nhà tổ chức	sponsor

23 · 感受

23.1 心情、態度與情感

愛	mến, yêu	affection
愛打聽的，好管閒事的	hay sục sạo, tò mò, thọc mạch, hay can thiệp vào việc người khác	nosy
愛社交的	thích giao du, thích kết bạn	sociable
愛炫耀的，虛誇的	vênh vang, khoác lác, khoe khoang	pompous
傲慢的	kiêu kỳ, kiêu căng, ngạo mạn	haughty
抱怨	oán trách	complain
・抱怨	kêu ca, phàn nàn	complaint
卑鄙，惡劣	hèn hạ, đê hèn	vileness, baseness
卑躬屈膝的，奉承拍馬的	khúm núm, xum xoe, xu nịnh	obsequious
卑屈的，屈從的	khuất phục	servile
悲哀，悲傷	phiền muộn, buồn bã	sorrow, sadness
・悲哀的，悲傷的	buồn rầu, đau đớn	sad
背信棄義，不忠貞的	phản bội, bội bạc	perfidious
不道德的	vô đạo đức	immoral
不得不	buộc phải, phải làm	have to
不感恩的，忘恩負義的	vô ơn, bội nghĩa	ungrateful
不光彩的	đáng hổ thẹn	dishonorable
不慌張的	không bận rộn, không vội vàng	unflustered
不滿意	bất mãn	dissatisfaction

・ 不滿意的	không hài lòng	dissatisfied
不同意	không đồng ý	disagree
・ 不同意	sự bất đồng	disagreement
不忠誠的	không trung thành	unfaithful
殘忍的	tàn nhẫn	merciless
嘲笑的	chế nhạo, nhạo báng, chế giễu	mocking, derisive
吵鬧的	ồn ào	noisy
誠摯	lòng chân thành	cordiality
・ 誠摯的	chân thành	cordial, sincere
慈善	từ thiện	charity
粗魯	láo xược, thô lỗ	roughness, rudeness
粗俗，下流	thô tục, thô lỗ, đê hèn	vulgarity
・ 粗俗的，下流的	thô bỉ, thô tục	vulgar
大笑	cười, cười vang lên	laugh
值得讚賞的	đáng khen ngợi	laudable
擔心，害怕的	sợ hãi, sợ sệt	fearful
墮落的	suy đồi	degenerate
反常的	khác thường	perverted
反對	chống lại	be against
放肆的，驕傲的	tự phụ, vênh váo	cocky
放鬆，減輕	nhẹ bớt, giảm bớt	relieve
放縱的，放蕩的	chơi bời phóng đãng	dissolute
瘋狂的，狂熱的	điên, cuồng	maniacal
諷刺的，挖苦的	chế giễu, mỉa mai	sarcastic
奉承	tâng bốc, xu nịnh, bợ đỡ	flatter
・ 奉承	tâng bốc, xu nịnh, bợ đỡ	flattery
服從的，順從的	nghe lời, ngoan ngoãn	obedient
腐化的，道德敗壞的	đồi trụy, suy đồi, sa đoạ	depraved
敢於	dám	dare
感到傷心	cảm thấy thương tâm	become sad
感到羞愧	cảm thấy xấu hổ	be ashamed

感到厭煩	cảm thấy chán nản	become bored
感官的	thuộc giác quan	sensuous, sensual
感激的	biết ơn	grateful
感覺	cảm giác	feeling
感謝，感恩	cảm ơn	thankfulness
· 感謝	cảm ơn	thank
· 感謝的	cám ơn, biết ơn	thankful
高興，幸福	hạnh phúc	happiness
· 高興的	vui mừng	happy
恭敬的	tôn trọng, tôn kính, kính trọng, cung kính	deferent, deferential
古怪的，奇怪的	quái lạ, lạ lùng	oddball
鼓勵	khuyến khích, khích lệ	encourage
· 受鼓勵的	khuyến khích	encouraged
光榮的，體面的	danh dự, đáng vinh dự	honorable
詭計多端的	có mưu đồ	scheming
害怕，擔心	sợ hãi, sợ	fear, be afraid
毫無顧忌的	chẳng kiêng nể gì cả	unscrupulous
好色的，淫蕩的	dâm dật, dâm đãng	lascivious
好爭論的，好打官司的	tranh tụng, kiện tụng	litigious
合宜，得體	thích hợp, vừa vặn	decency
· 合宜的，得體的	vừa vặn	decent
壞蛋，惡棍	tên vô lại, tên du thủ du thực, thằng tồi, thằng đểu	scoundrel
壞脾氣的	xấu tính, hay cáu, dễ nổi nóng	bad-tempered
揮霍的，浪費的	ăn tiêu hoang phí, vung tay quá trán	spendthrift
激烈的	hung dữ, hung tợn	fierce
激情，熱情	đam mê, nhiệt tình	passion
極度激動的，發狂的	điên cuồng	frenetic
躁急不安的	bồn chồn sốt ruột	restless
堅定的，堅信的	kiên định	steadfast
講究禮節的	chuộng nghi thức	ceremonious

焦慮	mối lo âu, mối băn khoăn	anxiety
・ 焦慮的	lo âu, băn khoăn	anxious
接觸	tiếp xúc	contact
謹慎的，小心的	thận trọng, cẩn thận	cautious
驚奇	ngạc nhiên, kinh ngạc	surprise
・ 使驚奇	làm ngạc nhiên, làm kinh ngạc	surprise
・ 驚奇的	ngạc nhiên, kinh ngạc	surprised
沮喪，消沈	chán nản, ngã lòng	depression
・ 沮喪的，消沉的	chán nản, ngã lòng	depressed
捐助人	người quyên góp	benefactor
絕望	tuyệt vọng	desperation
・ 絕望的	tuyệt vọng	desperate
覺得	cảm thấy	feel
開心的	thích thú, khôi hài	funny
慷慨	rộng lượng	generosity
渴望	háo hức, hăm hở, thiết tha	eager
哭	khóc	cry
・ 哭	khóc lóc, kêu la	crying
苦澀的	đắng	bitter
誇獎，讚揚	khen ngợi	praise
自誇的	sự khoe khoang	boastful
快樂	niềm vui	joy
寬宏大量	độ lượng khoan dung	magnanimity
・ 寬宏大量的	hào hùng	magnanimous
狂怒的	giận dữ, hung dữ	furious
狂熱的	cuồng tín	fanatic
困惱的，為難的	làm phiền, khó chịu	worried
懶惰的	lười biếng, biếng nhác	indolent
懶散的	ngồi không	idle
浪蕩的	lang thang, lêu lổng, cầu bơ cầu bất	vagabond

樂趣，享受	vui vẻ, hưởng thụ	fun, enjoyment
樂善好施的，仁慈的	từ thiện, nhân từ	philanthropic
冷嘲的，譏諷的，挖苦的	chua chát, mỉa mai, nhạo báng, châm biếm	sardonic, ironic
冷靜的，清醒的	bình tĩnh, tỉnh táo	sober
冷漠	không quan tâm, ghẻ lạnh	indifference
• 冷漠的	không quan tâm, ghẻ lạnh	indifferent
滿意	hài lòng	satisfaction
• 滿意的	hài lòng	satisfied
沒精打采的	bơ phờ, mệt mỏi	slouch, lethargic
迷人的，吸引人的	vui thích, hấp dẫn	enchanting
敏感	nhạy cảm	sensitivity
• 敏感的	sự nhạy cảm	sensitive
耐心	kiên nhẫn	patience
• 有耐心	có sự kiên nhẫn	have patience
能夠	có thể	be able to
品質	phẩm chất	quality
平庸	xoàng, tầm thường	mediocrity
• 平庸的	tầm thường	mediocre
謙虛的	khiêm tốn	modest
強烈的慾望	mong muốn mãnh liệt	strong desire
愛玩耍的	hay vui đùa, hay đùa	playful
輕鬆，寬慰	nhẹ nhàng, thư giãn	relief
輕鬆愉快的	nhẹ nhàng, vui vẻ, vô tư lự, thư thái	light-hearted
情緒	tính khí, tâm tính, tính tình	mood
情緒低落	tinh thần sút kém	be down
情緒高昂	tinh thần hăng hái	be up
確定的，肯定的	chắc chắn, nhất định	sure, certain
確信	tin chắc	assure
惹麻煩的人	kẻ gây rối loạn, kẻ phá rối	troublemaker
仁慈	từ thiện, nhân từ	philanthropy
• 仁慈的	nhân từ, từ bi	merciful

容忍	khoan dung	tolerance
• 容忍，忍住	chịu đựng	tolerate
色情的，性愛的	nhục dục	erotic
傻的	ngu ngốc	silly
生氣	tức giận	anger
• 生氣的，繃著臉的	tức giận, sưng sỉa	angry, sulky
失望	thất vọng	disappoint
• 失望的	thất vọng, vô vọng	disappointed
說教的	thuyết giáo	moralistic
鬆弛緊張情緒，洩怒	thư giãn	let off steam
態度	thái độ	attitude
貪婪的	tham, tham lam	voracious
精力充沛的	đầy khí lực, đầy sức sống	lusty
挑釁的，煽動的	khiêu khích, kích động	provocative
同情	thông cảm, đồng tình	sympathy
• 同情的	thông cảm, đồng tình	sympathetic
同意	đồng ý	agree
頭腦冷靜的	bình tĩnh, điềm đạm	level-headed
頭腦清醒的	đầu óc tỉnh táo	hard-headed
推托的，逃避的	lảng tránh, lần tránh, thoái thác	evasive
頑皮的，淘氣的	tinh nghịch, nghịch ngợm	mischievous, naughty
頑強的，固執的	ngoan cường, cố chấp	tenacious
溫柔	dịu dàng	tenderness
溫順的，順從的	nghe theo, thuận theo	malleable
文雅，禮貌	tao nhã, lịch sự	gentility, politeness
無法忍受的	không thể chịu nổi	unbearable
希望	hy vọng	hope
下流的	khiếm nhã, sỗ sàng	indecent
想要	muốn	want

小氣的	hẹp hòi, hẹp bụng	mean-minded
小心謹慎的，細心的	chu đáo, tỉ mỉ	scrupulous
笑	cười	smile
・笑聲	tiếng cười	laugher
心情不好	tâm trạng không vui	bad mood
情緒不穩的，鬱鬱寡歡的	buồn rầu, ủ rũ	moody
心情好	tâm trạng vui vẻ	good mood
心緒煩亂的	tâm trạng rối bời	upset
信任	tin tưởng, tin cậy	faith, trust
・信任	tin tưởng	trust
性感的	gợi cảm	sexy
羞恥	xấu hổ	shame
・沒有羞恥的	vô liêm sỉ, trở trẽn	shameless
・羞恥的	biết xấu hổ, hổ thẹn	shameful
虛偽	ngụy thiện, giả nhân giả nghĩa	hypocrite
・虛偽的	đạo đức giả, giả nhân giả nghĩa	hypocritical
需要	cần	need
・需要	cần phải	need
馴服的，聽話的	ngoan ngoãn	docile
嚴格的	nghiêm ngặt	strict
厭惡	ghê tởm	disgust
厭煩	phiền buồn	bore
・厭煩	buồn	boredom
・厭煩的	buồn	bored
要緊，有重大關係	quan trọng	matter
異想天開的	kỳ lạ, viển vông	whimsical
易變的，變化無常的	hay thay đổi, thay đổi thất thường	volatile
易受騙的	dễ bị lừa	gullible
淫蕩的，下流的	dâm dục, dâm dật	lewd
淫穢的	tục tĩu dâm ô	bawdy
勇猛的，無畏的	gan dạ, dũng cảm	intrepid
幽默	hài hước	humor
・幽默的	hài hước	humorous
猶豫的	do dự	hesitant
友誼	hữu nghị	friendship

有價值的，可尊敬的	xứng đáng, đáng kính trọng	worthy
有節制的，遵紀守法的	có hạn chế, có kỷ luật	well-disciplined
有效的	có hiệu quả, hữu hiệu	effective
有效率的	có hiệu quả	efficient
慍怒的，不寬恕人的	sưng sỉa, buồn rầu, ủ rũ	sullen
沾沾自喜，自鳴得意	dương dương tực đắc	smug
真誠的，誠懇的	chân thành, thành khẩn	devout
爭辯	tranh luận	argue
・爭辯	tranh cãi	argument
正派得體，端莊穩重	đúng đắn, đoan trang	decorum
正確的，合適的	đúng, thích hợp	correct, proper
直截的	dứt khoát	direct
值得敬重的	đáng tôn kính	estimable
專橫的，自行其是的	táo bạo, tự phụ, quá tự tin	presumptuous
自卑感	tính tự bi	inferiority
自發的，不由自主的	tự phát, không chủ tâm	spontaneous
自發性	tự phát	spontaneity
自負的	tự phụ, kiêu ngạo, tự cao tự đại	conceited
自誇者	người khoe khoang khoác lác	braggart
自我娛樂	tự tìm niềm vui	enjoy oneself
自我主義	chủ nghĩa ích kỷ	egoism
尊敬的	tôn trọng	respectful
作樂，玩樂	vui chơi	have fun

23.2 喜好與厭惡

愛，愛情	tình yêu, ái tình	love
・愛，熱愛	yêu	love
不喜歡	không thích	dislike
・不喜歡	không thích	dislike

恨，仇恨	thù hận	hatred
・恨	ghét	hate
接受	chấp nhận	accept
・不可接受的	không thể chấp nhận	unacceptable
・可接受的	chấp nhận được	acceptable
偏愛	thích	prefer
普通的，中等的	tầm thường, xoàng	mediocre
親吻	nụ hôn	kiss
・親吻	hôn	kiss
討厭	ghét, ghét cay ghét đắng	detest
喜歡	thích	like
・喜歡（某事物）	được thích (cái gì)	be fond of (something)
厭惡	ghê tởm	disgust
・厭惡的	ghê tởm	disgusted
愉快	vui vẻ	pleasant
・不愉快	khó chịu, không vui vẻ	unpleasant
贊同	đồng ý, tán thành	approval
・贊同	đồng ý, tán thành	approve

23.3 表達情緒

安靜！	Yên lặng! Im lại	Quiet!
閉上嘴！	Im lại! Im!	Shut up!
不可能。	Không thể làm được! Không thể có được! Không thể xảy ra được!	Impossible!
對不起。	Tôi xin lỗi.	I'm sorry.
多幸運哪！	Thật may mắn!	How fortunate!
夠了！	Đủ rồi!	Enough!
可憐的女人！	Người đàn bà đáng thương!	Poor woman!
可憐的人／男人！	Người đàn ông đáng thương!	Poor man!
沒關係。	Không quan trọng. Không có gì	It doesn't matter.
難以置信！	Không thể tin được!	Unbelievable!

你在開玩笑嗎？	Bạn đang đùa ư?	Are you joking?
太糟了！	Quá tồi tệ!	Too bad!
天哪！	Trời ơi	Good Heavens!
我不能忍受他！	Tôi không thể chịu đựng ông ta!	I can't stand him!
我不想…	Tôi không muốn...	I don't feel like...
我不相信這事！	Tôi không tin!	I don't believe it!
我是認真的。	Tôi nói thật đấy!	I'm serious!
我希望…	Tôi muốn...	I wish...
小心！	Hãy cẩn thận!	Be careful!
謝天謝地！	Cảm ơn Chúa! Nhờ Chúa!	Thank goodness!
呀！嘖！	Gớm! Tởm quá!	Ugh!
真不幸！	Thật không may!	Unfortunately!
真的？	Có thật không?	Really?
真討厭！	Thật đáng ghét!	What a bore!

24 · 思想

24.1 想法

創造力	óc sáng tạo, tính sáng tạo	creativity
· 有創造力的	có tính sáng tạo	creative
存在	tồn tại	existence
反思	cân nhắc	reflection
複雜	phức tạp	complicated
概念	khái niệm	concept
觀點	quan điểm	opinion
· 依我看	theo quan điểm của tôi	in my opinion
懷疑	nghi ngờ	doubt
· 懷疑的	nghi ngờ	doubtful
機靈，足智多謀	tính nhanh, mưu trí	ingenuity
· 機靈的，足智多謀的	khéo léo	ingenious
記憶	ký ức, nhớ	memory
假設	giả thuyết	hypothesis

簡單的	đơn giản	simple
具體的	cụ thể	concrete
困難	khó khăn	difficult
邏輯	lôgíc	logic
夢想	mơ, mơ mộng	dream
明白的	dễ nhận thấy, dễ biết	sensible
判斷	phán đoán	judgment
容易	dễ dàng	easy
思想	suy nghĩ	thought
問題	vấn đề	problem
· 沒問題。	Không có vấn đề.	No problem.
無知	thiếu hiểu biết	ignorance
· 無知的	ngu dốt, dốt nát	ignorant
想法，主張	ý tưởng, chủ trương	idea, mind
想像，異想天開	trí tưởng tượng, ý nghĩ kỳ quặc	imagination, fantasy
信念	niềm tin	belief
意識	ý thức	conscience
· 有意識的	chu đáo, tỉ mỉ, có ý thức	conscientious
有趣	thích thú	interest
· 有趣的	thú vị, thích thú	interesting
原因	lý do	reason
知識	kiến thức	knowledge
· 有知識的，精明的	có kiến thức, thông minh	knowledgeable
智慧	trí tuệ	wisdom
智力	trí thông minh, trí óc	intelligence
· 聰慧的	thông minh	intelligent

24.2 思考

存在	tồn tại	exist
錯誤	sai, sai lầm	be wrong
對…感興趣	có hứng thú	be interested in
反思，反省	phản ánh	reflect
構思	cấu tứ, ý tưởng	conceive
懷疑	nghi ngờ	doubt
記憶	ghi nhớ	memorize

記住	nhớ	remember
解決問題	giải quyết vấn đề	solve a problem
了解	học, được biết	learn
夢想	mơ, mơ mộng	dream
明白	hiểu	understand
你怎麼認為？	Bạn nghĩ thế nào?	What do you think?
判斷	phán đoán	judge
勸說	thuyết phục	persuade
勸阻	khuyên can	dissuade
說服	thuyết phục	convince
思考	nghĩ	think
同意	đồng ý	agree
推理	suy luận	reason
忘記	quên	forget
相信	tin tưởng	believe
想像	tưởng tượng	imagine
研究	nghiên cứu	study
演示，證明	bày tỏ	demonstrate
正確	điều phải, đúng đắn	be right
知道	biết	know

六、日常生活

25 · 家居

25.1 房屋與房屋的類型

把手	tay nắm cửa	handle
百葉窗	cửa chớp, bức màn che	shutter, blind
別墅	biệt thự	villa
・ 小別墅	biệt thự nhỏ	small villa
餐具室，配餐室	tủ bếp	pantry
餐室，餐廳	phòng ăn	dining room
廁所	nhà vệ sinh	toilet
・ 馬桶	bồn cầu	toilet (bowl)
車庫	nhà xe, ga ra, chỗ chữa ô tô	garage
廚房	nhà bếp	kitchen
儲藏室	phòng kho	storage space
窗戶	cửa sổ	window
・ 彩色玻璃窗	cửa kính màu	stained-glass window
・ 窗框	khung cửa sổ	window frame
・ 窗台	bậu cửa sổ	window ledge, sill
地板	sàn nhà	floor
地基	móng nhà	foundation
地下室	tầng hầm	basement
電扇	quạt điện	fan
防盜警報器	thiếp bị cảnh báo trộm	burglar alarm
房頂	mái nhà	roof
房間	phòng	room
房屋	ngôi nhà	house
扶手（樓梯等的）	tay vịn cầu thang	handrail
閣樓，頂樓	gác mái	attic, loft

隔牆，隔板	liếp ngăn, tường ngăn	partition, wall
拱道	cổng tò vò, lối đi có mái vòm	archway
拱門	vòm, cửa tò vò	arch
固定裝置	lắp đặt cố định	fixture
海濱別墅	nhà ở bãi biển	beach house
花園	vườn	garden
鏡子	gương	mirror
酒窖	hầm rượu	wine cellar
開關	công tắc	switch *(light)*
欄杆，扶手	lan can, tay vịn	banister
淋浴器	hương sen tắm	shower
樓梯	cầu thang	stairs
樓梯平台	chiếu nghỉ cầu thang	landing
毛巾架	giá để khăn	towel rack
門	cửa	door
・合頁	bản lề	hinge
・門把手	quả đấm cửa	door knob
・門邊框	khung cửa	jamb
・門鏡，觀察孔	mắt thần	spy-hole
・門鈴	chuông cửa	doorbell
門廊	hàng lang cửa	porch
暖炕	lò sưởi	floor heating system
起居室，客廳	phòng khách	living room
前院	sân ngoài, sân trước	forecourt
牆	tường	wall
設備	thiết bị	installation
水池	chậu rửa bát	sink
水龍頭	vòi nước	faucet
台	nền đất, thềm đất	terrace
台階	bực thềm	step
天花板	trần	ceiling
推拉門	cửa kéo đẩy khe trượt	sliding door
臥室	phòng ngủ	bedroom
洗手池	la-va-bô	washbasin
鑲板	đóng ván ô	paneling

小屋	túp lều	hut
信箱	hộp thư	mailbox
煙囱	ống khói	chimney
陽台	ban công, sân gác	balcony
衣櫃	tủ áo	clothes closet
衣架	giá treo áo, giá áo	clothes rack
醫藥箱	túi thuốc, hộp thuốc, tủ thuốc	medicine chest
走廊	hiên, hè	veranda
浴缸	bồn tắm	bathtub
浴室	phòng tắm	bathroom
組合屋	nhà lắp ghép	prefab
院子，天井	sân trong	patio
正面	mặt chính nhà	façade
住宅	nhà ở	dwelling
莊園	đồn điền, trang trại	estate
走廊	hành lang	corridor

25.2 家具與家庭用品

包	túi	bag
被子	mền đắp, chăn	quilt
畚箕	cái hót rác	dust pan
壁畫	bức tranh tường	wall painting
玻璃櫃	tủ kính	glass cabinet
抽屜	ngăn kéo	drawer
吸塵器	máy hút bụi	duster
廚房秤	cân bếp	kitchen scales
廚房架	kệ bếp	kitchen shelf
廚灶，爐灶	lò, bếp, nồi nấu	cooker, stove
窗簾	rèn cửa	curtain
床	giường	bed
床單	khăn trải giường	bed sheet
床墊	nệm giường	mattress
床頭櫃	tủ giường	bedside table
床罩	khăn phủ giường	bedspread
燈	đèn	lamp
凳子	ghế con	stool

電冰箱	tủ lạnh	refrigerator
漏斗	cái phễu	funnel
肥皂盒	hộp xà bông	soap-dish
縫紉機	máy khâu	sewing machine
扶手椅	ghế bành	armchair
待洗衣店	quần áo cho giặt	laundry
蓋子，罩	vung, nắp, bao phủ	cover, covering
高腳椅	ghế cao	high chair
購物袋	túi mua hàng	shopping bag
掛鉤	cái móc	hook
盒子	hộp	box, tin
加熱器	máy làm nóng	heater
加濕器	máy giữ độ ẩm không khí	humidifier
家具	đồ nội thất	furniture
・一件家具	một đồ nội thất	a piece of furniture
架子	kệ	shelf
烤箱	lò nướng	oven
垃圾桶	thùng rác	garbage bin
垃圾箱	thùng rác	dustbin
蠟	sáp	wax
籃子	cái rổ, cái giỏ	basket
冷凍櫃	máy ướp lạnh, máy làm kem	freezer
毛巾	khăn	towel
門墊	đệm chùi chân	doormat
寢具	bộ đồ giường	bedding
清潔布	vải lau, giẻ lau	cleaning cloth
熱水器	bình nước nóng	water-heater
暖房裝置	bộ tản nhiệt	radiator
掃帚	chổi	broom
沙發	ghế xôfa, ghế trường kỳ, đi văng	sofa, divan
沙發被覆材料	chất liệu bọc ghế	upholstery
手推車，活動車	xe đẩy tay	cart, movable tray
書櫃	tủ sách	bookcase
書架	kệ sách, giá sách	bookshelf
梳妝台	bàn gương trang điểm	dressing table

刷子	bàn chải	brush
檯燈	đèn bàn	table lamp
毯子	chăn	blanket
躺椅	ghế nằm	recliner
燙衣板	tấm ván ủi	ironing board
拖把	cây lau nhà	mop
碗櫥，碗櫃	tủ đựng đồ ăn, tủ bếp	cupboard
微波爐	lò vi sóng	microwave oven
衛生紙	giấy vệ sinh	toilet paper
吸塵器	máy hút bụi	vacuum cleaner
洗碟布	vải rửa chén	dish cloth
洗碗機	máy rửa chén	dishwasher
洗衣房	phòng giặt ủi	laundry
洗衣機	máy giặt	washing machine
洗衣籃	giỏ giặt	laundry basket
香皂	xà phòng thơm	household soap
小地毯	thảm nhỏ	rug
寫字台	bàn viết	writing desk
遙控器	bộ điều khiển từ xa	remote control
延長線路	dây kéo dài	extension cord
搖椅	ghế xích đu	rocking chair
衣服烘乾機	máy sấy quần áo	clothes dryer
椅子	ghế	chair
浴室秤	cân phòng tắm	bathroom scale
灶具	lò bếp	stove element
摺疊椅	ghế gấp	folding chair
枕套	áo gối	pillowcase
枕頭	gối	pillow
蒸汽熨斗	bàn là hơi	steam iron
貯藏櫃	tủ chứa đồ	cabinet
裝飾	trang trí, trang hoàng	decor, decoration
坐墊	cái đệm, cái nệm	cushion

25.3 廚房用具與餐具

杯子	tách, chén	cup
玻璃杯	cốc, ly	glass
擦菜板，磨碎器	bàn xát, máy nghiền	grater

餐巾	khăn ăn	napkin
叉子	cái nĩa	fork
茶杯	tách, chén uống trà	teacup
茶杯托盤	khay	tray
茶碟	đĩa để cốc tách	saucer
茶匙	muỗng cà phê	teaspoon
・ 一茶匙	thìa đầy	teaspoonful
茶壺	ấm pha trà	teapot
長頸大肚水瓶	bình đựng nước	carafe
瓷器	sứ, đồ sứ	china
打蛋器	que đánh trứng	egg-beater
大壺，罐	bình có tay cầm và vòi	jug
大口酒杯	cốc vại, chén tống	beaker, tumbler
刀	dao	knife
・ 刀把	chuôi dao, cán dao	handle
・ 刀具	dụng cụ dao	cutlery
・ 刀刃	lưỡi dao	blade
・ 刀身	lưỡi dao	blade
搗碎器	máy nghiền	masher
放盤架	chạn bát đĩa	plate-rack
蓋子	nắp, vung	lid
乾燥器	máy sấy	dryer
缸子	chén vại, ca	mug
工具	dụng cụ	tools
罐頭	đồ hộp	can
罐子	ấm, bình, lọ, chậu, hũ	pot
胡椒瓶	bình hạt tiêu	pepper container
花瓶	bình hoa, lọ bông	vase
家庭用具	đồ dùng gia đình	household articles
煎鍋	cái chảo, chảo rán	frying pan
絞肉機	máy băm thịt	mincer
攪拌器	máy xay, máy trộn	blender, mixer
酒杯	cốc uống rượu	drinking glass
酒罐	chậu vò rượu	drinking can
臼，搗缽	cối giã	mortar
咖啡壺	ấm cà phê	coffee pot
開瓶器	cái mở chai	bottle opener

開塞鑽	cái mở nút chai hình xoắn	corkscrew
砍刀	dao chặt	chopping knife
烤麵包機	lò nướng bánh	toaster
烤盤	đĩa nướng	pan
量杯	cốc đo	measuring cup
量勺	muỗng đo	measuring spoon
濾器，漏勺	cái chao	colander
麵包籃	giỏ bánh mì	bread basket
麵粉過濾器	rây bột	flour sifter
木塞套	đai nút bần	cork cap
木勺	thìa gỗ	wooden spoon
牛奶罐	bình sữa	milk jug
盤子	đĩa	dish
烹飪鍋	nồi nấu ăn	cooking pot
平底鍋	xoong	pan
瓶子	chai	bottle
・瓶裝的	đóng chai	bottled
葡萄酒杯	cốc rượu vang	wine glass
器皿	đồ dùng, dụng cụ	utensil
淺碟	đĩa nông	saucepan
沙拉碗	chén xa-lát	salad bowl
砂鍋	nồi đất	casserole
勺子	môi múc canh	ladle
食譜	thực đơn	recipe
收音機	máy thu thanh	radio
水杯	cốc nước	water glass
水果盤	chén trái hoa quả	fruit bowl
水壺	ấm đun nước	kettle
湯匙	muỗng	spoon
糖碗	chén đường	sugar bowl
甜食叉	nĩa ăn món tráng miệng	dessert fork
甜食盤	đĩa món tráng miệng	dessert dish
桶	cái thùng, cái xô	pail
土豆搗爛器	máy nghiền khoai tây	potato masher
土豆去皮刀	máy bóc vỏ khoai tây	potato peeler
托盤，送食物小車	khay, xe đẩy	tray, trolley

碗	chén, bát	bowl
錫箔紙	giấy thiếc	tinfoil
壓力鍋，蒸鍋	nồi áp suất, nồi đun hơi	pressure cooker, steamer
牙籤	tăm	toothpick
鹽瓶	bình muối	salt container
奶瓶	chai sữa	baby bottle
鑰匙	chìa khoá	key
堅果鉗	cái kẹp quả hạch	nutcracker
砧板	cái thớt	chopping board
桌布	khăn trải bàn / bàn ăn	tablecloth

25.4 裝置與工具

扳手	chìa vặn đai ốc	wrench
保險絲	cầu chì	fuse
• 燒斷保險絲	dứt cầu chì	blow a fuse
刨子	cái bào	plane
壁紙	giấy dán tường	wallpaper
插銷	đầu cắm	bolt
插頭	phích cắm điện	plug
插座	ổ cắm điện	electric outlet
錘子	búa	hammer
銼刀	cái giũa	file
大頭錘	cái vồ	mallet
燈泡	bóng đèn	light bulb
電	điện	electricity
釘子	cái đinh	nail
• 釘	đóng đinh	nail
工具	công cụ	tool
供暖	sưởi ấm	heating
管線系統	hệ thống ống nước	plumbing
光	ánh sáng	light
輥子	ống cuộn	roller
換氣扇，排風扇	máy thông gió, quạt	stove air vent
夾鉗	cái kẹp, bàn kẹp	clamp
金屬器件	phần cứng	hardware
金屬絲，電線	dây điện	wire
• 線路	hệ thống dây điện	wiring

鋸子	cái cưa	saw
絕緣	cách điện	insulation
空調	máy lạnh	air conditioning
螺絲	vít	screw
螺絲刀	chìa vít	screwdriver
・擰上，鎖上	bắt vít	screw
・卸下	mở bù lon	unscrew
煤氣，瓦斯	khí thắp, hơi đốt	gas
漆	sơn	paint
・亮光漆	sơn bóng, dầu bóng	gloss paint, varnish
・漆刷	bàn chải sơn	paint brush
・刷漆	đánh sơn bóng	paint
・油漆未乾	có sơn ướt	wet paint
鉗子	kìm	pliers, tongs
砂紙	giấy ráp, giấy nhám	sandpaper
手電筒	đèn pin	flashlight
・電池	pin	battery
為家配備家具	đặt gia cụ trong nhà	furnish one's home
鑿子	cái đục, cái chàng	chisel
遮蔽膠帶	băng cách điện	masking tape
轉接器	bộ tiếp hợp	adapter
鑽頭	khoan	drill

25.5 公寓

出口	lối ra	exit
・緊急出口	lối thoát khẩn cấp	emergency exit
出租	cho thuê	lease
・租	thuê	rent
公寓房間	phòng đơn	apartment
電梯	thang máy	elevator
翻修，翻新	đổi mới	renovate
房客	người thuê nhà	tenant
房東	chủ nhà	landlord
承租人	người thuê nhà	lodger
房租	thuê	rent
・逾期房租費	tiền thuê quá hạn	overdue rental

廢物處理	xử lý chất thải	waste-disposal
公寓樓	dãy buồng chung cư	apartment building
公寓套房	phòng xép, buồng trong	condominium
樓層	tầng gác	floor level
・一樓	tầng trệt, tầng một	ground floor
樓房	nhà cao tầng	building
樓房正門	cửa chính của tòa nhà	main door of a building
樓梯間	cầu thang	staircase, stairwell
內部通話系統	hệ thống liên lạc nội bộ	intercom
驅逐（租戶等）	đuổi, trục xuất	eviction
入口，大門	lối vào	entrance
修理	sửa chữa	repair

25.6　其他家居詞彙

擺桌子	bày bàn	set the table
搬，移動	dọn nhà, dời nhà	move
搬家	dọn nhà	moving (residence)
褓姆	người giúp việc, bảo mẫu	nanny
沖洗	giội nước cho sạch	flush
打掃，清洗	đánh sạch, tẩy sạch, vét sạch, quét sạch	clean
管家	quản gia	housekeeper
建造	xây dựng	build
買	mua	buy
賣	bán	sell
容納，居住	chứa trong một phòng	house
收拾桌子	dọn bàn	clear the table
洗	rửa	wash
洗碗	rửa chén đĩa	wash dishes
鑰匙	chìa khoá	key
熨燙	ùi	iron
在家，在家聚會	tại nhà, bữa tiệc ở nhà	at home

| 住戶，屋主 | chủ hộ, chủ nhà ở | householder, house owner |
| 住在 | sống ở | live in |

26 · 餐飲

26.1 烹調

菜譜	công thức	recipe
菜單	thực đơn	menu
大淺盤	đĩa lớn	platter
倒，灌	rót, đổ, giội, trút	pour
多汁的	có nhiều nước	juicy
飯菜	thực phẩm	food
腐爛的	thiu	rotten
醬汁	dầu dầm, xì dầu	sauce
煎得嫩的，三分熟的	nửa chín, tái	rare *(meat)*
攪拌	khuấy, trộn	stir, mix
開胃品	món ăn khai vị	appetizer
烤	nướng	roast
烤焙的	nướng	broiled
苦的	đắng	bitter
辣的	cay	spicy, hot
裡脊	thịt thăn	filet
美味的	ngon	tasty
牛排	bít tết	steak
排骨	sườn, món cốtlét	chop, cutlet
配菜	món ăn thêm	side dish
烹調	cách nấu nướng	cuisine
皮	da	skin
切，剁	cắt	cut
切成片	cắt ra từng miếng mỏng, lạng	slice
全熟的	thật chín	well-done
沙拉	món xa-lát	salad
燒烤的	món nướng	grilled
什錦沙拉	xa-lát thập cẩm	mixed salad
熟的	chín	ripe

酸的	chua	sour
甜的	ngọt	sweet
餡兒	nhồi nhét	stuff
腿肉	món đùi gà	leg (chicken, turkey, etc.)
味淡的	nhạt	mild
鹹的	mặn	salty
削	bóc, gọt	peel
胸肉	thịt ngực (gà, gà tây, vv)	breast (chicken, turkey, etc.)
宴會	tiệc	banquet
一餐,膳食	bữa ăn	meal
・吃快餐	ăn nhanh	have a snack
・吃午餐	ăn trưa	have lunch
・吃早餐	ăn sáng	have breakfast
・吃正餐	ăn tối	have dinner
・快餐	bữa ăn nhanh	snack
・午餐	bữa trưa	lunch
・早餐	bữa sáng	breakfast
・正餐	bữa tối	dinner
一道菜	món ăn	course, dish
・第一道菜	món ăn đầu tiên	first course
・第二道菜	món ăn thứ hai	second course
一份	phần	portion, helping
炸,煎,炒	chiên, xào	fry
・炸的,煎的, 炒的	chiên, xào	fried
炸薯條	khoai tây chiên	French fries
煮	đun sôi	boil
做飯	nấu cơm	cook

26.2 麵食、米飯和湯

大醬湯	canh dầm đậm	bean-paste soup
速食麵	mì ăn liền	instant noodles
餛飩	mằn thắn	won ton
餃子	bánh bao	dumplings
饅頭	bánh mì hấp	steamed bread

春卷	chả giò	spring roll
米飯	cơm	rice
麵類	thức ăn bột mì	pasta
麵條	mì	noodles
米糕	bánh gạo	rice cake
・炒年糕	bánh gạo cay	rice cakes in hot sauce
・年糕湯	canh bánh gạo	rice-cake soup
濃湯	canh đậm	soup *(thick)*
肉湯（稀湯）	canh thịt	broth
湯	canh	soup
調味汁	xốt gia vị	sauce
通心麵	mì ống	macaroni
義大利麵	mì Ý	spaghetti

26.3 麵包、穀物與糕點

餅乾	bánh quy, bánh bơ tròn	biscuit
薄脆餅乾	bánh quy giòn	cracker
大麥	lúa mạch	barley
大米	gạo	rice
蛋糕	bánh ga-tô	cake
穀物	hạt	grain
果汁牛奶凍	nước trái cây đông lạnh	sherbet
漢堡	bánh thịt băm viên	hamburger
麵包	bánh mì	bread
麵包棍	bánh mì gậy	breadstick
麵粉	bột	flour
麵條	mì	noodles
派，甜餡餅	bánh nướng nhân ngọt	pie
甜餅乾	bánh dẹt nhỏ, bánh quy	cookie
全麥麵包	bánh mì lúa mạch	whole-wheat bread
三明治	bánh mỳ kẹp, bánh xăng đuých	sandwich
小麥	lúa mì	wheat

| 燕麥 | yến mạch | oat |
| 玉米 | ngô | corn |

26.4　肉類

肝	gan	liver
火雞	gà tây	turkey
火腿	giăm bông	ham
雞肉	thịt gà	chicken
什錦冷盤	thịt đông	cold cuts
牛排	bít tết	steak
牛肉	thịt bò	beef
培根，燻肉	thịt lợn muối xông khói	bacon
肉	thịt	meat
香腸	xúc xích, lạp xường	sausage
小牛肉	thịt bê	veal
鴨	vịt	duck
羊肉	thịt cừu	mutton
豬排骨	sườn lợn	pork chop
豬肉	thịt lợn	pork

26.5　魚／海鮮

貝類	sò ốc	shellfish
對蝦	tôm he	prawn
鯡魚	cá trích	herring
蛤	ngao	clam
鮭魚，三文魚	cá hồi	salmon
海鮮	hải sản	seafood
金槍魚	cá ngừ	tuna
龍蝦	tôm hùm	lobster
鰻魚，鱔魚	cá chình, lươn	eel
牡蠣	con trai, con hàu	mussel, oyster
沙丁魚	cá xácđin	sardine
鰨魚，比目魚	cá bơn	sole
鯷魚，鳳尾魚	cá cơm, cá trống	anchovy
蝦	tôm	shrimp

鱈魚	cá tuyết, cá moruy	cod
• 鱈魚乾	cá tuyết khô	dried cod
魷魚	cá mực	squid
魚	cá	fish
魚子醬	dầu dầm trứng cá	caviere
炙魚	chả cá	fried fish
鱒魚	cá hồi	trout

26.6 蔬菜

(參見 10.5。)

26.7 乾果和水果

(參見 10.4。)

26.8 奶製品和甜品

冰淇淋	kem	ice cream
布丁	bánh pútđinh	pudding
煎蛋餅，煎蛋捲	trứng chiên	omelet
蛋	trứng	egg
蜂蜜	mật ong	honey
攢奶油	làm kem	whipping cream
果醬	mứt hoa quả, mứt	marmalade, jam
黃油	bơ	butter
奶酪	pho mát	cheese
奶油	kem	cream
牛奶	sữa	milk
牛奶製品	sản phẩm từ sữa	dairy product
巧克力糖	kẹo sôcôla	chocolate candy
酸奶，優格	sữa chua	yogurt
糖果	kẹo	candy
甜食	món ngọt tráng miệng	dessert

26.9 調味品

薄荷	bạc hà	mint
蔥	hành tăm	scallion
醋	dấm	vinegar
大茴香	đại hồi	anise
大蒜	tỏi	garlic
蛋黃醬，美乃滋	nước xốt mayonne	mayonnaise
番茄醬	nước xốt cà chua nấm	ketchup
蜂蜜	mật ong	honey
果醬	mứt hoa quả	jam
荷蘭芹	mùi tây	parsley
胡椒	hạt tiêu	pepper
薑	gừng	ginger
醬油	xì dầu	soy sauce
芥末	mù tạt	mustard
辣椒醬	tương ớt	chili sauce
羅勒	húng quế, rau é	basil
迷迭香	cây hương thảo	rosemary
牛至	rau thơm oregano	oregano
肉桂	quế	cinnamon
糖	đường	sugar
香草	cây vani	vanilla
香料，調味品	gia vị	spice
香葉	lá xả	herb
鹽	muối	salt
油	dầu	oil

26.10 酒水

茶	trà	tea
· 菊花茶	trà cúc hoa	chrysanthemum tea
柳橙汁	nước cam	orangeade
果汁	nước trái cây	juice
咖啡	cà phê	coffee
· 加奶咖啡	cà phê sữa	(coffè) latte
· 卡布奇諾咖啡	cà phê sữa Ý	cappuccino

・ 蒸餾咖啡	cà phê hơi	espresso coffee
礦泉水	nước khoáng	mineral water
・ 非碳酸的	nước uống không ga	non-carbonated
・ 碳酸的	nước uống có ga	carbonated
可口可樂	Côca-Côla	Coca-Cola
烈酒	rượu mạnh	liqueur
檸檬水	nước chanh	lemonade
啤酒	bia	beer
・ 散裝啤酒，鮮啤酒	bia tươi	draft beer
葡萄酒	rượu nho	wine
燒酒	rượu, rượu mùi	liquor
威士忌	uýt-ky	whisky
・ 冰塊	đá lạnh	ice cube, ice block
飲料	món giải khát	drink, beverage
・ 酒精飲料	đồ uống có cồn	alcoholic beverage
・ 清涼飲料	nước giải khát	soft drink
雪碧	nước ngọt Sprite	Sprite

杯	tách, chén	cup
餐巾	khăn ăn	napkin
餐具	đĩa bát dao dĩa	tableware
餐桌	bàn ăn	table
叉	cái nĩa	fork
茶匙	muỗng cà phê	teaspoon
刀	dao	knife
酒杯	cốc uống rượu	drinking glass
盤子	đĩa thức ăn	plate
瓶	chai	bottle
葡萄酒杯	cốc rượu vang	wine glass
淺碟	đĩa nông	saucer
水瓶	chai nước	water bottle
湯匙	muỗng	spoon
托盤	khay	tray
碗	cái bát	bowl

牙籤	tăm	toothpick
銀器	đồ bạc	silverware
紙杯	tách giấy	paper cup
桌布	khăn trải bàn / bàn ăn	tablecloth

26.12 在外用餐

(菜單內容，見上 26.1-2；各種食品選擇，見 26.3-10。)

擺放餐桌	bày bàn ăn	set the table
披薩餅店	tiệm pizza	pizza parlor
菜譜	công thức	recipe
餐館，餐廳	quán ăn, tiệm ăn, nhà hàng	restaurant
筷子	đũa	chopsticks
稱重	cân nặng	weigh
吃	ăn	eat
· 吃快餐	ăn nhanh	have a snack
· 吃晚餐	ăn tối	have dinner
· 吃午餐	ăn trưa	have lunch
倒	rót, đổ	pour
點餐，點菜	chọn/gọi/đặt món ăn	order
餓	đói	be hungry
發票	biên lai	receipt
服務	phục vụ	service
· 上菜	ra món ăn	serve
服務費	phí dịch vụ	cover charge
服務生	nhân viên phục vụ bàn	waiter
· 女服務生	nhân viên phục vụ bàn nữ	waitress
喝	uống	drink
花費	chi phí	cost
價格	giá	price
酒吧服務生	nhân viên quầy bar	bartender
酒水單	danh sách rượu vang	wine list
開胃	khai vị	appetizing

渴	khát	be thirsty
快餐店	nhà hàng ăn nhanh	snack bar
烹飪	nấu	cook
片	miếng mỏng, lát mỏng	slice
收拾桌子	dọn bàn	clear the table
外帶，外賣	đưa ra	take out
削皮	bóc, gọt	peel
小費	tiền boa	tip
· 付小費	cho tiền boa	tip
預訂	đặt phòng	reservation
· 預訂的	đặt trước	reserved
帳單	hóa đơn	bill, check
祝酒，敬酒	chén rượu chúc mừng	toast
自助餐廳	nhà hàng tự chọn	cafeteria

26.13 副食商店

保健食品店	cửa hàng thực phẩm chức năng	health food store
冰淇淋屋，冷飲店	tiệm kem	ice cream parlor
超大型自助商場	siêu thị lớn	hypermarket
超級市場	siêu thị	supermarket
糕點鋪，蛋糕房	cửa hàng bánh ngọt	pastry shop
酒館，酒店	cửa hàng rượu	wine shop
麵包店，麵包房	cửa hàng bánh mì	bread store, bakery
肉店	cửa hàng thịt	butcher shop
乳品店	cửa hàng sữa	dairy shop, milk store
商店，商場	cửa hàng, cửa hiệu, trung tâm thương mại	store
食品店	cửa hàng thực phẩm	food store
熟食店	tiệm bán thức ăn chín	delicatessen
魚店	cửa hàng cá	fish shop

26.14 描述食品與飲料

| 貴的 | đắt | expensive |
| 好的 | tốt | good |

壞的	xấu	bad
烤的	nướng	baked
可口的	ngon	tasty
冷的	lạnh	cold
便宜的	rẻ	cheap
熱的	nóng	hot
適中的	nhẹ, vừa phải	mild
酸的	chua	sour
甜的	ngọt	sweet
鹹的	mặn	salty
炸的	chiên	fried

27 · 購物

27.1 基本詞彙

百貨商店	cửa hàng bách hoá	department store
包，袋	túi	bag
包裝	bọc, gói, đóng gói	wrap, pack
報攤	quán bán báo	newspaper stand
倉庫	kho	warehouse
產品	sản phẩm	product
・產品範圍	phạm vi sản phẩm	range of products
陳列，展示	trưng bày, triển lãm	display, exhibition
出口	lối ra	exit
電梯	thang máy	elevator
佇列，列隊	hàng ngũ, xếp hàng	queue, lineup
付款	trả tiền	pay
・現金	tiền mặt	cash
・信用卡	thẻ tín dụng	credit card
・支票	séc	check
更換，匯兌	trao đổi, đổi tiền, hối đoái	exchange
購買	mua	purchase
古董店	cửa hàng đồ cổ	antique shop
顧客	khách hàng	customer
・主顧	khách hàng	clientele

櫃台	quầy hàng, quầy thu tiền	counter
花費	chi phí	cost
・多少錢？	Bao nhiêu?	How much is it?
・這個要花多少錢？	Bao nhiêu tiền?	How much does it cost?
・這個值多少錢？	Giá bao nhiêu?	How much does it come to?
價格	giá	price
・定價	giá cố định	fixed price
・貴的	đắt	expensive
・價目表	bảng giá	price list
・價簽	niêm yết giá	label, price tag
・減價	giảm giá	reduced price
・便宜的	rẻ tiền	inexpensive
・折扣	tiền bớt, chiết khấu	discount
・值錢的	đắt tiền, quý giá	costly
競爭	cạnh tranh	competition
禮品	quà tặng	gift
零錢	tiền lẻ	change (money)
零售	bán lẻ	retail
・零售價格	giá bán lẻ	retail price
買	mua	buy
拿回	mang trở lại	take back
拿來	mang	bring
批發	bán sỉ, bán sĩ	wholesale
・批發價格	giá bán sỉ	wholesale price
品牌	nhãn hiệu, thương hiệu	brand
缺貨	thiếu	lack
入口	lối vào	entrance
商店，店鋪	cửa hàng	store, shop
・打烊時間	đóng cửa	closing time
・店主	người chủ hiệu	shopkeeper
・購物	mua sắm, đi mua hàng	shopping
・逛商店	dạo cửa hàng	stroll the store
・連鎖店	chuỗi cửa hàng	chain store
・商店櫥窗	cửa sổ	shop window

・售貨員，店員	nhân viên bán hàng	store clerk
・停止營業	đóng cửa	closed
・營業時間	thời gian mở cửa	opening time
・正在營業，開始營業	mở, bắt đầu bán hàng	open
商品	hàng hóa	merchandise
商品部	phòng bán hàng	department
收據	biên lai	receipt
收銀機	máy tính tiền	cash register
・收銀員	nhân viên thu ngân	cashier
送貨	phân phát, giao hàng	delivery
・送貨上門	giao hàng đến nhà	home delivery
條碼	mã vạch	bar code
條碼掃讀器	đầu đọc mã vạch	bar-code reader
跳蚤市場	chợ trời	flea market
亭子，攤	quán, gian hàng	kiosk, booth
退貨	trả lại hàng	return
退款	trả lại, hoàn lại	refund
銷售	tiêu thụ, bán hàng	sale
・出售	bán	sell
・打折銷售	bán hàng giá ưu đãi	on sale
・待售	cần bán	for sale
・清倉拍賣	bán tháo	on liquidation sale
尋找	tìm	look for
樣品	mẫu, mẫu hàng	sample
帳單	hoá đơn	bill
自動扶梯	thang cuốn	escalator

27.2 文具店

(另見 42.3 。)

包裝紙	giấy gói	wrapping paper
彩色顯示器	thiết bị chỉnh màu màn hình	color monitor
影印機	máy phô-tô	photocopying machine
影印店	cửa hàng phô-tô	photocopy shop

鋼筆	bút	pen
公告板	bảng thông báo	notice board
公文包	cái cặp	briefcase
活頁夾	bìa rời, sổ tay rời	ring binder
相容軟體	phần mềm tương thích	compatible software
剪刀	kéo	scissors
膠水	keo hồ	glue
蠟筆	bút chì màu	crayon
鉛筆刀	dao gọt bút chì	pencil sharpener
迴紋針	cái ghim, cái kẹp	paper clip
掃描器	máy quét	scanner
文具店	cửa hàng văn phòng phẩm	stationery store
細繩	dây	string
橡皮擦	cái tẩy	eraser
橡皮筋	dây cao su, dây chun	rubber band
信封	phong bì	envelope
信紙簿	sổ giấy viết thư	writing pad
螢光筆	bút dạ quang	highlighter
原子筆	bút bi	ballpoint pen
紙	giấy	paper
・一令紙	một ram giấy	a ream of paper
・一張紙	một tờ giấy	a sheet of paper

27.3 服裝

背心	áo lót, áo gi lê	vest
裁縫	thợ may	tailor
襯衣	áo sơ mi	shirt
・女襯衣	áo cánh	blouse
尺碼	cỡ	size
大衣	áo khoác	coat
・長大衣	áo khoác dài	overcoat
・毛皮大衣	áo choàng bằng da lông thú	fur coat
短袖衫，T 恤衫	áo phông chữ T	T-shirt
方形披肩	khăn choàng, khăn san	shawl

風衣	áo chắn gió	wind-breaker
服裝	quần áo	clothes (in general)
服裝店	cửa hàng quần áo	clothing store
・男裝店	cửa hàng quần áo nam	men's clothing store
・女裝店	cửa hàng quần áo nữ	women's clothing store
更衣室	phòng thay quần áo	dressing room
褲子	quần	pants
・短褲	quần soóc	shorts
・滑雪褲	quần trượt tuyết	ski pants
・緊身連褲襪	quần liền tất	pantyhose, tights
内褲	quần lót, đồ lót	underpants, underwear
領帶	cà vạt	tie
(蝶形) 領結	cái nơ	bow tie
毛衣	áo len	sweater
内衣	áo lót	undershirt
裙子	váy	skirt
・百褶裙	váy xếp	pleated skirt
・襯裙	váy trong	underskirt
・連衣裙	áo váy, áo dài phụ nữ	dress
三角褲	quần đùi, xì líp	briefs
上衣	áo vét tông, áo vét	jacket
・單排扣上衣	áo khoác một hàng khuy	single-breasted jacket
・雙排扣上衣	áo khoác hai hàng khuy	double-breasted jacket
・運動上衣	áo thể thao	sports jacket
時裝	thời trang	fashion
手絹	khăn tay	handkerchief
手套	bao tay, tất tay, găng tay	glove
睡衣	áo ngủ	pajamas, night-dress
圍裙	cái tạp dề, váy quầy	apron
西服	quần áo com lê	suit
・男西服	com lê nam	men's suit

· 女西服	bộ vest nữ	women's suit
· 一套西服	com lê, bộ vest	a suit *(complete)*
新郎禮服	bộ quần áo đám cưới	wedding suit
新娘婚紗	váy cưới cô dâu	wedding dress
胸罩	áo ngực, nịt vú	bra
腰帶	dây lưng, thắt lưng	belt
衣服	áo quần	garment, dress
游泳褲	quần bơi	swimming trunks
游泳帽	mũ bơi	swimming cap
游泳衣	áo bơi	swimming suit
雨衣	áo mưa	raincoat
浴衣	áo choàng tắm	bathrobe

27.4 描述服裝

布料	vải	material
長的	dài	long
沉的	nặng	heavy
醜的	xấu	ugly
穿，著裝	mặc, ăn mặc	dress, get dressed
穿戴	ăn mặc	wear
穿上（衣服）	mặc quần áo	put on (clothes)
搭扣	cài cúc	buckle
大的	to lớn	big
斑點	rằn ri, đốm	spot
訂製的服裝	bộ quần áo may đo	made-to-measure suit
洞，孔	lỗ	hole
短的	ngắn	short
仿麂皮	da lộn	suède
縫	khâu	sew
格子花的	vải len kẻ ô vuông	checkered
光滑的	mượt	smooth
輕便的	dáng thể thao	sporty
纖維	sợi hóa học	fiber
加長	kéo dài	lengthen
加大	làm rộng, khuếch trương	enlarge

緊的	chặt	tight
緊身的	vừa khít, chật	tight-fitting
寬鬆的	không vừa khít, rộng lùng thùng	loose-fitting
蕾絲，花邊	ren	lace
領子	cổ áo	collar
棉	bông	cotton
免燙	miễn là	permanent press
尼龍	ni lông	nylon
你穿著不好看。	Bạn mặc không vừa.	It looks bad on you.
你穿著好看。	Bạn mặc đẹp thế.	It looks good on you.
鈕扣	khuy, cúc	button
皮革	da	leather
漂亮的	đẹp	beautiful
輕的	nhẹ	light
柔軟的	mềm	soft
試穿	mặc thử	try on
收緊	thắt chặt	tighten
絲	lụa	silk
縮短	rút ngắn	shorten
天鵝絨	nhung, nhung mịn	velvet
條紋的	kẻ sọc, vân hoa	striped
脫掉（衣服）	cởi áo	take off (clothes)
小的	nhỏ	small
袖口鏈扣	khuy măng sét	cuff-links
袖子	tay áo	sleeve
亞麻布	vải lanh	linen
羊毛的	len	woolen
髒的	bẩn	dirty
氈	nì, phớt	felt
針腳	mũi đan, mũi thêu	stitch
織物	vải dệt	fabric
最新款式的	mẫu mã mới nhất	in the latest style

27.5 鞋帽店

| 長筒襪 | tất ống | stocking |
| 涼鞋 | giày xăng đan | sandal |

帽子	mũ	hat
・便帽，無邊帽	mũ thường	cap
・草帽	mũ rơm	straw hat
・風帽	mũ trùm đầu	hood
・氈帽	mũ phớt	felt hat
男鞋	giày đàn ông	men's shoes
女鞋	giày đàn bà	women's shoes
皮鞋	giày da	leather shoes
絨面革皮鞋	giày nhung	suède shoes
體操鞋，球鞋	giày thể thao	gym shoes
拖鞋	dép	slipper
襪子	bít tất ngắn cổ	sock
網球鞋	giày quần vợt	tennis shoes
鞋	giày	shoe
・穿鞋	đi giày	put on shoes
・脫鞋	bỏ giày	take off shoes
鞋拔	đót giày	shoe horn
鞋帶	dây giày	shoelace
鞋底	đế giày	sole
鞋店	cửa hàng giày	shoe store
鞋跟	gót giày	heel
・低跟的	giày gót thấp	low-heeled
・高跟的	giày gót cao	high-heeled
・平跟的	giày đế bằng	flat-heeled
鞋號	cỡ giày	shoe size
鞋類	giày dép	footwear
鞋油	xi đánh giày	shoe polish
修鞋店	hiệu sửa chữa giày	shoe repair shop
靴子	giày ống	boot

27.6 化妝品店

保濕露	kem dưỡng ẩm	moisturizer
除臭劑	chất khử mùi	deodorant
吹風機	máy sấy tóc	hairdryer
髮夾	kẹp tóc	hairpin
髮膠	keo tóc	hairspray
髮乳	kem gội đầu	hair cream
髮網	lưới tóc	hairnet

古龍香水	nước hoa cologne	cologne
護手霜	kem bôi tay	hand cream
化妝	bôi son đánh phấn, trang điểm	makeup
化妝品	mỹ phẩm	cosmetic, toiletries
香水店	cửa hàng nước hoa	perfume shop
假髮	tóc giả, tóc mảnh	wig, hair piece
睫毛膏	thuốc bôi mi mắt	mascara
捲髮器	đồ uốn quăn	curler
抗皺霜	kem chống nhăn	anti-wrinkle cream
口紅	cây son, sáp môi	lipstick
美甲，修指甲	cắt sửa móng tay	manicure
面霜	kem mặt	facial cream
鑷子，拔毛鉗	nhíp	tweezers
撲粉	phấn phủ	face powder
染髮劑	thuốc nhuộm tóc	hair-dye
乳液	nước thơm, nước kem	lotion
腮紅	ánh hồng, nét ửng đỏ	blush, rouge
梳子	cái lược	comb
刷子	bàn chải	brush
霜	kem	cream
爽身粉	bột tan	talc, talcum powder
刮鬍刀	dao cạo râu	razor
・電動刮鬍刀	dao cạo điện	electric razor
刮鬍刀片	lưỡi dao cạo	blade
刮鬍膏	kem cạo râu	shaving cream
脫毛膏	tẩy lông	hair remover
洗髮精	dầu gội đầu	shampoo
洗浴鹽	muối tắm	bath salts
洗浴油	dầu tắm	bath oil
香水	nước hoa	perfume
香皂	xà phòng thơm	soap
眼線筆	chì kẻ mắt	eyeliner
眼影	phấn mắt	eye shadow
指甲刀	dao móng	nail clipper
指甲銼刀	giũa móng	nail file
指甲油	nước tẩy sơn móng	nail polish

27.7 首飾店

寶石	đá quý	gemstone
・ 紅寶石	rubi, ngọc đỏ	ruby
・ 黃寶石	tôpa, ngọc vàng	topaz
・ 藍寶石	xafia, ngọc lam	sapphire
・ 綠寶石	ngọc lục bảo	emerald
・ 貓眼石	chất ôpan, ngọc mắt mèo	opal
垂飾，掛件	tua tòn ten	pendant
耳環	hoa tai	ear ring
貴重的	quý giá	precious
假的	giả, giả mạo	false
戒指	nhẫn	ring
・ 寶石戒指	nhẫn đá quý	jewel ring
・ 訂婚戒指	nhẫn đính hôn	engagement ring
・ 結婚戒指	nhẫn cưới	wedding ring
・ 金戒指	nhẫn vàng	gold ring
・ 銀戒指	nhẫn bạc	silver ring
金	vàng	gold
克拉	cara	carat
鏈子	chuỗi	chain
人造的	nhân tạo	artificial
珊瑚	san hô	coral
手鐲	vòng tay, xuyến	bracelet
項鍊	chuỗi hạt	necklace
象牙	ngà	ivory
胸針	trâm, ghim hoa	brooch
修理	sửa chữa	fix, repair
銀	bạc	silver
珍珠	ngọc trai, trân châu	pearl
真的	thật sự	true
鐘錶	đồng hồ	timepiece
・ 錶帶	dây đồng hồ	band
・ 錶盤	mặt đồng hồ, công tơ	dial
・ 彈簧	lò xo	spring
・ 男錶	đồng hồ nam	men's watch
・ 鬧鐘	đồng hồ báo thức	alarm clock
・ 女錶	đồng hồ nữ	women's watch

・上弦	lên dây	wind
・石英錶	đồng hồ đeo tay thạch anh	quartz watch
・石英鐘	đồng hồ thạch anh	quartz clock
・手錶	đồng hồ đeo tay	watch
・腕錶	đồng hồ đeo tay	wristwatch
・指針	kim	hand
・鐘	đồng hồ	clock
・鐘錶匠	thợ đồng hồ	watchmaker
珠寶	vàng bạc đá quý	jewel
珠寶店	cửa hàng vàng bạc đá quý	jewelry store
珠寶商	nhà kinh doanh vàng bạc đá quý	jeweler
鑽石	kim cương	diamond

27.8 煙草店

抽煙	hút thuốc	smoke
打火機	cái bật lửa	lighter
火柴	diêm	match
香煙	thuốc lá	cigarette
雪茄	điếu xì gà	cigar
煙草	thuốc lá	tobacco
煙草店	hiệu thuốc lá	tobacconist
煙斗	tẩu hút thuốc	pipe
煙頭	mẩu thuốc lá	cigarette butt

27.9 藥店

阿司匹林	thuốc aspirin	aspirin
鎮定劑	thuốc an thần	tranquilizer
安眠藥	thuốc ngủ	sleeping pill
巴比妥類藥物	thuốc barbiturát	barbiturate
保險套	bao cao su	condom
繃帶	băng	bandage
避孕藥	thuốc tránh thai	contraceptive pill
補藥	thuốc bổ	tonic
處方	kê đơn	prescription
滴劑	thuốc giọt	drop

碘酒	cồn iốt	tincture of iodine
錠劑	viên thuốc hình thoi	pastille
粉藥	thuốc bột	powder
敷藥	đắp thuốc	dressing
拐杖	cái nạng	crutch
急救	cấp cứu	first aid
劑量	liều lượng, liều	dosage
抗生素	kháng sinh	antibiotic
可體松	coóctizon	cortisone
檸檬酸鈉	natri cítrat	sodium citrate
青黴素	pênixilin	penicillin
祛痰劑	thuốc long đờm	expectorant
乳膏	kem	cream
紗布	gạc buộc vết thương	gauze
栓劑	thuốc đạn	suppository
碳酸氫鈉，小蘇打	na-tri bi-các-bo-nát	sodium bicarbonate
體溫計	nhiệt kế	thermometer
維生素	vitamin	vitamin
衛生綿	khăn ăn vệ sinh	sanitary napkins
橡膠手套	găng tay cao su	rubber gloves
小藥水瓶	chai đựng thuốc nước	phial
瀉藥	thuốc nhuận tràng	laxative
懸帶	băng đeo cánh tay đau	sling
牙刷	bàn chải đánh răng	toothbrush
牙線	chỉ nha khoa	dental floss
眼藥水	thuốc đau mắt	eye drop
藥店	hiệu thuốc	pharmacy
藥膏	thuốc mỡ	ointment
藥劑	thuốc	medicine
藥劑師	dược sĩ	pharmacist
藥片	viên thuốc	tablet
藥品	thuốc	medicine
藥丸	thuốc viên	pill
醫用黏著性繃帶	băng dán y tế	adhesive bandage
胰島素	insulin	insulin
鎮定藥	thuốc an thần	sedative
止咳糖漿	xi-rô ho	cough syrup
止痛劑	thuốc giảm đau	painkiller

| 治標的 | tạm thời làm dịu đau | palliative |
| 注射劑 | thuốc tiêm | injection |

27.10 書局

百科全書	bách khoa toàn thư	encyclopedia
報紙	tờ báo	newspaper
參考書	sách tham khảo	reference book
草草瀏覽	đọc lướt, xem lướt	leaf through
暢銷書	sách bán chạy	bestseller
出版	xuất bản	publish
出版社	nhà xuất bản	publisher
傳說	truyền thuyết	legend
詞典	từ điển	dictionary
地圖	bản đồ	map
讀物	sách đọc	reading
讀者	độc giả, bạn đọc	reader
風格，類型	phong cách, thể loại	genre
封面	ảnh bìa	cover
諷刺	châm biếm	satire
附錄	phụ lục	appendix
故事	truyện, truyện ngắn	tale
護封	bìa sách ảnh	dust jacket
回憶錄	hồi ký	memoirs
集（連續劇的）	tập	episode
集（文藝作品等的）	bộ	collection
技術書籍	sách kỹ thuật	technique books
平裝書	sách bìa mềm	paperback book
劇，戲	kịch, vở kịch, vở tuồng	play
・場（戲劇的）	buổi (diễn kịch)	scene
劇作家	nhà soạn kịch	playwright
卷，冊	cuốn	volume
課本	sách giáo khoa	textbook
課文	văn bản	text
論文	luận văn	treatise, dissertation
漫畫書	sách tranh	comic book
目錄	bảng nội dung	table of contents
批評	phê bình	criticism

期刊	xuất bản định kỳ	periodical
情節	tình tiết, cốt truyện	plot
人物	nhân vật	character
日報	nhật báo, báo hàng ngày	daily newspaper
日記	nhật ký	diary
散文	văn xuôi	prose
神話	huyền thoại	myth
• 神話集	thần thoại tập	mythology
詩歌	thơ	poetry
• 詩	bài thơ	poem
• 詩節	đoạn thơ, thơ tứ tuyệt	stanza
• 詩人	nhà thơ	poet
• 詩行，韻文	dòng, câu thơ	line, verse
• 詩學	thi học	poetics
• 十四行詩	thể thơ son-net	sonnet
• 頌詩	thơ ca ngợi	ode
食譜	sách dạy nấu ăn	recipe book
書局	hiệu sách	bookstore
書名	tiêu đề sách	title (of a book)
書目	mục lục	catalogue
隨筆	tùy bút, tiểu luận	essay
索引	bảng hướng dẫn	index
童話	đồng thoại, chuyện cổ tích	fairy tale
圖書	sách	book
圖書館	thư viện	library
文盲	mù chữ	illiterate person
文體	thể	style
• 文體學	thể thơ, thể văn	stylistics
文學	văn học	literature
喜劇	phim hài, kịch hài	comedy
戲劇	kịch	drama
小說	tiểu thuyết, viễn tưởng	novel, fiction
• 短篇小說	truyện ngắn	short story
• 間諜小說	tiểu thuyết tình báo	spy story
• 驚悚小說	tiểu thuyết kinh dị	thriller

· 科幻小說	tiểu thuyết khoa học viễn tưởng	science fiction
· 探險小說	tiểu thuyết phiêu lưu	adventure story
· 懸疑小說	tiểu thuyết ly kỳ	mystery story
· 偵探小說	tiểu thuyết trinh thám	detective story
小說家	tiểu thuyết gia	novelist
序言	lời nói đầu	preface
選集	tuyển tập	anthology
寓言	truyện ngụ ngôn	fable
閱讀	đọc	read
雜誌	tạp chí	magazine
· 插圖雜誌	tạp chí minh họa	illustrated magazine
· 兒童雜誌	tạp chí trẻ em	kids magazine
· 黃色雜誌	tạp chí khiêu dâm	pornographic magazine
· 女性雜誌	tạp chí phụ nữ	women's magazine
· 青少年雜誌	tạp chí thanh thiếu niên	teen magazine
· 時裝雜誌	tạp chí thời trang	fashion magazine
章	chương	chapter
指南書	sách hướng dẫn	guidebook
主題	chủ đề	theme
著作	trước tác	writing
傳記	tiểu sử	biography
自傳	tự truyện	autobiography
作家	nhà văn	writer
作者	tác giả	author

27.11 唱片行

布魯斯	nhạc blues	blues
唱片	đĩa hát	record
卡帶	băng cát xét	(cassette) tape
歌劇	ca kịch	opera
歌曲	bài hát	song
歌手	ca sĩ	singer
管弦樂隊	dàn nhạc	orchestra

管弦樂隊指揮	người chỉ huy dàn nhạc	orchestra conductor
光碟	đĩa quang, đĩa CD	compact disc
節奏	nhịp điệu	rhythm
錄影帶	cát xét video, băng ghi hình	videocassette
錄影機	đầu ghi hình kỹ thuật số	video recorder
攝影機	máy quay camera	video camera
DVD 光碟	đĩa DVD	DVD
說唱	hát và nói	rap
舞曲	nhạc nhảy	dance music
協奏曲	bản côngxéctô	concerto
旋律	giai điệu, điệu	melody
演奏者	nghệ sĩ biểu diễn	performer
音，調	giai điệu	tone
音符	nốt, nốt nhạc	note
音樂	âm nhạc	music
・古典音樂	nhạc cổ điển	classical music
・交響樂	nhạc giao hưởng	symphony
・爵士樂	nhạc jazz	jazz
・民間音樂	âm nhạc dân gian	folk music
・輕音樂	nhạc nhẹ	light music
・室內樂	nhạc thính phòng	chamber music
・搖滾樂	nhạc rock	rock music
音樂會	buổi hoà nhạc	concert
音樂家	nhạc sĩ	musician
音樂學院	học viện âm nhạc	conservatory
詠嘆調	nhạc aria	aria
樂隊	ban nhạc	band
樂譜	bản nhạc	score
樂譜架	giá nhạc	music stand
樂器	nhạc cụ	instrument
樂手	nhạc sĩ	player
作曲	soạn nhạc	composition
作曲家	nhà soạn nhạc	composer

27.12 照相器材店

中文	越南文	英文
按鈕,快門	nút nhấn (trên máy ảnh)	push button (on a camera)
暗房	phòng tối	dark room
充電電池	pin sạc	recharge-able battery
記憶卡	thẻ nhớ	memory card
讀卡機	máy đọc thẻ nhớ	memory card reader
放大	làm lớn hơn, phóng to	enlarge
負片	âm bản	negative
感光的	cảm quang	photo-sensitive
幻燈片	đèn chiếu	slide
膠捲,軟片	phim	film
• 一卷膠卷	một cuộn phim	a roll of film
焦距	tiêu cự	focus
• 不聚焦	tiêu cự không đúng	unfocused
• 對焦	điều chỉnh tiêu cự	focus
鏡頭	ống kính	lens
• 可變焦距鏡頭	ống kính zoom	zoom
拍攝	chụp ảnh	photographic shot
螢幕	màn hình	screen
清楚	rõ ràng, rõ nét	clear
取景器	kính ngắm	viewer (of a camera)
三腳架	giá ba chân	tripod
閃光燈	đèn chớp	flash
攝影機	máy quay camera	video camera
攝影機(電影)	máy quay phim	movie camera
攝影者	nhà nhiếp ảnh, thợ nhiếp ảnh	photographer
數位攝影	chụp ảnh số	digital photography
數位相機	máy ảnh số	digital camera
數位照片	ảnh số	digital photograph
物鏡	vật kính	objective lens
洗印	tráng phim in ảnh	process

顯影	rửa ảnh	develop
相片	tấm ảnh	photograph
‧ 彩色	ảnh màu	color
‧ 黑白	ảnh màu đen rắng	black and white
影碟	đĩa video	video disc
影像	hình ảnh	image
照相	chụp ảnh	take a photograph
照相機	máy ảnh	camera
正片	dương bản	positive

27.13　五金店

（　參見 25.4。　）

變壓器	máy biến thế	transformer
插銷	đầu cắm	bolt
鏟鍬	cái xẻng	shovel
打孔器	máy khoan	punch
燈	đèn	lamp
‧ 電燈泡	bóng đèn	light bulb
‧ 螢光燈	đèn huỳnh quang	fluorescent lamp
‧ 霓虹燈	đèn neon	neon lamp
電池	pin	battery
電的	điện tử	electronic
電纜	cáp	cable
電線	dây điện	wire
十字鎬	cuốc chim	pick
工具	công cụ	tool
輥子	ống cuộn	roller
機械的	cơ khí	mechanical
絕緣體	cách điện	insulation
五金	ngữ kim, kim khí	hardware
五金店	cửa hàng kim khí	hardware store
油漆	sơn	paint

布料	vải	material
長的	dài	long
尺碼（衣服的）	kích thước (của quần áo)	size (of clothes)
粗糙的	thô, thô sơ	rough
搭扣	cài cúc	buckle
滌綸，聚酯	terylen	polyester
洞，孔	lỗ	hole
短的	ngắn	short
法蘭絨	vải flanen	flannel
縫補	vá	mend
縫紉	khâu	sew
乾洗	giặt khô	dry cleaning
乾洗店	tiệm giặt khô	dry cleaner
光滑的	mượt	smooth
漿	hồ bột, hồ	starch
・上漿的	có hồ bột, hồ cứng	starched
緊的	chặt	tight
緊身的	vừa khít, chật	tight-fitting
寬鬆的	rộng lùng thùng	loose-fitting
拉鎖	khoá kéo	zipper
蕾絲，花邊	ren, đăng ten	lace
毛料的	len	woolen
尼龍	ni lông	nylon
鈕扣	khuy, cúc	button
・扣眼，鈕孔	thùa khuyết áo	buttonhole
破布	giẻ, giẻ rách	rag
輕的	nhẹ	light
清洗	tẩy sạch	clean
柔軟的	mềm	delicate, soft
燒焦	sấy khô	scorch
條紋的	sọc	striped
透明的	trong trẻo, trong sạch	transparent
污漬	vết	spot, stain
洗	rửa	wash
・可洗的	có thể giặt được	washable
洗滌劑	chất tẩy rửa	detergent
洗衣店	cửa hàng giặt ủi	laundry

· 自助洗衣房	hiệu giặt tự động	launderette
洗衣粉	bột xà bông, bột giặt	soap powder
洗衣籃	giỏ quần áo	clothes basket
纖維	sợi, xơ, sơ	fiber
小的	nhỏ	small
袖子	tay áo	sleeve
亞麻布的	lanh	linen
一對，一雙	cặp	pair
口袋，衣兜	túi	pocket
衣服	quần áo	clothes
衣服夾	mắc áo, cái kẹp phơi quần áo	clothespin
衣領	cổ áo	collar
熨	ủi	iron
熨斗	bàn là	iron
熨衣板	kệ ủi đồ	ironing board
髒的	bẩn	dirty
織補	mạng, may vá	stitch
織物	đồ dệt	fabric
重的	nặng	heavy

29 · 美容美髮

肥皂	xà phòng	soap
化妝	bôi son đánh phấn, trang điểm	makeup
· 化妝	bôi son đánh phấn	put on makeup
化妝品	mỹ phẩm	cosmetic
剪刀	kéo	scissors
睫毛膏	thuốc bôi mi mắt	mascara
捲髮	tóc quăn	curls
捲髮夾	cặp tóc quăn	curlers
理髮師	thợ cắt tóc, thợ làm tóc	barber, hairdresser
毛巾	khăn mặt	towel, hand cloth
美容師	thợ mỹ viện	beautician
弄乾	làm khô	dry oneself
清潔的，乾淨的	sạch	clean
梳髮	chải tóc	comb one's hair

梳子	cái lược	comb
刷	chải	brush oneself
刷子	bàn chải	brush
剃，刮	cạo râu	shave
刮鬍刀	dao cạo	razor
· 電動刮鬍刀	dao cạo điện	electric razor
衛生	vệ sinh	hygiene
· 衛生的	có vệ sinh	hygienic
洗髮	gội đầu	wash one's hair
洗髮精	dầu gội	shampoo
洗	rửa	clean oneself
洗臉	rửa mặt	wash one's face
洗澡	tắm	have a bath
香水	nước hoa	perfume
· 抹香水	xoa nước hoa	put on perfume
牙膏	kem đánh răng	toothpaste
牙刷	bàn chải đánh răng	toothbrush
髒的	bẩn	dirty
指甲油	nước tẩy sơn móng	nail polish

七、業餘生活

30・娛樂與愛好

30.1 業餘愛好

愛好	sở thích	hobby
編織	đan	knit
草地滾球，木球	bóng gỗ trên cỏ	lawn bowling
打賭	đặt cược, cá cược	bet
・打賭	đặt cược	bet
打獵	săn bắn	hunting
・打獵	săn, đi săn	hunt, go hunting
大圈，呼啦圈	cái vòng chạy chơi	hoop
彈球機	rô-bốt đánh bóng	pinball machine
電視遊戲	trò chơi điện tử	video game
釣魚	đánh cá	fishing
・釣魚	câu cá	fish
・繞線輪	guồng quay dây	reel
・魚餌	mồi câu cá	bait
・魚竿	cần câu	rod
・魚鉤	lưỡi câu	hook
・魚線	dây câu cá	line
賭博	đánh bạc	gambling
放鬆	thư giãn	relaxation
・放鬆	thư giãn, tháo ra, nới lỏng	relax, unwind
風箏	diều	kite
・放風箏	thả diều	fly a kite
縫紉	khâu	sew
西洋棋	cờ vua	chess
滑板	ván trượt	skateboard
畫謎	câu đố bằng hình vẽ	rebus
集郵	chơi tem	stamp collecting

馬戲團	xiếc	circus
慢跑	chạy bộ	jogging
謎語	câu đố	riddle
魔術	ảo thuật	magic tricks
・魔術師	nhà ảo thuật	magician
木偶劇	nhà hát múa rối	puppet theater
・牽線木偶	con rối	marionette
平底雪橇	xe trượt băng, xe trượt tuyết	toboggan, sleigh
翹翹板	ván bập bênh	seesaw
鞦韆	cây đu	swings
賽馬	đua ngựa	horse-racing
骰子	súc sắc, xúc xắc	die, dice
收藏	sưu tầm, tàng trữ	collecting
・收藏者	người sưu tầm	collector
輸	thua	lose
撞球	bi-a	billiards
・撞球	bóng bi-a	billiard ball
・撞球球桿	gậy chơi bi-a	billiard cue
・撞球桌	bàn bi-a	billiard table
陶藝	gốm, gốm nghệ thuật	pottery
跳棋	cờ nhảy	checkers
・跳棋棋子	quân cờ nhảy	checker piece
娃娃	búp bê	doll
玩（遊戲）	chơi trò	play (a game)
・玩球（踢足球）	đá bóng	play football (soccer)
・玩跳繩	chơi nhảy dây	play skipping rope
玩具	trò chơi	toy
・電動玩具火車	trò chơi xe lửa điện	electric toy train
・玩具兵	trò chơi người lính	toy soldier
・玩具車	trò chơi xe	toy car
繡花	thêu hoa	embroidery
・繡花	thêu	embroider
贏	thắng	win
硬幣	tiền kim loại	coin
・集硬幣	sưu tập tiền kim loại	coin collecting
遊戲	trò chơi	game

娛樂活動	hoạt động vui chơi giải trí	recreational activities
園藝	làm vườn	gardening
樂器	nhạc cụ	musical instrument
・演奏（樂器）	trình diễn	play (an instrument)
雜技演員	diễn viên xiếc	acrobat
・小丑	anh hề, vai hề	clown
紙牌，撲克牌	bài tulơkhơ	playing card
智力玩具	trò chơi trí tuệ	puzzle
捉迷藏	trò chơi ú tim	hide-and-seek
猜字謎遊戲	trò chơi đố chữ	charade
縱橫字謎遊戲	trò chơi đố chữ ô ngang dọc	crosswords
走步，走棋	đi bộ, đi cờ	walk
作弊	gian lận, lừa bịp	cheat
・作弊	trò lừa bịp, trò gian lận	cheating
・作弊者	thằng lừa bịp	cheater

紙牌遊戲

A 紙牌	quân át, quân xì	ace
黑桃	con bích	spade
紅桃	con cơ	heart
方塊	con rô	diamond
梅花	con nhép	club

西洋棋

王	quân vua	king
后	quân hậu	queen
象	quân tượng	bishop
車	quân xe	rook
馬	quân mã	knight
兵	quân tốt	pawn
棋盤	bàn cờ	chess board
棋子	quân cờ	chess piece, check
將死	chiếu tướng, hết cờ	checkmate

30.2　娛樂活動

參觀，拜訪	thăm quan, thăm	visit
· 參觀，拜訪	đi thăm	visit
狄斯可	đi-xcô	disco
電影	phim	movie
返回	trở về	return
酒吧	quán rượu	bar
劇院，戲劇	nhà hát	theater
聚會，聚餐	buổi liên hoan, bữa tiệc	party, feast
冷飲店	hiệu kem	ice cream parlor
· 冰淇淋	kem	ice cream
留下	còn lại, để lại	remain
散步	đi bộ, đi dạo	walk, stroll
· 散步	đi bộ	walk
· 閒逛	đi tản bộ	stroll
射擊練習，打靶練習	tập bắn, tập bắn bia	target practice
算命先生	thầy bói	fortune teller
跳舞，舞蹈，舞會	khiêu vũ	dance
休閒	giải trí	leisure
邀請	lời mời	invitation
夜總會	câu lạc bộ đêm	night club
音樂會	buổi hoà nhạc	concert
娛樂，玩樂	tận hưởng, vui chơi	enjoy oneself, have fun
愉快時光，享受	thời gian vui vẻ, hưởng thụ	good time, enjoyment
約會	hẹn gặp	date

31 · 體育運動

奧林匹克運動會	Thế Vận Hội Ô-lim-pích	Olympic Games
棒球	bóng chày	baseball
· 棒球場，內場	sân bóng chày, sân kim cương	baseball diamond
· 本壘	chốt nhà	home base

・全壘打	ghi điểm	home run, homer
・護胸	tấm giáp che ngực	chest protector
・擊球手	vận động viên bóng chày	batter
・捕手面罩	mặt nạ người bắt bóng	catcher's mask
・跑壘者	đấu thủ chạy đua	runner
・球棒	gậy đánh bóng chày	bat
・手套	găng tay	gloves
・頭盔	mũ bảo hiểm	helmet
・投球區土堆	gò đất	mound
・投手	cầu thủ giao bóng	pitcher
・夜場比賽	trò chơi đêm	night game
保齡球	bô-linh	bowling
・保齡球	bóng bô-linh	bowling ball
・保齡球道	đường lăn bô-linh	bowling alley
・球瓶	pin bô-linh	bowling pin
背包	ba lô	knapsack
比賽	thi đấu	have a match
・比賽	trận thi	game, match
標槍	cái lao	javelin
・投擲標槍	ném lao	javelin throwing
冰上滑艇	đồ trượt băng	ice yacht
裁判	trọng tài	referee
裁判長	trọng tài chính	umpire-in-chief
參加決賽者	người vào chung kết	finalist
場地	sân thi, bãi thi	field
衝浪	lướt sóng	surfing
船	thuyền	boat
創造紀錄	lập kỷ lục	set a record
打破紀錄	phá vỡ kỷ lục	break a record
短跑	chạy cự ly ngắn	dash
單打比賽	cuộc thi đơn	singles
登山	trèo núi	mountain climbing
・登山者	người trèo núi	climber
點	điểm	point
隊	đội	team
對手	đối thủ	opponent, rival

二連冠	hai lần vô địch liên tiếp	double crown
帆船運動	thể thao thuyền buồm	sailing
分數	điểm	score
・打成平手	trận đấu hòa	draw
・丟分	mất điểm	loss
・結果	kết quả	outcome
・勝者	người chiến thắng	winner
・輸球	mất bóng	lose
・輸者	người thất bại, người thua	loser
・贏球	được bóng	win
・最後得分	cuối cùng được điểm	final score
高爾夫	gôn	golf
・場地租費	tiền thuê sân	green fee
・淨得分	điểm thực	net score
・高爾夫運動員	vận động viên gôn	golfer
更衣室	phòng thay quần áo	change room
冠軍	vô địch	champion
輪式溜冰	đi patanh	roller skating
滑冰	trượt băng	skating, ice skating
・滑冰	trượt băng	skate
・滑冰者	người trượt băng	skater
滑草	trượt cỏ	grass ski
滑水	trượt nước	water skiing
・滑水板	ván trượt nước	aquaplane
滑雪	trượt tuyết	skiing, ski
・風鏡	kính mát	goggle
・滑雪	trượt tuyết	ski
・滑雪者	người trượt tuyết	skier
・速降滑雪	trượt tuyết xuống dốc	downhill skiing
・越野滑雪	cuộc trượt tuyết băng đồng, cuộc trượt tuyết việt dã	cross-country skiing
划船，皮划艇	chèo thuyền, bơi xuồng	rowing, canoeing
擊敗	đánh bại	defeat

· 失敗	đánh bại	defeat
擊劍	đánh kiếm	fencing
· 擊劍服	áo đánh kiếm	fencing suit
· 劍	gươm	sword
· 面罩	mặt nạ	mask
紀錄	kỷ lục	record
季後賽，冠軍賽	trận chung kết, cuộc thi vô địch	playoffs, championship
假動作	động tác giả	dummy
健美操	thẩm mỹ thể dục	aerobics
健身	tập thể hình	body-building
健身房	phòng tập thể hình	health club
舉重	cử tạ	lift weights
· 舉重	môn cử tạ	weight lifting
槳	mái chèo	oar
獎杯	cúp	cup
花樣游泳，水上芭蕾	bơi nghề thuật	synchronized swimming
教練	huấn luyện viên	coach
金牌	huy chương vàng	gold medal
金牌得主	người được tặng huy chương vàng	gold medalist
錦標賽	cuộc đấu	tournament
進球，得分	sút ghi một bàn thắng, điểm số	goal, score
· 進球無效	không được tính điểm	no goal
競賽	cuộc thi đấu	competition
· 競賽	thi đấu, đọ sức	compete
競走	môn đi bộ	foot racing
空手道	karate	karate
籃球	bóng rổ	basketball
· 扣籃	cú út rổ	dunk shoot
· 籃筐	cái rổ, cái giỏ	basket
· 籃球	quả bóng rổ	ball
· 籃球場	sân bóng rổ	basketball court
· 兩次運球	rê bóng hai lần	double dribble
美式足球，橄欖球	bóng bầu dục	American football
門票	vé	ticket

門球	cầu môn	gate ball
名次表	bảng xếp hạng	standings
摩托車賽	đua xe môtô	motorcycling
目標	mục tiêu	target
排球	bóng chuyền	volleyball
跳水	nhảy cầu	diving
・跳水	nhảy cầu	dive
・跳水者	người nhảy cầu	diver
球	bóng	ball
・傳（球）	truyền bóng, đưa bóng	pass
・擊（球）	đánh bóng	hit
・接（球）	bắt bóng	catch
・踢（球）	đá bóng	kick
・擲（球）	ném bóng	throw
曲棍球	môn khúc côn cầu	hockey
・冰球	môn bóng gậy trên băng	ice hockey
・球	bóng	puck
・球棍，曲棍	gậy cong	hockey stick
・曲棍球場	sân khúc côn cầu	hockey field
拳擊	quyền Anh	boxing
・次輕量級	hạng lông, võ sĩ	featherweight
・拳擊場	sân quyền Anh	boxing ring
・拳擊手	võ sĩ quyền Anh	boxer
・拳擊手套	găng tay quyền Anh	boxing glove
・認輸	nhận thua, chịu thua	give up
・新手	tay mới, võ sĩ mới	green boy
・中量級	hạng trung bình	middleweight
・重量級	hạng nặng	heavyweight
柔道	judô	judo
賽車	trận đua xe	car race
・賽車	đua xe	car racing
・賽車手	người đua xe	driver
賽馬	đua ngựa	horse race
・沙土跑道	đường đua cát	dirt course
・賽馬	cuộc đua ngựa	horse racing
・越野障礙賽馬	đua ngựa việt dã vượt chướng ngại	grand national

賽跑，賽車	đua chạy, đua xe	race, racing
雙打比賽	cuộc thi đôi	doubles
射箭	bắn cung	archery
繩子	dây	rope
世界杯	cúp bóng đá thế giới	World Cup
摔角	đấu vật	wrestling
・夾臂	nắm cánh tay	arm-lock
・摔角	vật	wrestle
・摔角運動員	người đô vật	wrestler
水球	bóng nước	water polo
淘汰	đấu loại	eliminate
・淘汰賽	vòng loại	elimination round
體操	thể dục	gymnastics
・體操選手	tuyển thủ thể dục	gymnast
體育運動	phong trào thể thao	sport
・進行體育鍛煉	tập tuyện một môn thể thao	practice a sport
・體育迷，球迷	người hâm mộ thể thao	sports fan
・做運動	tập thể thao	practice a sport
體育場	sân vận động	stadium
體育館	nhà thi đấu	gymnasium
體育項目	môn thể thao	sports event
田徑	điền kinh	track and field
・徑賽	thi đấu điện kinh	track
・跑步	thi chạy	run
・跑步者	vận động viên chạy	runner
跳	nhảy	jump
・跳高	nhảy cao	high jumping
・跳遠	nhảy xa	long jumping
・跳躍者	người nhảy	jumper
跳傘	nhảy dù	parachuting
跳水	nhảy cầu	dive
跳水比賽	thi nhảy cầu	diving
跳台	cầu nhảy	diving tower / platform
鐵餅	ném đĩa	disc
頭盔	mũ bảo hiểm	helmet
網球	quần vợt	tennis

・草地球場	sân cỏ	grass court
・觸網	đụng lưới, chạm lưới	net touch
・大滿貫	giải Grand Slam quần vợt	grand slam
・戴維斯杯	Cúp Davis	Davis Cup
・換球	thay bóng	another ball
・平分	đều	deuce
・網球場	sân quần vợt	tennis court
・網球拍	vợt	tennis racket
・網球運動員	đấu thủ quần vợt	tennis player
武術	võ thuật	martial arts
訓練	cuộc huấn luyện	training
・訓練	huấn luyện	train
・訓練員，教練	huấn luyện, huấn luyện viên	trainer, coach
業餘運動員	vận động viên nghiệp dư	amateur
一圈	vòng chạy, vòng đua	lap
羽毛球	cầu lông	badminton
・輕吊球	cầu lông bay	net flight
游泳	bơi lội	swimming
・游泳	bơi	swim
・游泳池	bể bơi	swimming pool
・游泳者	vận động viên bơi lội	swimmer
運動的	thể thao	sporty, of sports
運動員	vận động viên, cầu thủ	athlete, player
在記錄時間內	trong thời gian kỷ lục	in record time
暫停	tạm ngừng	dead time
職業的	nghề nghiệp, nhà nghề	professional
自行車賽	đua xe đạp	bicycle racing
自行車運動	đi xe đạp	cycling
足球	bóng đá	soccer
・傳	đưa bóng	pass
・得分	điểm	score
・點球	quả phạt đền	penalty

· 後衛	hậu vệ	guard
· 救球	phá bóng cứu nguy	save
· 射門	cú đá, cú sút	shoot, kick
· 守門員	thủ môn, người giữ gôn	goaltender, goalkeeper
· 踢	đá	kick
· 網	lưới	net
· 足球	bóng đá	soccer ball
· 足球運動員	cầu thủ bóng đá	soccer player
· 阻截	chặn, cản	tackle

32 · 文化與藝術

32.1 建築、雕塑和攝影

暗部，陰影部分	bóng râm	shade
暗室	phòng tối	dark room
巴洛克風格	Ba-rốc, hoa mỹ kỳ cục	Baroque
背景	nền	background
壁畫	tranh tường sơn	mural painting
抽象	trừu tượng	abstract
墊座	bệ	pedestal
雕塑	khắc nặn, nặn	sculpt
· 大理石雕塑	điêu khắc đá hoa	marble sculpture
· 雕塑	điêu khắc	sculpture
· 雕塑家	nhà điêu khắc	sculptor
· 女雕塑家	nhà điêu khắc nữ	sculptress
· 青銅雕塑	điêu khắc đồng	bronze sculpture
雕像	bức tượng	statue
對焦	điều chỉnh tiêu điểm	focus
對準鏡頭	điều chỉnh ống kính	aim the lens
粉筆畫	bức tranh màu phấn	pastel
風景	phong cảnh	landscape
浮雕	chạm nổi, đồ đắp nổi	relief
負片	âm bản	negative
複製品，仿製品	đồ phúc chế, đồ mô phỏng	print, mold

勾出輪廓	tìm thấy dấu vết	trace
古典主義	chủ nghĩa cổ điển	Classicism
掛毯	tấm thảm	tapestry
畫筆	bút vẽ	brush
畫布	vải vẽ	canvas
畫家	họa sĩ	painter
畫架	giá vẽ	easel
幻燈	đèn chiếu	slide
繪畫	vẽ, hội họa	paint
・繪畫	hội họa, bức vẽ, bức tranh	painting
幾何圖案	đồ án hình học	geometric design
建築	kiến trúc	architecture
傑作	kiệt tác, tác phẩm lớn	masterpiece
蠟像館	bảo tàng sáp	wax museum
藍圖	thiết kế	blueprint
浪漫主義	chủ nghĩa lãng mạn	Romanticism
裸體	trần, trần truồng, khoả thân	nude
洛可可風格	kiểu phong cách nghệ thuật rôcôcô	Rococo
美術品	tác phẩm mỹ thuật	fine arts
明暗的配合	phối hợp màu sáng tối	chiaroscuro
模特兒	người mẫu	model
拍照	chụp ảnh chân dung	photographic shot
前景	tiền cảnh	foreground
三腳架	giá ba chân	tripod
色度	sắc thái	nuance
攝影	chụp ảnh	photograph
攝影機	máy quay phim	movie camera
攝影者	nhà nhiếp ảnh, thợ nhiếp ảnh	photographer
濕壁畫	bích họa ướt	fresco painting
蝕刻	khắc axit, thuật khắc axit	etching
視覺藝術	nghệ thuật thị giác	visual arts
手繪	vẽ tự do	freehand drawing

數位攝影	chụp ảnh kỹ thuật số	digital photograph
水彩畫	vẽ màu nước	water color
・水彩畫家	họa sĩ vẽ màu nước	water colorist
素描，速寫	bức vẽ phác, bức phác hoạ	sketch
調色板	bảng màu	palette
現實主義	chủ nghĩa hiện thực	realism
肖像	vẽ chân dung	portrait
藝廊	phòng trưng bày tranh tượng	art gallery
藝術	nghệ thuật	art
藝術館	bảo tàng nghệ thuật	art museum
藝術家	nghệ sĩ	artist
藝術品	tác phẩm nghệ thuật	work of art
藝術展覽	triển lãm nghệ thuật	art exhibition
印象，意象	ấn tượng, hình ảnh, hình tượng	image
印象主義	phái ấn tượng, chủ nghĩa ấn tượng	impressionism
油畫	vẽ sơn dầu	oil painting
鑿子	cái đục, cái chàng	chisel
・鑿	đục	chisel
展覽	triển lãm	exhibition
裝框	khung vẽ	frame
姿勢	tư thế	pose

32.2 電影

編輯	biên tập, biên soạn	editing
表演者	người biểu diễn	performer
布景	phong cảnh, cảnh vật	scenery
大廳	sảnh, phòng lớn	lobby
導演	đạo diễn	director
電影	phim ảnh, phim	film, movie
・動作片	phim hành động	action film
・黃色片	phim khiêu dâm	pornographic movie
・紀錄片	phim tài liệu	documentary

· 間諜片	phim tình báo	spy movie
· 驚險片	phim kinh dị	thriller
· 卡通片	phim hoạt hoạ	cartoon
· 科幻片	phim khoa học viễn tưởng	science fiction movie
· 恐怖片	phim kinh khủng	horror film
· 歷險片	phim phiêu lưu	adventure film
· 美國西部片	phim caobồi	cowboy movie
· 懸疑片	phim ly kỳ	mystery movie
· 音樂片	phim ca nhạc	musical film
· 偵探片	phim trinh thám	detective movie
· 正片，故事片	phim truyện	feature film
電影明星	ngôi sao điện ảnh	movie star
電影院	rạp xi nê, rạp chiếu bóng, xi nê	cinema
動畫	hoạt hình, hoạt hoạ	animation
連續鏡頭	cảnh liên tục	footage
樓廳，樓座	ban công tầng trên	balcony (of a movie theater)
錄影帶	cát xét video, băng ghi hình	video cassette
慢動作，慢鏡頭	chuyển động chậm	slow motion
拍攝	quay	shot
拍攝電影	quay phim	shoot a movie
排	dãy	row
配音	lồng tiếng, lồng nhạc	dubbing
· 配音的	có lồng tiếng	dubbed
票房	phòng bán vẽ	box office
聲軌，音軌	rãnh âm thanh	sound track
首映	công chiếu đầu tiên	premiere showing
售票處	phòng bán vé	box office
通道	lối đi giữa các dãy ghế	aisle
外景拍攝	quay ngoại cảnh	shooting on location
限制級的	bị hạn chế	restricted
演員	diễn viên	actor
· 女演員	nữ diễn viên	actress

音響師	kỹ thuật viên âm thanh	sound technician
銀幕	màn hình	screen
電影院	rạp chiếu phim	movie theater
製作	sản xuất	production
製作電影	sản xuất một bộ phim	produce a movie
製作人	nhà sản xuất	producer
字幕	phụ đề	subtitle
座位	chỗ	seat

32.3 音樂

波爾卡	điệu nhảy pônca	polka
彩排	diễn tập	rehearsal
打擊樂器	nhạc cụ gõ	percussion instruments
・大鼓	trống lớn trầm	bass drum
・定音鼓	trống định âm	timpani
・鼓	trống	drum
・鼓手	tay trống	drummer
・鈴鼓	trống prôvăng	tambourine
・鐃鈸	cái chũm choẹ	cymbal
打拍子	đánh nhịp, giữ nhịp	beat time
低音	giọng trầm	bass
調	giai điệu	tone
・跑調	hát sai nhịp	play out of tune
獨弦琴	đàn độc huyền, đàn bầu	one-string instrument
獨奏，獨唱	độc tấu, đơn ca	solo
・獨奏演員，獨唱演員	nghệ sĩ độc tấu / đơn ca	soloist
二重唱，二重奏	song ca	duet
鋼琴	pianô, dương cầm	piano
・大鋼琴	dương cầm lớn	grand piano
・撥弦古鋼琴	đàn clavicô	harpsichord
・鋼琴家	nghệ sĩ dương cầm	pianist
・豎型鋼琴	dương cầm đứng	upright piano
歌唱家，演唱者	ca sĩ	singer

歌劇	ca kịch, opêra	opera
歌曲	bài hát	song
古典音樂	nhạc cổ điển	classical music
管風琴	đàn ống	organ
・管風琴演奏家	nghệ sĩ đánh đàn ống	organist
管樂隊	ban nhạc	band
管樂器，吹奏樂器	nhạc khí thổi	wind instruments
・巴松	kèn fagốt	bassoon
・巴松演奏者	nghệ sĩ fagốt, người chơi fagốt	bassoonist
・長笛	sáo	flute
・長笛演奏者	nghệ sĩ thổi sáo	flautist
・單簧管，黑管	kèn clarinét	clarinet
・單簧管演奏者	nghệ sĩ clarinét	clarinetist
・風笛	kèn túi Ê-cốt	bagpipes
・薩克斯風	kèn xácxô	saxophone
・薩克斯風演奏者	nghệ sĩ xácxô	saxophonist
・雙簧管	kèn ôboa	oboe
・雙簧管演奏者	nghệ sĩ thổi kèn ô-boa	oboist
管弦樂隊	dàn nhạc, ban nhạc	orchestra
管弦樂隊指揮	chỉ huy dàn nhạc	orchestra conductor
合唱	hợp xướng, hợp ca	choir
和聲	hòa thanh	harmony
和弦	hợp âm	chord
鍵盤	nút kèn	key
交響樂	nhạc giao hưởng	symphony
節奏	nhịp điệu	rhythm
爵士樂	nhạc jazz	jazz
口琴	kèn ácmônica	harmonica
練習	luyện tập	practice
流行音樂	nhạc thịnh hành	pop music
六重唱	bản nhạc sáu trùng	sextet
倫巴	điệu nhảy rumba	rumba
民間音樂	âm nhạc dân gian	folk music
民謠	ca dao, bài ca balát	ballad
牧歌，無伴奏合唱	mục ca, nhạc mađigan	madrigal

男低音	giọng nam trầm	bass
男高音	giọng nam cao	tenor
男中音	giọng nam trung	baritone
女低音	giọng nữ trầm	contralto
女高音	giọng nữ cao	soprano
女中音	giọng nữ trung	mezzo soprano
輕音樂	âm nhạc nhẹ	light music
三重奏	phần triô, tam trùng tấu	trio
室內樂	nhạc thính phòng	chamber music
手風琴	đàn ắc coóc	accordion
· 手風琴家	người chơi đàn ắc coóc	accordionist
說唱	hát và nói	rap
四重奏	hòa tấu bốn bè	quartet
調音	điều chỉnh nhịp	tune
銅管樂器	đồng nhạc cụ	brass instruments
· 長號	kèn trômbôn, kèn dài	trombone
· 大號	kèn tuba, kèn lớn	tuba
· 法國號	còi	horn
· 法國號演奏者	nghệ sĩ chơi còi	horn player
· 小號	kèn trompét, kèn nhỏ	trumpet
· 小號手	nghệ sĩ chơi kèn nhỏ	trumpeter
五重奏	ngữ trùng tấu	quintet
協奏曲	côngxéctô	concerto
弦樂器	nhạc cụ đàn dây	string instruments
· 大提琴	đàn viôlôngxen, xelô	cello
· 大提琴家	nghệ sĩ xelô	cellist
· 低音提琴	viôlông trầm	double bass
· 低音提琴演奏者	nghệ sĩ viôlông trầm	double bass player
· 弓	cái cung	bow
· 吉他	đàn ghita	guitar
· 吉他手	nghệ sĩ đàn ghita	guitarist
· 曼陀林	mandôlin	mandolin
· 曼陀林演奏者	nghệ sĩ mandôlin	mandolin player
· 豎琴	đàn hạc	harp
· 豎琴演奏者	nghệ sĩ đàn hạc	harpist
· 弦	dây đàn	string

· 小提琴	viôlông, vĩ cầm	violin
· 小提琴家	nghệ sĩ vĩ cầm	violinist
· 中提琴	viôla	viola
· 中提琴家	nghệ sĩ viôla	viola player
序曲	dạo đầu	prelude
旋律	nhạc điệu, điệu	melody
演出	biểu diễn	performance
演奏	diễn tấu	play
演奏家	nghệ sĩ	player
搖滾音樂	nhạc rock	rock music
搖籃曲	bài hát ru con	lullaby
音符	nốt	note
音階	thang âm	scale
音樂	âm nhạc	music
音樂家	nhạc sĩ	musician
音樂學院	trường âm nhạc	conservatory
吟唱	hát thánh ca	chant
詠嘆調	nhạc aria	tune, aria
樂譜	bản nhạc	score
樂譜架	giá nhạc	music stand
樂器	nhạc cụ	instrument
· 演奏樂器	chơi một nhạc cụ	play an instrument
讚美詩	bài thơ ca tụng	hymn
箏	đàn tranh	a kind of 13-stringed musical instrument
指揮棒	gậy chỉ huy	baton
作曲	soạn nhạc	composition
作曲家	nhà soạn nhạc	composer

32.4 舞蹈

芭蕾	ba lê	ballet
狄斯可	đit-cô	disco
華爾滋	nhảy vanxơ	waltz
假面舞會	buổi khiêu vũ mặt nạ	masked ball
探戈	nhảy tănggô	tango
踢踏舞	nhảy clackét	tap dancing
舞蹈	khiêu vũ	dance

· 跳舞	khiêu vũ	dance
· 舞蹈家	nghệ sĩ khiêu vũ	dancer
· 舞曲	nhạc khiêu vũ	dance music
舞廳	phòng khiêu vũ	ballroom
歌唱節	hợp diễn xướng hát, ngày xướng hát	singing get-together

32.5 文學

暗喻	ẩn dụ	metaphor
百科全書	bách khoa toàn thư	encyclopedia
版稅	thuế xuất bản	royalty
悲劇	bi kịch	tragedy
筆名	bút danh	pen name
不尋常的	không bình thường	unusual
草稿	phác thảo	draft
抄襲	đạo văn	plagiarism
衝突	xung đột	conflict
出版社	nhà xuất bản	publishing house
傳說	truyền thuyết	legend
詞典	từ điển	dictionary
· 專門詞匯	cuốn thuật ngữ	lexicon
動機	động cơ	motif
讀書	đọc sách	reading
讀者	độc giả, bạn đọc	reader
短篇小說	truyện ngắn	short story
· 短篇小說作者	tác giả truyện ngắn	short-story writer
對比	so sánh	contrast
對偶，對照	phương phát đối ngẫu	antithesis
發生地點，背景	chỗ xảy ra, bối cảnh	scene
發展	phát triển	develop
風格，文體	phong cách, thể loại	style
諷刺	mỉa mai, châm biếm	irony, satire
諷喻	phúng dụ, lời nói bóng	allegory
附錄	phụ lục	appendix
故事	truyện ngắn, câu chuyện	tale, story

・小說	chuyện, tiểu thuyết	narrative, fiction
・講述者	người kể chuyện	narrator
構思	cấu tứ	frame
觀點	quan điểm	point of view
滑稽劇	kịch vui	comics
話劇	kịch nói, kịch thoại	stage play
回憶錄	hồi ký	memoirs
混淆的	làm rối rắm, lẫn lộn, nhầm lẫn	confusing
集，齣	tập, vở	episode
簡潔的，簡練的	gọn, gọn gàng	terse, succinct
簡要的	tóm tắt	concise
故事構架	cốt chuyện	framework
解釋	giải thích	explain
警句	câu châm ngôn	epigram
卷，冊	cuốn	volume
開場白	lời mào đầu, lời mào	prologue
誇張	cường điệu	exaggeration
類比	phép loại suy, suy luận	analogy
歷險	phiêu lưu	adventure
民謠	ca dao, bài ca balát	ballad
明喻	so sánh, lối so sánh	simile
模仿詩文	văn nhại, thơ nhại	parody
目錄	bảng nội dung	table of contents
擬人	nhân cách hoá	personification
・擬人化	nhân cách hoá	personify
批評，批判	phê bình	criticism
・批評	phê bình	criticize
評論	xem xét, bình luận	review
牽強的	gượng gạo	far-fetched
強調	nhấn mạnh	emphasis
・強調，要點	nhấn điểm chính	highlight
輕鬆的	vui nhẹ	light
情節	tình tiết, cốt truyện	plot
趣聞軼事	giai thoại	anecdote
日記	nhật ký	diary
如實的，不誇張的	thật, đúng như vậy	literal

散文	văn xuôi	prose
涉及	liên quan với, giao thiệp với	deal with
神話	huyền thoại	myth
神話集	thần thoại tập	mythology
詩，詩歌	thơ, bài thơ	poetry, poem
詩人	nhà thơ	poet
詩行，韻文	câu, câu thơ	line, verse
詩學	thơ học	poetics
十四行詩	thể thơ son-net	sonnet
手稿	bản thảo	manuscript
書名	tiêu đề sách	title (of a book)
書目	bản liệt kê mục lục	catalogue
書評	bình luận sách	review
雙關	chơi chữ, nghĩa đôi	pun
頌詩	thơ ca ngợi	ode
隨筆	tùy bút, tiểu luận	essay
・隨筆寫作	viết tiểu luận	essay-writing
索引	bảng hướng dẫn	index
童話	đồng thoại, chuyện cổ tích	fairy tale
塗鴉	viết nguệch ngoạc	doodle
挽詩	khúc bi thương	elegy
文集	bộ sưu tập	collection
文體學	thể thơ, thể văn	stylistics
文學	văn học	literature
文章	văn chương	writing
文字	văn bản	text
慣用語	câu thường dùng	idiom
喜劇	hài kịch, kịch thoại	comedy, play
鮮明的，輕快的	đầy màu sắc, hoạt bát, nhanh nhảu	colorful, vivacious
相聲	từ tượng thanh	onomatopoeia
象徵	tượng trưng	symbolism
・象徵的	tượng trưng	symbolic
懸疑小說	bí ẩn	mystery
小說	tiểu thuyết	novel
・小說家	tiểu thuyết gia	novelist
寫出大綱	phác thảo	outline

寫作	viết	write
辛辣	cay	spicy
形象	hình ảnh	image
修辭	tu từ học	rhetoric
虛誇的，浮誇的	khoe khoang, khoa trương	pompous
序言	lời nói đầu	preface
敘事	tường thuật, kể chuyện	narration
選集	hợp tuyển, tuyển tập	anthology
押韻	có vần, áp vần, ghép vần	rhyme
嚴肅的，莊重的	trọng thể, long trọng, trang nghiêm	solemn
演說	diễn thuyết	orate
諺語	ngạn ngữ, cách ngôn	proverb
引語	đoạn trích dẫn	quotation
・引用	trích dẫn	quote
有爭議的	có tranh cãi	controversial
寓言	truyện ngụ ngôn, truyền thuyết	fable
閱讀	đọc	read
章	chương	chapter
偵探小說	tiểu thuyết trinh thám	detective novel
指出	chỉ ra	point out
主演	diễn viên chính	starring
・女主演	nữ diễn viên chính	woman starring
主題	chủ đề	theme
主要人物	nhân vật chính	main character
傳記	tiểu sử	biography
自傳	tự truyện	autobiography
作家	nhà văn	writer
作品	tác phẩm	work
作者	tác giả	author

32.6 戲劇

悲劇	bi kịch	tragedy

場	cảnh	scene
導演	đạo diễn	director
獨白	độc bạch, kịch một vai	monologue
對話	đối thoại	dialogue
服裝	phục trang	costume
鼓掌	hoan hô	applaud
• 掌聲	tiếng vỗ tay	applause
觀眾	khán giả	audience
化妝	trang điểm, hóa trang	make up
話劇	kịch nói	drama
腳燈	đèn trước sân khấu	footlights
節目單	chương trình	program
劇本	kịch bản	script
劇場	nhà hát	theater
劇作家	nhà soạn kịch	playwright
聚光燈	đèn sân khấu	spotlight
角色	vai	role
• 扮演	đóng vai, thủ vai, sắm	act
• 主角	vai chính	main role
明星	ngôi sao	star
幕	màn	act
幕間休息	tạm nghỉ trong biểu diễn	intermission
旁白，獨白	độc thoại	aside
情節	tình tiết, cốt truyện	plot
人物	nhân vật	character
台詞	lời kịch	line (verbal)
提詞員	người nhắc thoại	prompter
帷幕	màn	curtain
• 謝幕	đáp lễ khán giả khi hạ màn	respond to a curtain fall
舞台	sân khấu	stage
舞台布景	bố cảnh, xếp cảnh	scenery
舞台側景	cánh gà sân khấu	wings (of a stage)
喜劇	phim hài, kịch hài	comedy
喜劇演員	diễn viên hài	comedian
戲劇	kịch, kịch nói	drama
啞劇	kịch câm	pantomime

演出	buổi biểu diễn	show, performance
演員	diễn viên	actor
・女演員	nữ diễn viên	actress
引座員	người chỉ chỗ ngồi	usher
幽默短劇	tiểu phẩm hài	skit
主人公	nhân vật chính	hero
・女主人公	nhân vật nữ chính	heroine

33 · 度假

33.1 假日

復活節	Lễ Phục Sinh	Easter
假期	kỳ nghỉ	vacation
・度假	đi nghỉ phép	go on a vacation
節日	ngày nghỉ	holidays
生日	sinh nhật	birthday
聖誕節	Giáng Sinh	Christmas
野餐	ăn ngoài trời, cơm dã ngoại	picnic
元旦	Tết Dương Lịch	New Year's Day
・除夕	Đêm Giao Thừa	New Year's Eve
週年紀念	ngày kỷ niệm, lễ kỷ niệm tròn năm	anniversary

33.2 觀光

博物館	viện bảo tàng	museum
長方形大教堂	nhà thờ vuông La-mã	basilica
城市	thành phố	city
城市地圖	bản đồ thành phố	city map
城市居民	người ở đô thị	urban dweller
大教堂	nhà thờ	cathedral
道路	đường bộ	road, roadway
地下通道	hầm, đường ngầm	underpass
都城	thủ phủ, tỉnh ly	capital town (of a region)

法庭	tòa án	law courts
法院大樓	nhà tòa án	courthouse
各戶有獨立產權的公寓	nhà có quyền sở hữu độc lập	condominium
工地	công trường	worksite
公告	thông báo công cộng	public notice
公園	công viên	park
古代遺跡	di tích	relic
廣場	quảng trường	square
紀念碑	đài kỷ niệm, bia kỷ niệm	monument
紀念品商店	cửa hàng đồ lưu niệm	souvenir shop
建築	xây dựng	building
教堂	nhà thờ	church
街道	đường phố, đại lộ	street, avenue
警察局	đồn cảnh sát	police station
居住	sống ở, sống trong	dwell, live in
路溝，排水溝	máng nước, ống máng, máng xối	gutter
美術館	bảo tàng mỹ thuật	art gallery (museum)
鬧市區，商業區	khu thương mại, khu sầm uất	downtown
噴泉式飲水機	đài phun nước	water fountain
橋	cầu	bridge
區，地區	khu, khu vực	district
人行道	via hè	pavement, sidewalk
人行橫道	đường dành riêng cho người đi bộ	pedestrian crossing
三岔路，丁字路	ngã ba	T-junction
十字路口	giao lộ, ngã tư	intersection
市民	dân cư thành phố, thị dân	city dweller, citizen
市政廳	tòa thị chính	city hall
首都	thủ đô	capital (of a country)
塔，樓塔	tháp, lâu đài	tower

鐵路平交道	đường chắn ba-ri-e	railway crossing
亭子	đình, quán	kiosk
停車計時器	máy tính tiền đậu xe	parking meter
圖書館	thư viện	library
小道，公路	đường vòng, đường cái / ô tô	bypass, highway
小教堂	nhà nguyện	chapel
小巷，胡同	hẻm, ngõ	alley, lane
營房	doanh trại	barracks
遊樂園	công viên vui chơi	amusement park
圓形劇場	nhà hát hình vòng	amphitheater
證券交易所	sở chứng khoán	stock exchange
植物園	vườn thực vật	botanical garden
指南手冊	sổ tay hướng dẫn	guide-book
鐘樓	tháp chuông	bell tower
住，生活	ở, sống	live (in a place)

33.3 郊遊

步道，小路	lối đi bộ, đường mòn	footpath, trail
城（商城）	thị xã thị trường	town (market-town)
城鎮	thị trấn	town
船	thuyền	boat
村子	làng	village
大海	biển	sea
登山	leo núi	mountain climbing
釣魚	câu cá	fishing
獨木舟，小划子	xuồng, thuyền độc mộc	canoe
高速公路餐館	nhà ăn trên đường cao tốc	motorway restaurant
登山路	đường mòn leo núi	hiking trail
觀光	đi tham quan	go sightseeing
海濱	bờ biển	beach
河流	sông	river
湖	hồ	lake
滑雪勝地	thắng cảnh trượt tuyết	ski resort

甲板椅	ghế boong, ghế sàn tàu	deck chair
郊區	ngoại ô	suburb
・市郊，近郊	vùng ngoại ô, ngoại ô	suburbs, outskirts
旅遊地	nơi du lịch, nơi tham quan	tourist place, sightseeing place
旅遊咨詢處	phòng tư vấn du lịch	tourist information office
曬黑	cháy da	suntan
・皮膚曬黑	da rám nắng	get a suntan
山地靴，登山鞋	giày leo núi	mountain boots
升降椅	cáp treo	chairlift
手藝	tay nghề	crafts
睡袋	túi ngủ	sleeping bag
溪流，小河	suối	brook
鄉村	nông thôn, xóm	countryside
巡航，遊弋	đi chơi du thuyền, tuần dương	cruise
遊覽線路	tuyến đường ngoạn cảnh	scenic route
在度假	nghỉ phép	on vacation
在山區	ở vùng núi	in the mountains
在鄉村	tại nông thôn	in the country
帳篷	lều	tent

33.4 問路

北	phía bắc	north
・向北	về phía bắc	to the north
出去	ra khỏi, đi ra ngoài	exit, go out
穿過	đi qua, xuyên qua	cross
到處	ở khắp nơi, mọi nơi	everywhere
東	phía đông	east
・向東	về phía đông	to the east
跟著，順著	theo sau	follow
橫過	ngang qua	across
近	gần	near
進入	nhập, đi vào	enter
南	phía nam	south

• 向南	về phía nam	to the south
去，走	đi	go
• 往上走	đi lên	go up
• 往下走	đi xuống	go down
西	phía tây	west
• 向西	về phía tây	to the west
向後	quay lại	back
向前	về trước	ahead
向上	đi ngược	up
向下	về xuôi	down
一直往前	đi thẳng	straight ahead
右	bên phải	right
• 向右	về phải	to the right
遠	xa	far
在…頂端	ở đỉnh cao	at the top of
在…後面	phía sau	behind
在…盡頭	ở cuối	at the end of
在…前面	ở phía trước	in front of
在裡面	ở bên trong	inside
在外面	ở bên ngoài	outside
這裡	ở đây	here
左	bên trái	left
• 向左	về trái	to the left

八、旅行與交通

34 · 選擇目的地

34.1 旅行社

巴士旅遊	du lịch bằng xe buýt	bus tour
包機	thuê bao máy bay	charter plane
保險	bảo hiểm	insurance
城市	thành phố	city
大陸	lục địa	continent
淡季	mùa ít khách	low season
導遊	người hướng dẫn du lịch	tour guide
等級	cấp, đẳng cấp, loài	class
・經濟艙	chỗ ngồi / ngủ phổ thông	economy class
・頭等艙	chỗ ngồi / ngủ hạng nhất	first class
訂金	đặt cọc	down payment
短途旅行，遊覽	đi chơi dã ngoại	excursion
國家	đất nước, quốc gia	country, nation
海濱	vùng ven biển	seaside area
假期，休假	kỳ nghỉ	vacation
・寒假	nghỉ đông	winter vacation
・暑假	nghỉ hè	summer vacation
郊區，市郊	ngoại ô, vùng ngoại ô	outskirts, suburbs
看	nhìn, xem	see
旅途，旅程	chuyến đi, hành trình	trip, journey
・旅途愉快！	Có một chuyến đi vui vẻ!	Have a nice trip!
旅行	du lịch	travel
・去旅行	tham gia một chuyến du lịch	take a trip
旅行代辦人	đại lý du lịch	travel agent

旅行社	hãng du lịch	travel agency
旅行指南	sách hướng dẫn du lịch	travel guide
旅遊	tham quan, du lịch	tour, tourism
遊覽車	xe buýt du lịch	touring bus
旅遊者，遊人	khách du lịch	tourist
民族	dân tộc	nation
票	vé	ticket
・乘船	đi thuyền, đi tàu	by boat, by ship
・乘飛機	đi máy bay	by plane
・乘火車	đi tàu hỏa	by train
・單程票	vé một chiều	one-way ticket
・回程票	vé trở lại	return ticket
・往返票，來回票	vé khứ hồi	round-trip ticket
世界	thế giới	world
市中心	khu thương mại, khu sầm uất	downtown
首都	thành phố thủ đô	capital city
旺季	mùa đông khách	high season
小冊子	cuốn sách mỏng	brochure
一攬子旅遊，包價旅遊，包辦旅行	du lịch trọn gói	package tour
預訂	đặt phòng, đặt trước	reservation
・網路預訂	đặt phòng trên mạng	on-line reservation
在國外	ở nước ngoài	abroad

34.2 大洲、國家和地區

大洲	đại châu, lục địa	continent
・大洋洲	Châu Đại Dương	Oceania
・非洲	Châu Phi / Phi Châu	Africa
・美洲	Châu Mỹ	America
拉丁美洲	Châu Mỹ Latinh	Latin America
北美洲	Bắc Mỹ	North America
南美洲	Nam Mỹ	South America
・南極洲	Nam Cực	Antarctica
・亞洲	Châu Á	Asia
・歐洲	Châu Âu	Europe
阿爾巴尼亞	An-ba-ni	Albania

阿爾及利亞	An-giê-ri	Algeria
阿富汗	Áp-ga-ní-xtan	Afghanistan
阿根廷	Ác-hen-ti-na	Argentina
埃及	Ai Cập	Egypt
衣索比亞	Ê-ti-ô-pi-a	Ethiopia
愛爾蘭	Ai-len	Ireland
愛沙尼亞	E-xtô-ni-a	Estonia
奧地利	Áo	Austria
澳洲	Ô-xtrây-li-a	Australia
巴基斯坦	Pa-kí-xtan	Pakistan
巴拉圭	Pa-ra-goay	Paraguay
巴西	Bra-xin	Brazil
保加利亞	Bun-ga-ri	Bulgaria
比利時	Bì	Belgium
秘魯	Pê-ru	Peru
波多黎各	Pu-ét-tô-rí-cô	Puerto Rico
波蘭	Ba Lan	Poland
波利尼西亞	Pô-li-nê-di	Polynesia
波斯尼亞	Bô-xni-a	Bosnia
玻利維亞	Bô-li-vi-a	Bolivia
朝鮮	Triều Tiên	North Korea
大不列顛	Vương Quốc Anh	Great Britain
丹麥	Đan Mạch	Denmark
德國	Đức	Germany
多明尼加共和國	Cộng hoà Đôminica	Dominican Republic
俄羅斯	Nga	Russia
厄瓜多爾	Ê-cu-a-đo	Ecuador
厄立特里亞	Êritrêa	Eritrea
法國	Pháp	France
菲律賓	Phi-li-pin / Phi Luật Tân	Philippines
芬蘭	Phần Lan	Finland
哥倫比亞	Cô-lôm-bi-a	Colombia
哥斯大黎加	Cô-xta-ri-ca	Costa Rica
格陵蘭	Grin-lan	Greenland
喬治亞	Gru-di-a	Georgia
古巴	Cuba	Cuba
韓國	Hàn Quốc	South Korea

荷蘭	Hà Lan	Holland
黑山	Mông-tê-nê-grô	Montenegro
宏都拉斯	Ôn-đu-rát	Honduras
加拿大	Ca-na-đa	Canada
柬埔寨	Cam-pu-chia	Cambodia
捷克共和國	Cộng hòa Séc / Tiệp Khắc	Czech Republic
近東	Cận Đông	Near East
科特迪瓦	Cốt-đi-voa	Côte d'Ivoire
科威特	Cô-oét	Kuwait
克羅地亞	Crô-a-ti-a	Croatia
肯亞	Kê-ni-a	Kenya
寮國	Lào	Laos
黎巴嫩	Li-băng	Lebanon
立陶宛	Lít-va	Lithuania
賴比瑞亞	Li-bê-ri-a	Liberia
利比亞	Li-bi	Libya
盧森堡	Lúc-xăm-bua	Luxembourg
羅馬尼亞	Ru-ma-ni	Romania
馬爾他	Man-ta	Malta
馬來西亞	Ma-lai-xi-a	Malaysia
馬其頓	Ma-xê-đô-ni-a	Macedonia
美國	Hoa Kỳ / Mỹ	United States of America
美拉尼西亞	Me-la-nê-xi-a	Melanesia
蒙古	Mông Cổ	Mongolia
孟加拉國	Băng-la-đét	Bangladesh
摩爾達維亞	Môn-đa-vi	Moldavia
摩洛哥	Ma-rốc	Morocco
摩納哥	Mô-na-cô	Monaco
墨西哥	Mê-hi-cô	Mexico
南非	Nam Phi	South Africa
南斯拉夫	Nam Tư	Yugoslavia
尼加拉瓜	Ni-ca-ra-goa	Nicaragua
奈及利亞	Ni-giê-ri-a	Nigeria
挪威	Na Uy	Norway
葡萄牙	Bồ Đào Nha	Portugal
日本	Nhật Bản	Japan
瑞典	Thụy Điển	Sweden

瑞士	Thụy Sĩ	Switzerland
薩爾瓦多	En Xan-va-đô	El Salvador
塞爾維亞	Xéc-bi-a	Serbia
塞內加爾	Xê-nê-gan	Senegal
沙烏地阿拉伯	À-rập Xê-út	Saudi Arabia
聖馬利諾	Xan Ma-ri-no	San Marino
斯堪的納維亞	Scan-đi-na-vi-a	Scandinavia
斯里蘭卡	Xri-lan-ca	Sri Lanka
斯洛伐克	Xlô-va-ki-a	Slovakia
斯洛文尼亞	Xlô-vê-ni-a	Slovenia
蘇丹	Xu-đăng	Sudan
蘇格蘭	Xcốt-len	Scotland
索馬利亞	Xô-ma-li-a	Somalia
泰國	Thái Lan	Thailand
坦尚尼亞	Tan-da-ni-a	Tanzania
突尼西亞	Tuy-ni-di	Tunisia
土耳其	Thổ Nhĩ Kỳ	Turkey
瓜地馬拉	Goa-tê-ma-la	Guatemala
威爾士	Uên	Wales
委內瑞拉	Vê-nê-xuê-la	Venezuela
烏干達	U-gan-đa	Uganda
烏拉圭	U-ru-goay	Uruguay
西班牙	Tây Ban Nha	Spain
希臘	Hy Lạp	Greece
新加坡	Xin-ga-po	Singapore
紐西蘭	Niu Di-lân	New Zealand
匈牙利	Hung-ga-ri	Hungary
敘利亞	Sy-ri	Syria
牙買加	Gia-mai-ca	Jamaica
亞美尼亞	Ác-mê-ni-a	Armenia
伊拉克	I-rắc	Iraq
伊朗	I-ran	Iran
以色列	I-xra-en	Israel
義大利	I-ta-li-a	Italy
印度	Ấn Độ	India
印尼	In-đô-nê-xi-a	Indonesia
英國，英格蘭	Anh	England
約旦	Gióoc-đa-ni	Jordan
越南	Việt Nam	Viet Nam

尚比亞	Dăm-bi-a	Zambia
智利	Chi-lê	Chile
中東	Trung Đông	Middle East
中國	Trung Quốc	China

34.3　城市和地理名稱

阿爾卑斯山脈	núi An-pơ	Alps
• 阿爾卑斯山的	của núi An-pơ	alpine
阿姆斯特丹	Am-xtéc-đam	Amsterdam
愛丁堡	Ê-đin-bớc	Edinburgh
巴爾幹山脈	Ban-kan	Balkans
巴黎	Pa-ri	Paris
巴塞隆那	Ba-xê-lô-na	Barcelona
柏林	Béc-lin	Berlin
北京	Bắc Kinh	Beijing
貝爾格勒	Bê-ô-grát	Belgrade
大西洋	Đại Tây Dương	Atlantic
地中海	Địa Trung Hải	Mediterranean
東京	Tô-ky-ô	Tokyo
高加索	Cáp-ca-dơ	Caucasia
開羅	Cai-rô	Cairo
里斯本	Li-xbon	Lisbon
倫敦	Lônđôn	London
羅馬	Rô-ma	Rome
馬德里	Ma-đrít	Madrid
莫斯科	Mát-xcơ-va	Moscow
墨西哥城	Thành Phố Mê-hi-cô	Mexico City
紐約	Niu-oóc	New York
日內瓦	Giơ-ne-vơ	Geneva
斯德哥爾摩	Xtốc-khôm	Stockholm
太平洋	Thái Bình Dương	Pacific Ocean
維也納	Viên	Vienna
雅典	A-ten	Athens
亞得里亞海	Biển Adriatic	Adriatic Sea

中越專有名詞的互譯

越南人名、地名等專有名詞，都用固定漢字表示，這些詞在譯成中文時，必須用對等的固定漢字譯出，不能採用音譯。中國專有名詞則應該用漢字的漢越音譯出，也不能採用音譯。（非漢語、越南語專有名詞除外）下面兩節列出越南和中國的主要地名。

34.4 越南地名

檳椥	Bến Tre	Ben Tre
承天	Thừa Thiên	Thua Thien
承天順化	Thừa Thiên Huế	Thua Thien Hue
堤岸	Chợ Lớn	Cho Lon
奠邊府	Điện Biên Phù	Dien Bien Phu
河靜	Hà Tĩnh	Ha Tinh
河內	Hà Nội	Ha Noi
胡志明市	Thành phố Hồ Chí Minh	Ho Chi Minh City
老街	Lào Cai	Lao Cai
清化	Thanh Hoá	Thanh Hoa
順化	Huế	Hue
峴港	Đà Nẵng	Da Nang
義安	Nghệ An	Nghe An

34.5 中國地名

澳門	Ma Cao, Áo Môn	Macao
北京	Bắc Kinh	Beijing
長春	Trường Xuân	Changchun
長沙	Trường Sa	Changsha
成都	Thành Đô	Chengdu
福州	Phúc Châu	Fuzhou
廣西	Quảng Tây	Guangxi
廣州	Quảng Châu	Guangzhou
哈爾濱	Cáp Nhĩ Tân	Harbin
海口	Hải Khẩu	Haikou
杭州	Hàng Châu	Hangzhou

呼和浩特，歸綏	Hôh-hót	Huhhot
昆明	Côn Minh	Kunming
拉薩	Lạp Tát	Lhasa
內蒙古	Nội Mông Cổ	Inner Mongolia
南昌	Nam Xương	Nanchang
南京	Nam Kinh	Nanjing
南寧	Nam Ninh	Nanning
寧夏	Ninh Hạ	Ningxia
上海	Thượng Hải	Shanghai
瀋陽	Thẩm Dương	Shenyang
台北	Đài Bắc	Taibei
台灣	Tỉnh Đài Loan	Taiwan
太原	Thái Nguyên	Taiyuan
天津	Thiên Tân	Tianjin
烏魯木齊	U-rum-chi	Ürümqi
武漢	Vũ Hán	Wuhan
西安	Tây An	Xi'an
西藏	Tây Tạng	Xizang
西寧	Tây Ninh	Xining
香港	Hồng Công, Hương Cảng	Hong Kong
新疆	Tân Cương	Xinjiang
銀川	Ngân Xuyên	Yinchuan
鄭州	Trịnh Châu	Zhengzhou
重慶	Trùng Khánh	Chongqing

35 · 通過海關

背包	ba lô	backpack
邊境	biên giới	border
表格	mẫu đơn, biểu mẫu	form *(to fill out)*
· 填寫	điền vào	fill out
公民身分	tư cách công dân	citizenship
關稅	thuế	tariff, duty tax
· 繳稅	nộp thuế	pay duty
國籍	quốc tịch	nationality
海關	hải quan	customs

· 海關人員	nhân viên hải quan	customs officer
護照	hộ chiếu	passport
· 護照檢查	kiểm tra hộ chiếu	passport control
進口	nhập khẩu	import
簽證	thị thực	visa
錢包，錢袋	ví	purse
申報	khai báo	declare
· 沒有申報的東西	không có gì để khai báo	nothing to declare
· 需要申報的東西	có gì đó để khai báo	something to declare
身分證件	chứng minh thư	identification document
身分證明	thẻ căn cước	proof of identity
收據	biên lai	receipt
手提箱	va li	suitcase
提	cầm, mang, vác	carry
外幣	ngoại tệ	foreign currency
外國人	người nước ngoài	foreigner
文件	tài liệu	documents
行李	hành lý	baggage, luggage
· 手提行李	hành lý xách tay	hand baggage
原始發票	hóa đơn gốc	original invoice
重量	trọng lượng	weight
· 輕的	nhẹ	light
· 重的	nặng	heavy
· 最大重量	tối đa	maximum weight

36 · 乘飛機旅行

36.1 在航空站

安全檢查	kiểm tra an ninh	security check
搬運工	người khuân vác	porter
穿梭巴士	đưa đón xe buýt	shuttle bus
登機	lên máy bay	board
· 登機	lên máy bay	boarding
· 登機證	thẻ lên máy bay	boarding pass

· 登機手續	thủ tục lên máy bay	check-in
飛機	máy bay	airplane
航空公司	hãng hàng không	airline
航站樓	nhà ga hàng không	terminal
候機廳	phòng chờ máy bay	waiting room
機場	sân bay	airport
· 北京首都機場	Sân Bay Thủ Đô Bắc Kinh	Beijing Capital Airport
· 重慶江北機場	Sân Bay Giang Bắc Trùng Khánh	Chongqing Jiang-bei Airport
· 廣州白雲機場	Sân Bay Bạch Vân Quảng Châu	Guangzhou Baiyun Airport
· 河內內排機場	Sân Bay Nội Bài Hà Nội	Hanoi Noibai Airport
· 胡志明市新山一機場	Sân Bay Tân Sơn Nhớt Thành Phó Hồ Chí Minh	Ho Chi Minh City Tan Son Nhot Airport
· 上海虹橋機場	Sân Bay Hồng Kiều Thượng Hải	Shanghai Hong-qiao Airport
· 台灣桃園機場	Sân Bay Đào Viên Đài Loan	Taiwan Taoyuan Airport
· 天津濱海機場	Sân Bay Tân Hải Thiên Tân	Tianjin Binhai Airport
· 烏魯木齊地窩堡機場	Sân Bay Địa Oa Bảo U-rum-chi	Ürümqi Diwobao Airport
· 拉薩貢嘎機場	Sân Bay Gông-ga La-sa	Lhasa Gonggar Airport
禁止吸煙	cấm hút thuốc	no smoking
· 無煙區	khu không hút thuốc	non-smoking section
· 吸煙區	khu hút thuốc	smoking section
經濟艙	chỗ ngồi phổ thông	economy class
聯運，中轉	liên vận, trung chuyển	connection
· 中轉	làm trung chuyển	make a connection
領取行李	nhận lấy hành lý	pick up one's luggage
票	vé	ticket
票務員	người bán vé	ticket agent
失物招領	nơi nhận đồ mất	lost and found

頭等艙	chỗ ngồi hạng nhất	first class
行李檢查	kiểm tra hành lý	luggage inspection
詢問處	quầy tư vấn	information desk
預訂	đặt phòng trước	reservation

36.2 航班訊息

到達	đến, tới nơi	arrival
登機口	cửa lên máy bay	gate, exit
國際航班	chuyến bay quốc tế	international flight
國內航班	chuyến bay nội địa / trong nước	national / domestic flight
航班	chuyến bay	flight
離開	khởi hành, xuất phát	departure
取消的	bị hủy	canceled
時刻表	bảng thời gian	schedule, times board
晚點，延誤	trễ, đến muộn	late, delayed
早	đến sớm	early
直達航班	chuyến bay trực tiếp	direct flight
中途不著陸航班	chuyến bay thẳng	non-stop flight
中轉	quá cảnh, trung chuyển	transit
・中轉乘客	hành khách quá cảnh	transit passenger
準時	đúng giờ	on time

36.3 在飛機上

廁所	nhà vệ sinh	toilet
乘客	hành khách	passenger
耳機	tai nghe	headphones
發動機	động cơ	motor
飛機副駕駛員	phi công phụ	copilot
飛機駕駛員，飛行員	phi công	pilot
飛行	bay	fly
飛行時間	thời gian bay	flying time
高度	độ cao	altitude
機艙	khoang máy bay	cabin

機長	cơ trưởng	captain
機翼	cánh máy bay	wing
機組人員	toàn bộ người lái và nhân viên trên máy bay	crew
救生衣	phao cứu sinh	life jacket
空中服務員	chiêu đãi viên hàng không	flight attendant
輪子	bánh xe	wheel
跑道	đường băng	runway
起飛	cất cánh	take off
‧ 起飛	cất cánh	take-off
起落架	bộ phận hạ cánh	landing gear
時差	chênh lệch thời gian	time difference
停	ngừng	make a stop
湍流	luồng hơi mạnh	turbulent
托盤	khay	tray
氧氣	oxy, dưỡng khí	oxygen
應急程序	thao tác khẩn cấp	emergency procedure
直升機	máy bay trực thăng	helicopter
中途停留	dừng ở	stopover
著陸，降落	hạ cánh	land
‧ 著陸，降落	hạ cánh	landing
坐下	ngồi xuống	sit down
座位	chỗ	seat
‧ 安全帶	dây an toàn	safety belt
‧ 窗口	cửa sổ	window
‧ 解開	mở dây an toàn	unbuckle
‧ 扣上，繫上	cài dây an toàn	buckle up, fasten
‧ 通道	lối đi giữa các dãy ghế	aisle
‧ 椅背	lưng ghế	back of the seat

37 ‧ 乘車旅行

37.1 駕駛

| 保險卡 | thẻ bảo hiểm | insurance card |

車道	đường xe đi	lane (traffic)
闖紅燈	đi qua khi có đèn đỏ	go through a red light
城市街區	khu thành phố	city block
乘客	hành khách	passenger
倒車	lùi xe	back up
道路	đường	road
道路交通圖	bản đồ giao thông	road map
罰款，罰單	phạt, vé phạt	fine, traffic ticket
尖峰時間	giờ cao điểm	rush hour
公路	đường cái / ô tô	highway
加油站	trạm xăng, cây xăng	gas station
・柴油	điêzen	diesel
・含鉛汽油	xăng pha chì	leaded gas
・換油	thay dầu	change the oil
・機械人員	thợ cơ khí	mechanic
・加油	thêm xăng	fill up
・加油員	nhân viên bán xăng	gas attendant
・檢查油	kiểm tra dầu	check the oil
・汽油	xăng	gasoline
・無鉛汽油	xăng không chì	unleaded gas
・修理	sửa chữa	fix
駕駛，開車	lái xe	drive
駕駛執照	giấy phép lái xe	driver's license
交叉路口	ngã tư	intersection
交通	giao thông	traffic
交通號誌燈	đèn giao thông	traffic lights
交通擁擠，交通阻塞	đường tắc nghẽn, giao thông ách tắc	traffic jam
街角	góc đường	street corner
警察	cảnh sát	police, policeman
・交通警察	cảnh sát giao thông	traffic policeman
・女交通警察	nữ cảnh sát giao thông	traffic police-woman
・女警察	nữ cảnh sát	policewoman
距離	khoảng cách	distance
路標	dấu hiệu đường	road sign
排擋	số	gear
・前行	đi tiếp	go forward

中文	越南文	英文
・後退	đi sau	back up
・換擋	sang số	change gears
啟動車	khởi động xe	start the car
橋	cầu	bridge
人行橫道	đường dành riêng cho người đi bộ	pedestrian crossing
煞車	phanh	brake
煞閘	cái phanh	brake
上坡	lên dốc	uphill
事故	rủi ro, tai nạn	accident
收費	thu phí	toll
收費站	trạm nhận thuế	toll booth
司機	người lái xe	driver
速度	tốc độ	speed
・加速	tăng tốc độ	speed up
・減速	giảm tốc độ	slow down
隧道	đường hầm	tunnel
停車，泊車	đậu xe, đỗ xe	park
・公共停車場	bãi đậu xe công cộng	public parking
・停車，泊車	đậu xe	parking
通過	vượt qua, đi qua	pass
拖車	kéo xe đi	tow the car
・拖車	kéo xe	towing
下坡	xuống dốc	downhill
信號	tín hiệu	signal
行人	người đi bộ	pedestrian
轉彎	rẽ	turn
・向右	rẽ sang bên phải	to the right
・向左	rẽ sang bên trái	to the left
彎道	đường ngoằn ngoèo	curve
自助服務	tự phục vụ	self-service

37.2 道路標誌

中文	越南文	英文
備用車道	Đường dành riêng	Lane reserved
廁所，盥洗室	Nhà vệ sinh	Washroom
暢通無阻	Thông suốt	Open
超車道	Đường vượt xe	Passing lane
出口	Lối ra, cửa ra	Exit

單行道	Đường một chiều	One way
地濕路滑	Trơn khi đường ướt	Slippery when wet
故障	Hư hỏng	Out of order
匯合	Sáp nhập	Merge
交叉路口	Ngã tư	Intersection
緊急車道	Lối ra khẩn cấp	Emergency lane
禁止出入	Cấm vào	No entry
禁止停車	Cấm dừng	No stopping
禁止通行	Cấm đi qua	Closed / No thoroughfare
禁止吸煙	Cấm hút thuốc	No smoking
靠右行駛	Đi về bên phải	Keep to the right
慢	Chậm lại	Slow
平面交叉路口	Ngã tư đường	Level crossing
橋下通行	Đường chui	Underpass
讓行	Nhường đường	Yield
繞行	Đường vòng	Detour
人行橫道	Đường dành riêng cho người đi bộ	Pedestrian crossing
入口	Lối vào	Entrance
速度限制	Giảm tốc độ	Speed limit
停車讓行	Dừng lại	Stop
通行稅	Lệ phí đường	Toll
拖吊區	Cấm đỗ xe	Tow-away zone
危險	Nguy hiểm	Danger
危險交叉路口	Ngã tư nguy hiểm	Dangerous crossing
詢問處	Quầy tư vấn	Information
狹窄橋	Cầu hẹp	Narrow bridge
嚴禁超車	Nghiêm cấm vượt qua	No passing
嚴禁迴轉	Nghiêm cấm quay xe	No U-turn
嚴禁停放	Nghiêm cấm đậu xe	No parking
嚴禁右轉	Nghiêm cấm rẽ phải	No right turn
嚴禁左轉	Nghiêm cấm rẽ trái	No left turn
正在施工	Đang thi công	Work in progress
注意	Chú ý!	Caution
專用停車	Hạn chế đậu xe	Limited parking

| 自行車道 | Đường dành riêng cho xe đạp | Bicycle path |

37.3 小汽車

安全帶	dây an toàn	seat belt
把手，搖柄	cán, tay cầm, móc quai	handle
保險槓	hãm xung	bumper
幫浦	bơm, máy bơm	pump
側視鏡	gương ở bên, gương mặt	side mirror
車窗	cửa sổ xe	car window
車頂	mui xe	car roof
車輪	bánh xe	wheel
• 備用輪胎	lốp dự phòng	spare wheel
車門	cửa xe hơi	car door
車牌	biển số xe	license plate
車體	thân xe	car body
車座	ghế xe	car seat
儲物槽	ngăn chứa trong xe	glove compartment
擋泥板	cái chắn bùn	fender
燈	đèn	light
電系統	hệ thống điện	electrical system
動力制動器	phanh động lực	power brake
動力轉向	tay lái trợ lực	power steering
發電機	máy phát điện	generator
發動機	động cơ, mô-tơ	motor
閥，活門	van	valve
方向盤	vô lăng	steering wheel
擋風玻璃	kính che gió	windshield
風扇	cái quạt	fan
• 風扇皮帶	dây đai quạt	fan belt
過濾器	bộ lọc	filter
車尾的行李箱	cốp xe	trunk
後座	chỗ ngồi phía sau	back seat
化油器	bộ chế hoà khí	carburetor
變速排擋	cần số ô tô	gearshift

活塞	pít tông	piston
火星塞	bugi	sparkplug
空調	máy lạnh	air conditioning
喇叭	còi	horn
離合器	bộ ly hợp	clutch
輪胎	cạp vành bánh xe, lốp xe	tire
馬力	sức ngựa, mã lực	horse power
汽車商	người buôn bán xe, đại lý xe hơi	car dealer
千斤頂	bộ kích xe	jack
前座	chỗ ngồi phía trước	front seat
散熱器	bộ tản nhiệt	radiator
煞車	phanh	brake
水箱	két nước	water tank
速度計，里程計	đồng hồ tốc độ	speedometer
消音器	bộ giảm âm	muffler
信號燈	đèn tín hiệu	signal light
行李架	giá để hành lý	luggage rack
蓄電池	bộ nạp ắc-quy	battery
儀表板	bảng đồng hồ ở ô tô	dashboard
引擎罩，汽車前蓋	capô ô tô	hood
油	dầu	oil
油幫浦	bơm xăng	gas pump
油門踏板	bàn đạp ga	gas pedal
油箱	bình xăng	gas tank
雨刷器	bộ gạt nước	wiper
阻塞門，阻氣門	van tiết lưu, bướm gió, chế hòa khí	choke

38・交通

長期票通勤旅客	hành khách sử dụng vễ tháng	commuter
車輛	xe, xe cộ	vehicle
車站	nhà ga, bến ô tô	station, stop
計程車	xe tắc xi	taxi
・計程車司機	người lái xe tắc xi	taxi driver

搭車旅行	đi nhờ xe, đi xe boóng	hitchhike
・搭車旅行的人	người đi nhờ xe, người đi xe boóng	hitchhiker
等候	chờ	wait for
地鐵	tàu điện ngầm	subway
地鐵站	ga tàu điện ngầm	subway station
地鐵站入口	lối vào tàu điện ngầm	subway entrance
渡口，渡船	bến phà	ferry
筏，木排	bè	raft
公共汽車	xe buýt	bus
・公共汽車司機	người lái xe buýt	bus driver
・公共汽車站	trạm xe buýt, chỗ đỗ xe buýt	bus stop, depot
・沒趕上公共汽車	bỏ lỡ một chuyến xe buýt	miss a bus
火車	tàu hoả, xe lửa	train
・分隔車室	gian, ngăn	compartment
・火車頭	đầu máy xe lửa	locomotive
・火車站	ga đường sắt	railway station
・客車	xe chở khách	passenger car
・鐵道，軌道	đường ray, đường xe lửa	track
・鐵路	đường sắt, đường xe lửa	railway, railroad
・臥車	toa nằm	sleeping car
駕駛員	người lái xe	driver (of a public vehicle)
槳，櫓	mái chèo	oar
・短槳	cái giầm	paddle
交通	giao thông	transportation
・公共交通	giao thông công cộng	public transportation
救護車	xe cứu thương	ambulance
救生衣	phao cứu sinh	life-jacket
卡車	xe tải	truck
・卡車司機	người lái xe tải	truck driver
開行，離開	lên đường, khởi hành	leave, depart

快遞車	xe vận tải nhanh	courier bus, express
垃圾車	xe rác	garbage truck
聯運	liên vận	connection
螺旋槳，推進器	thiết bị đẩy, cánh quạt	propeller
麵包車，廂式貨車	xe tải thùng	van
摩托車	xe gắn máy, xe máy	motorcycle
拋錨	neo	anchor
跑車	xe thể thao, xe đua	sports car
票	vé	ticket
・出票機	máy bán vé	ticket machine
・電子票	vé điện tử	e-ticket
・售票處	chỗ bán vé	ticket office
・售票員	người bán vé	ticket agent
汽車	ô tô	automobile
汽車渡輪	phà xe	car-ferry
時刻表	lịch trình, bảng giờ giấc, thời gian biểu	schedule
・到達	đến, tới nơi	arrival
・離開	rời, khởi hành	departure
・取消的	xoá bỏ, huỷ bỏ, hủy	canceled
售票員，乘務長	người bán vé, phụ trách vận chuyển hành khách	conductor
拖車	xe moóc, toa moóc	trailer
拖曳車	xe dắt, xe kéo	tow truck
舷窗	ô cửa sổ	porthole
消防車	xe chữa cháy	fire truck
小汽車	ô tô	car
・小型汽車	xe hơi nhỏ	compact car
・租用的小汽車	xe thuê	rented car
小型貨車	xe tải nhỏ	minivan
有軌電車	xe điện đường ray	streetcar
站，車站	ga, bến xe	stop
自行車	xe đạp	bicycle
・車把	tay cầm	handle bar
・車帶，內胎	săm xe	tube
・車閘，煞車	phanh	brake
・車座	yên xe	saddle

· 輻條	nan hoa	spoke
· 腳踏板	bàn đạp	pedal
· 鏈盒	hộp xích	chain case
· 鏈條	dây xích	chain
· 輪胎	xăm lốp	tire
座位	chỗ ngồi	seat

39 · 旅館

39.1 旅館

抱怨，投訴	khiếu nại, phàn nàn về	complain
· 抱怨，投訴	khiếu nại	complaint
出口	lối ra	exit
大門	cửa chính	main door
電梯	thang máy	elevator
房間	phòng	room
· 帶兩張床的	với giường đôi	with two beds
· 帶雙人床的	với giường hai người	with double bed
· 單人床	giường đơn	single bed
· 雙人房	phòng đôi	double room
風景	phong cảnh	view
服務	dịch vụ	service
價格	giá cả, giá	price
· 包括一切的價格	bao gồm giá tất cả	all-inclusive price
· 淡季	mùa vắng khách	low season
· 收費標準	tiêu chuẩn tính giá	rate
· 旺季	mùa đông khách	high season
叫醒電話	báo thức	wake-up call
經理	giám đốc	manager
看門人	người gác cửa, người gác cổng	doorman
樓層	tầng lầu	floor
樓房底層	tầng trệt	ground floor
樓梯	cầu thang	stairs
旅館	khách sạn	hotel
· 豪華旅館	khách sạn sang trọng	luxury hotel

·普通旅館	khách sạn phổ thông	modest hotel
·汽車旅館	nhà nghỉ xe hơi	motel
·五星級旅館	khách sạn năm sao	five-star hotel
旅館房間	phòng khách sạn	hotel room
旅館侍者	người trực tầng ở khách sạn	bellhop
門廳，大堂	phòng trước, phòng ngoài, sảnh	foyer, lobby
女僕	đầy tớ gái, người hầu gái	maid
入口	lối vào	entrance
身分證	thẻ chứng minh, chứng minh thư	identification card
收據	biên lai	receipt
午餐	bữa trưa	lunch
消息	tin nhắn	message
行李架	giá để hành lý	luggage rack
宴會	bữa tiệc	banquet
野營	cắm trại	camping
游泳池	bể bơi	swimming pool
預訂	đặt trước	reservation
鑰匙	chìa khoá	key
早餐	bữa sáng	breakfast
·包含早餐	bao gồm bữa ăn sáng	breakfast included
帳單	hoá đơn	bill
招待所	nhà khách	hostel
職員	viên chức	clerk
住宿，膳宿	chỗ ở, chỗ ăn chỗ ở	lodging, accommodations

39.2 旅館房間

被單，褥單	mền, chăn	sheets
壁櫥，衣櫥	tủ tường	closet
窗簾	rèm cửa	curtain
床	giường	bed
床頭櫃	tủ giường	bedside table
燈	bóng đèn, đèn	lamp, light
·打開	bật, vặn, mở	turn on

· 電流	dòng điện	current
· 關上	khoá, tắt, cắt	turn off
· 開關	công tắc	switch
肥皂	xà bông	soap
扶手椅子	ghế bành	armchair
俯視，眺望	trông nom, từ trên cao trông xuống	overlook
恆溫器	máy điều nhiệt	thermostat
淋浴	buồng tắm hương sen, tắm hoa sen	shower
毛巾	khăn lau, khăn tắm	towel
毛毯	mền, chăn	blanket
梳妝台	bàn gương trang điểm	dresser
雙人床	giường đôi	double bed
水龍頭	vòi nước	faucet
屜櫃	tủ com mốt	chest of drawer
推拉門	cửa trượt	sliding door
衛生紙	giấy vệ sinh	toilet paper
洗臉盆	la-va-bô	sink, wash basin
· 冷水	nước lạnh	cold water
· 熱水	nước nóng	hot water
洗髮精	dầu gội	shampoo
香皂	xà phòng thơm	toilet soap
陽台	ban công	balcony
衣架	giá treo áo, giá áo	clothes hanger
浴缸	bồn tắm	bath tub
浴室	phòng tắm	bathroom
枕頭	gối	pillow

九、教育

40・學校

40.1 學校類型與基本詞彙

獎學金	học bổng	scholarship, grant
・獎學金獲得者	chủ học bổng	scholarship holder
教授	giảng dạy	instruct
教育	giáo dục	education
・教育	giáo dục	educate
教育部	Bộ Giáo Dục	Ministry of Education
課程	khoá học	course
・函授課程	khóa học hàm thụ	correspondence course
・夜間課程	khóa học buổi tối	evening course
年級	lớp	grade
・一年級	năm đầu tiên, lớp một	first year, grade one
・二年級	lớp hai	second year
日間托兒	gửi trẻ ban ngày	daycare
系主任	chủ nhiệm khoa	dean, chair of a faculty
學年	năm học	school year
學校	trường học	school
・初中	trường trung học cơ sở	junior high school
・大學	trường đại học	university
・高中	trường trung học phổ thông	senior high school
・公立學校	trường công lập	public school
・國立學校	trường quốc lập	state school
・技術學校	trường kỹ thuật	technical school
・寄宿學校	trường nội trú	residential school (college)

· 教師培訓學校	trường đào tạo giáo viên	teacher training school
· 男女同校的學校	trường chung cho con trai và con gái	coed school
· 商業學校	trường thương mại	commercial school
· 私立學校	trường tư thục	private school
· 小學	tiểu học / trường tiểu học	primary / elementary school
· 夜校	trường buổi tối	evening school
· 職業學校	trường dạy nghề	vocational school
· 中學	trường trung học, trung học	high school, secondary school, middle school
學院	học viện	institute
音樂 / 藝術 / 戲劇學院	trường âm nhạc / nghệ thuật / kịch	conservatory
幼稚園	nhà trẻ, trường mầm non	kindergarten, nursery school
系	khoa	faculty
· 法學系	khoa luật	law faculty
· 工程學系	khoa công trình kỹ thuật	engineering faculty
· 建築系	khoa kiến trúc	architecture faculty
· 人文系	khoa văn, văn khoa	liberal arts faculty
· 商業系	khoa kinh doanh và thương mại	business and commerce faculty
· 外語系	khoa ngoại ngữ	foreign language faculty
· 醫學系	y khoa	medicine faculty
· 中文系	khoa trung văn	Chinese faculty
· 自然科學系	khoa khoa học tự nhiên	sciences faculty
專業課程	khóa học bồi dưỡng chuyên môn	specialization course

40.2 教室

| 百科全書 | bách khoa toàn thư | encyclopedia |
| 背包 | ba lô | knapsack, backpack |

筆記本	sổ ghi chép	notebook
・環扣筆記本	sổ ghi chép gáy càng cua	ringed notebook
・螺旋扣筆記本	sổ ghi chép gáy xoắn	spiral notebook
筆記型電腦	máy vi tính xách tay	laptop computer
地圖	bản đồ	map
讀本	sách đọc	reading book
粉筆	phấn	chalk
高架的	treo cao	overhead
・高射投影機	máy đèn chiếu cao, máy áo đăng cao	overhead projector
黑板	bảng đen	blackboard
黑板擦	dụng cụ lau bảng	blackboard eraser
幻燈機，投影機	máy đèn chiếu	projector
電腦	máy vi tính	computer
計算機	máy tính	calculator
・袖珍計算機	máy vi tính bỏ túi	pocket calculator
記號筆	bút ghi	marker
膠水	keo dán	glue, paste
課本	sách giáo khoa	textbook
課桌	Bàn học sinh	desk
量角器	thước đo góc	protractor
墨水	mực	ink
手冊	sổ tay hướng dẫn	manual
書	sách	book
書包	cặp sách	school bag
橡皮擦	cái tẩy	eraser
寫字台，書桌	bàn học	writing desk
螢光筆	bút dạ quang	highlighter
語法書	sách ngữ pháp	grammar book
圓規	compa	compasses
原子筆	bút bi	ballpoint pen
紙	giấy	paper
・方格紙	giấy kẻ ô vuông	squared paper
・橫格紙	giấy kẻ ngang	lined paper
・繪圖紙	giấy vẽ	drawing paper
・卡紙	giấy bìa các tông	carton paper
字典	từ điển, tự điển	dictionary

| 作業本 | quyển vở bài tập | assignment book |

40.3 教師與學生

班,級	lớp	class (of students), grade
技術員	kỹ thuật viên	technician
看門人,勤雜工	người gác cổng, cần vụ	janitor
老師,教師	giáo viên, giảng viên	teacher, instructor
秘書	thư ký, bí thư	secretary
特殊教育的老師	giáo viên cho giáo dục đặc biệt	special education teacher
同學,校友	bạn học	schoolmate
圖書管理員	thủ thư	librarian
校長	hiệu trưởng	principal
· 大學校長	hiệu trưởng trường đại học	president of a university
· 中學校長	hiệu trưởng trường trung học	high school principal
學生	học sinh	student
· 小學生	học sinh tiểu học	elementary school pupil
· 中學生	học sinh trung học	high school student
· 大學生	sinh viên đại học	college student
助教	trợ lý	assistant
自學者	người tự học	self-learner

40.4 校園設施

辦公室	văn phòng	main office
教師辦公室	văn phòng giáo viên	office (of an instructor)
教室	lớp học	classroom
門廳,通道	hành lang	hallway
實驗室	phòng thí nghiệm	laboratory
體育館,健身房	phòng tập thể dục	gymnasium
圖書館	thư viện	library

校園	sân trường, vườn trường	campus
運動場	sân vận động	sports ground
自助餐廳	tiệm ăn tự phục vụ	cafeteria

40.5 其他相關詞彙

筆記	ghi chép, sổ tay	note
畢業證書	văn bằng tốt nghiệp	diploma
· 獲得畢業證書	có được một văn bằng	get a diploma
擦掉	xoá	erase
草稿	dự thảo	rough copy, draft
測試	thi, sát hạch	test
成績，分數	thành tích, điểm số	grade, mark
成績報告單	bản báo cáo thành tích	report card
出勤率	tỷ lệ đi học	attendance
出席	có mặt, đến dự	be present
錯誤	lỗi, sai lầm	error, mistake
點名	điểm danh, gọi tên	take attendance
犯錯誤	mắc sai lầm	make mistakes
複述	lặp lại	repeat
副本	bản sao, bản chép lại	copy
改正	đính chính, sửa chữa	correct
幻燈片	đèn chiếu	slide
回答	trả lời	answer
· 長的	dài	long
· 錯誤的	sai, sai lầm	wrong
· 簡短的	ngắn gọn, ngắn	brief, short
· 正確的	đúng	right
繪圖	tranh vẽ	drawing
· 繪圖	vẽ	draw
基礎科目	khoa mục cơ bản	basic subject
集體活動	hoạt động tập thể	group work
電腦輔助學習	vi tính hỗ trợ học tập	computer-assisted learning
記分數	ghi điểm	mark
教	dạy	teach
教學輔助	hỗ trợ giảng dạy	teaching aids

教育	giáo dục	education
教育水準	trình độ giáo dục	level of education
考試	thi	examination
・口試	thi miệng	oral exam
・入學考試	kỳ thi tuyển sinh	entrance exam, admission test
・通過考試	thi đỗ	pass an exam
課，功課	lớp học, bài học	class, lesson
・上課	lên lớp	have a class
・逃課	trốn học	skip a class
課程	khóa trình, chương trình học	curriculum
上，到	tham dự, đến	attend
領域	lĩnh vực	field (of study)
論文	luận án	thesis
・論文答辯	bảo vệ luận án	defend one's thesis
目錄	mục lục	catalogue
能力	năng lực	ability
能力傾向測驗	sát hạch năng lực	aptitude test
培訓	đào tạo	training
平均，一般水準	trung bình	average
評定等級	chấm điểm	grading
評價	đánh giá	evaluation
曲線圖	đồ thị	graph
缺勤	vắng mặt	be absent
上課	lên lớp	have a class
升級，通過	lên lớp, thi đỗ	be promoted, pass
實地作業	bài tập thực hành	field trip
受教育的	được giáo dục	educated
授予	ban cho, cấp cho	conferral
・授予	ban cho, cấp cho	confer
書簽	thẻ kẹp sách	bookmark
逃學	bỏ học, trốn học đi chơi	skip school, play hooky
體育	giáo dục thể chất	physical education
聽	lắng nghe	listen to
退學	thôi học	drop out
溫習，複習	ôn tập, ôn lại	review
文獻目錄	thư mục	bibliography

問題	câu hỏi, vấn đề	question
・提問	đặt một câu hỏi	ask a question
習題	bài tập	problem
・解題	làm bài tập	solve a problem
寫	viết	write
選修科目	môn học tự chọn	optional subject
學費	học phí	school fee, tuition
學季	học theo quý	quarter, term
學期	học kỳ	semester
學術報告會	hội nghị chuyên đề	symposium
學位	học vị	degree
・獲得學位	được cấp học vị	get a degree
學習	học	learn
・學習	học tập	learning
學校註冊	ghi tên vào trường	school registration
研究	nghiên cứu	study
研討會	hội thảo	seminar
影印	sao chụp	photocopy
・影印本	bản sao chụp	photocopy
圓桌	bàn tròn	round table
閱讀	đọc	read
・閱讀	đọc	reading
・閱讀段落	đọc lướt	reading passage
中學畢業證書	bằng tốt nghiệp trung học	high school diploma
終稿	bản cuối cùng	good / final copy
註冊	đăng ký, ghi tên	registration
・註冊費	lệ phí đăng ký	registration fee
自學	tự học	self-taught
作文	làm văn	composition
作業	bài tập	assignment

41・學科

科目，學科	môn học	subject
地理學	địa lý học	geography
動物學	động vật học	zoology
法(律)學	luật học	law

工程學	kỹ thuật công trình	engineering
化學	hóa học	chemistry
幾何學	hình học	geometry
電腦科學	khoa học máy vi tính	computer science
建築學	kiến trúc học	architecture
解剖學	giải phẫu học	anatomy
經濟學	kinh tế học	economics
精神病學	thần kinh học	psychiatry
考古學	khảo cổ học	archeology
歷史學	lịch sử học	history
人類學	nhân chủng học	anthropology
三角學	tam giác học	trigonometry
商業學	thương mại học	commerce
設計學	thiết kế học	design
社會學	xã hội học	sociology
生物學	sinh vật học	biology
數學	toán học	mathematics
天文學	thiên văn học	astronomy
通訊科學	khoa học tông tin	communication sciences
統計學	thống kê học	statistics
文科，人文學	văn khoa, nhân văn học	liberal arts, humanity
文學	văn học	literature
物理學	vật lý học	physics
心理學	tâm lý học	psychology
資訊學	tin học	informatics
醫學	y học	medicine
藝術	nghệ thuật	art
音樂	âm nhạc	music
語言	ngôn ngữ	language
語言學	ngôn ngữ học	linguistics
哲學	triết học	philosophy
政治學	chính trị học	political science
植物學	thực vật học	botany
自然科學	khoa học, khoa học tự nhiên	science

十、工作與商界

42 · 工作

42.1 工作和職業

編輯	biên tập	editor
補鞋匠	thợ chữa giày	cobbler, shoe-repairer
部門經理	giám đốc ngành	departmental manager
裁縫	thợ may	tailor
測量員，勘測員	người trắc địa	surveyor
程式設計員	lập trình viên	programmer
出納員	nhân viên thu ngân	cashier
計程車司機	người lái xe tắc xi	taxi driver
廚師	đầu bếp	cook
電工	thợ điện	electrician
店員	nhân viên cửa hàng	store clerk
董事長，首席執行官	giám đốc điều hành	director, CEO
法律顧問	người tư vấn pháp lý	legal consultant
房地產經紀人	người môi giới bất động sản	real-estate agent
房屋油漆工	thợ sơn nhà	house painter
飛行員	phi công	pilot
服務生	phục vụ viên	waiter, waitress
工程師	kỹ sư	engineer
工作	công việc	job
公司法律顧問	tư vấn pháp lý công ty	company lawyer
股票 / 證券經紀人	môi giới chứng khoán	stockbroker
顧問	người tư vấn	consultant
管子工	thợ sửa ống nước	plumber
海關人員	nhân viê hải quan	customs officer

海員，水手	thuỷ thủ	sailor
合伙人	người chung vồn	partner
護士	y tá, hộ lý	nurse
花匠	người trồng hoa	florist
會計	người kế toán	accountant
機械工	thợ máy, công nhân cơ khí	mechanic
電腦科學家	nhà khoa học máy vi tính	computer scientist
技術顧問	người tư vấn kỹ thuật	technical consultant
建築師	kiến trúc sư	architect
教師	giáo viên	teacher
街道清潔工	người quét đường	street sweeper
精神病科醫生	bác sỹ chuyên khoa thần kinh	psychiatrist
警察，女警察	cảnh sát, nữ cảnh sát	policeman, policewoman
警衛	lính gác, người bảo vệ	guard
軍人，士兵	quân nhân, binh lính	soldier
辦公室人員	nhân viên văn phòng	office worker
科學家	nhà khoa học	scientist
理髮師	thợ cắt tóc, thợ làm tóc	barber, hairdresser
物理治療家	nhà vật lý trị liệu	physical therapist
律師	luật sư	lawyer
秘書	thư ký, bí thư	secretary
麵包師傅	người làm bánh mì	baker
木匠	thợ mộc	carpenter
水泥匠	thợ trát vữa	plasterer
農場主	người chủ trang trại	farmer
砌磚工	thợ nề	bricklayer
商人	người kinh doanh	business person
商務顧問	người tư vấn kinh doanh	business consultant
社會福利工作者	người làm công tác xã hội	social worker
審計員，查帳員	nhân viên kiểm toán	auditor

實業家，企業家	nhà công nghiệp	industrialist
室內裝飾商	nhà trang trí nội thất	upholsterer
書商	người bán sách	bookseller
水果攤販	người bán hoa quả	fruit vendor
司機	người lái xe	driver
特許會計師	kế toán trưởng	chartered accountant
圖書管理員	thủ thư	librarian
屠夫	đồ tể	butcher
外科醫生	bác sỹ ngoại khoa	surgeon
消防員	nhân viên cứu hỏa	firefighter
銷售代表	đại lý bán hàng	sales representative
銷售員	nhân viên bán hàng	salesman, saleswoman
心理學家	nhà tâm lý học	psychologist
新聞工作者	nhà báo	journalist
行政	hành chính	administration
學徒	người học việc, người học nghề	apprentice
眼科醫生	thầy thuốc khoa mắt	oculist
藥劑師	dược sĩ	pharmacist
醫生	bác sỹ	doctor
郵差	người đưa thư, bưu tá	letter carrier
魚販子	người bán cá, người buôn cá	fishmonger
雜貨商	người bán tạp phẩm	grocer
職業，工作	nghề nghiệp	occupation
職業選手	tuyển thủ nhà nghề	professional
職員	viên chức	staff, personnel
珠寶商	nhà kinh doanh vàng bạc đá quý	jeweler
助產士	bà đỡ	midwife
專門職業者	người chuyên nghiệp	professional
總裁，公司總經理	tổng giám đốc công ty	chief executive
作家	nhà văn	writer

42.2 求職簡歷

姓名	tên họ	name
・姓	họ	surname
・名	tên	first name
地址	địa chỉ	address
・城市	thành phố	city
・街道	đường phố	street
・號碼	số	number
・郵政編碼	mã bưu chính	postal code
電話號碼	số điện thoại	telephone number
・區號	mã vùng	area code
電子郵件地址	địa chỉ thư điện tử	e-mail address
出生日期和地點	ngày và nơi sinh	date and place of birth
・日期	ngày	date
・地點	nơi	place
年齡	tuổi, tuổi tác	age
性別	giới tính	sex
・男	nam	male
・女	nữ	female
婚姻狀況	tình trạng hôn nhân	marital status
・未婚	chưa kết hôn	single
・已婚	kết hôn	married
・離婚	ly dị	divorced
・喪偶	góa bụa	widowed
國籍	quốc tịch	nationality
教育情況	giáo dục	education
・學歷證明	chứng chỉ trình độ	educational qualifications, credentials
・中學畢業生	tốt nghiệp trường trung học	high school graduate
・大學畢業生	tốt nghiệp trường đại học	university graduate
職務	nghề nghiệp	profession
個人簡歷	lý lịch cá nhân	résumé
推薦信	thư tiến cử	references
資格證	chứng chỉ thông tin về cá nhân	qualification

42.3 辦公室

安裝	cài đặt, lắp ráp	installation
辦公時間	giờ làm việc	office hours
辦公室人員	nhân viên văn phòng	office personnel
辦公室主任	chủ nhiệm văn phòng	office manager
辦公用品	văn phòng phẩm	office supplies
筆	bút	pen
筆記型電腦	máy vi tính xách tay	laptop computer
便條紙本	sổ giấy	pad
標籤	nhãn	label
病毒	vi rút	virus
佈告牌	bảng thông báo	notice board
菜單，選單	mệnh đơn	menu
草稿	phác thảo	draft
尺	cái thước kẻ	ruler
觸控螢幕	màn hình cảm ứng	touch-screen
傳真	máy fax	fax
視窗	cửa sổ	window
磁盤	đĩa	diskette
記憶體	bộ nhớ	memory
打孔器	máy khoan	punch
打入	đánh máy vào	type in
列印	in ấn, in	print
印表機	máy in	printer
· 雷射印表機	máy in la-de	laser printer
· 墨水匣	hộp mực	cartridge
· 噴墨印表機	máy in phun mực	ink-jet printer
· 碳粉	mực in	toner
檔案	lưu trữ hồ sơ, tập tin	file
· 歸檔	đưa vào hồ sơ	file away
導航	duyệt lướt qua, trình duyệt mạng	navigate
等候室	phòng chờ	waiting room
電話答錄機	máy trả lời điện thoại	answering machine
電視電話會議	hội nghị truyền hình	teleconference
電子表格	bảng điện tử	spreadsheet
電子郵件	thư điện tử	e-mail

訂書釘	ghim dập	staple
訂書機	máy dập ghim	stapler
多功能備忘記事簿	sổ ghi nhớ cá nhân	personal organizer
方便用戶操作的	thiện lợi cho tên người dùng	user-friendly
複寫	bản sao	copy
複寫紙	giấy cácbon, giấy than	carbon paper
複製	sao lại, làm thành hai bản	duplicate
副本	bản sao	copy
格式	công thức, định dạng	format
・格式化	định dạng hóa	format
・已格式化的	đã được định dạng hóa	formatted
工作站	máy tính trạm, máy trạm	workstation
游標	con trỏ chuột	cursor
光碟唯讀記憶體	bộ nhớ chỉ đọc	CD-ROM
網際網路	Internét	Internet
電腦	máy vi tính	computer
計算機	máy tính	calculator
記號筆	bút ghi	marker
鍵盤	bàn phím	keyboard
交互式的	giao dịch tương tác	interactive
膠帶	băng dính	adhesive tape
卡片	thẻ	card
密碼	mật khẩu	password
蠟筆	bút sáp màu	crayon
履歷	lý lịch	record
名片	danh thiếp kinh doanh	business card
墨水	mực	ink
內部通訊系統	hệ thống thông tin nội bộ	intercom
鉛筆	bút chì	pencil
切碎	cắt thành miếng nhỏ, xé thành mảnh nhỏ	shred
迴紋針	ghim vòng	clip

日曆	lịch	calendar
軟體	phần mềm	software
· 相容的軟體	phần mềm tương thích	compatible software
輸入	nhập vào	input
滑鼠	chuột	mouse
索引	bảng hướng dẫn	index
填寫	điền	fill out
數據機	môđem	modem
圖釘	đinh đầu bẹt, đinh bấm	tack
圖符	ký hiệu nốt	icon
修正液	chất xóa chữ	whiteout
網路	mạng lưới	network
網站	trang mạng	website
微處理器	bộ vi xử lý	microprocessor
文檔	tài liệu	document
· 文檔封面	bìa tài liệu	document cover
文件	văn kiện, hồ sơ	file
· 文件櫃	tủ văn kiện, tủ hồ sơ	filing cabinet
· 文件夾	thư mục, thư mục tập tin	file folder
· 文件名	tên tập tin	file name
文字處理器	phần mềm xử lý văn bản	word-processing
系統分析員	nhà phân tích hệ thống	systems analyst
串，字元串	chùm chữ cái	string
寫字台	bàn viết	writing desk
信封	phong bì	envelope
信箋抬頭	phần in đầu giấy thư	letterhead
姓名地址簿	danh sách họ tên	directory
虛擬的	ảo	virtual
影印機	máy sao chụp	photocopier
硬體	phần cứng	hardware
硬碟	ổ cứng đĩa, đĩa cứng	hard drive, hard disk
用戶	tên người dùng	user
用品櫃	tủ văn phòng phẩm	supply cupboard

線上	trực tuyến	on-line (online)
終端	thiết bị đầu cuối	terminal
字位	tự vị	bit
・十進	thập phân	decimal
・二進	nhị phân	binary
・八進	bát phân	octal
・十六進	thập lục phân	hex
・半角	bán giác	half-width
・全角	toàn giác	full-width
・字節	ký tự	byte
字紙簍	sọt giấy vụn, sọt rác	wastebasket
組織系統圖	sơ đồ tổ chức	organization chart
左右對齊，兩端對齊	căn bề	justification

42.4 職場

罷工	cuộc bãi công	strike
・罷工者	người bãi công	striker
・進行罷工	đình công, làm bãi công	go on strike
・總罷工	tổng bãi công	general strike
辦公室	văn phòng	office
不滿	khiếu nại	grievance
倉庫	kho	warehouse
產品	sản phẩm	product
廠房，車間	nhà máy, phân xưởng	plant
成本價格	chi phí giá, giá thành	cost price
調查	cuộc điều tra	survey
董事會	ban giám đốc	board of directors
多國的	đa quốc gia (công ty)	multinational (company)
分部	chi nhánh	branch
付款	trả tiền	pay
工廠	nhà máy	factory
工會	công đoàn lao động	labor union
工會會員	thành viên công đoàn	union member
工會協商	đàm phán công đoàn	union negotiation

工資，薪水	tiền lương, lương, trả tiền	wage, stipend, pay
· 底薪，基本工資	mức lương cơ bản	base salary
· 發薪日	ngày phát lương	pay day
· 固定工資	mức lương cố định	fixed wage
· 起薪	lương khởi điểm	starting wage
· 實得工資	tiền lương thực tế	take-home pay
· 收入	thu nhập	income
· 加薪	tăng lương	wage increase
· 薪金納稅	thuế trên tiền lương	tax on salary
工作	công việc	work
· 得到一份工作	tìm được việc làm	get a job
· 第二職業	nghề làm thêm	second job
· 工作	công việc	work
· 計件工作	trả lương theo sản phẩm	piece work
· 加班	làm việc thêm giờ	overtime work
· 臨時工作	việc làm tạm thời	temporary work
· 輪班工作	làm việc theo ca	shift work
· 失業	mất việc	lose one's job
· 提供一份工作	cung cấp một công việc	offer a job
· 夜間工作	làm việc ban đêm	night work
工作合約	hợp đồng làm việc	work contract
工作伙伴，同事	bạn đồng nghiệp, bạn đồng sự	work associate
工作時間	giờ làm việc	working hours
公共關係部	phòng quan hệ công chúng	public relations office
公司	công ty	firm, company
· 股份公司	công ty cổ phần, tập đoàn	stock company, corporation
· 公司保全	nhân viên bảo vệ công ty	company police
· 子公司	công ty con	subsidiary
· 註冊一家公司	đăng ký một công ty	register a company
股東	người có cổ phần, cổ đông	stockholder
顧客	khách hàng	clientele

僱用	thuê	hire
・白領工人	nhân viên cổ cồn	white-collar worker
・僱用	tuyển dụng, thuê làm	employment
・藍領工人	công nhân cổ xanh	blue-collar worker
僱員，受僱者	người làm công	employee
僱主，僱用者	chủ doanh nghiệp	employer
管理	quản lý	management
管理委員會	ban quản lý	management board
廣告，做廣告	quảng cáo	advertising
・分類廣告	quảng cáo phân loại	classified ad
合併	hợp nhất	merge
合伙公司	công ty đối tác	partnership
合約	hợp đồng	contract
家庭辦公	văn phòng làm việc tại nhà	SOHO
見習期，試用期	thời kỳ thực tập	probation period
交貨	giao hàng	delivery
收購價	giá thu mua	takeover bid
解僱	sa thải	fire
・解僱	sự sa thải	firing
經理	nhà quản lý, giám đốc	manager
競爭	cạnh tranh	competition
競爭者	đối thủ cạnh tranh	competitor
會計部	phòng kế toán	accounting department
勞動力短缺	thiếu sức lao động	labor shortage
勞動力剩餘	dư thừa lao động	labor surplus
理賠	yêu cầu bồi thường	pay claim
利潤	lợi nhuận	profit
・紅利	chia lợi nhuận	dividend
・淨利	lợi nhuận ròng	net profit
・利潤率	tỷ lệ lợi nhuận	profit margin
・毛利	tổng lợi nhuận	gross profit
壟斷	độc quyền	monopoly
年假	nghỉ phép hàng năm	annual leave
請假	xin phép nghỉ	leave-of-absence

任命，任職	được bổ nhiệm	appointment
商品	hàng hóa	merchandise
商業，貿易	thương mại, mậu dịch	commerce, trade
申請者	người làm đơn	applicant
生產者	người sản xuất	producer
生涯	sự nghiệp	career
失業	thất nghiệp	unemployment
失業救濟金	tiền trợ cấp thất nghiệp	unemployment benefits
市場	thị trường	market
市場研究	nghiên cứu thị trường	market research
刷卡	quyẹt thẻ	swipe a card
私有化	tư hữu hóa	privatize
討價還價，議價	mặc cả	bargaining, negotiation
特許經營權	nhượng quyền kinh doanh	franchise
・特許經營者	người nhượng quyền kinh doanh	franchiser
提升，升級	thăng chức	promotion
退休	về hưu	retire
退休金	tiền về hưu	pension
午餐休息	nghỉ ăn cơm trưa	lunch break
消費品	hàng tiêu dùng	consumer goods
消費者	người tiêu dùng	consumer
消費者保護	bảo vệ người tiêu dùng	consumer protection
性格測試	trắc nghiệm cá tính	personality test
演示	bày tỏ	demonstration
預算	ngân sách	budget
預算預測	dự toán ngân sách	budget prediction
折扣	giảm giá	discount
掙得，賺得	kiếm được	earn
職業介紹所	trung tâm giới thiệu việc làm	employment agency
職業危險	nghề nghiệp nguy hiểm	occupational hazard

中止，歇息	dừng lại, gián đoạn	break
主持會議	chủ chì hội nghị	chair a meeting
主顧，客戶	khách hàng	customer
自己經營	tự kinh doanh	be self-employed
總社，總店	trụ sở chính	head office

43 · 商業與金融

43.1 金融與保險

保險	bảo hiểm	insurance
· 保險單	hợp đồng bảo hiểm	insurance policy
· 保險費	phí bảo hiểm	insurance premium
· 保險公司	công ty bảo hiểm	insurance company
· 被保險人	người được bảo hiểm	insured person
· 火險	bảo hiểm hỏa hoạn	fire insurance
· 可保險的	có thể bảo hiểm được	insurable
· 人壽險	bảo hiểm nhân thọ	life insurance
· 投保險	mua bảo hiểm	insure
· 意外險	bảo hiểm tai nạn	accident insurance
保險櫃	két an toàn	safe
· 銀行保險櫃	két ngân hàng	safety deposit box
背書	ký hậu, ghi xác nhận đằng sau	endorse
· 背書	ký hậu, viết chứng thực đằng sau	endorsement
· 空白背書	ký hậu để trắng	blank endorsement
本票	giấy hẹn trả tiền	promissory note
比率	ti lệ	rate
貶值	mất giá	devaluation
· 貶值	hạ giá	devalue
表格	mẫu đơn *(để điền vào)*	form *(to fill out)*
不動產，房地產	bất động sản	real estate
鈔票	giấy bạc, tiền	bill, banknote

• 大額鈔票	mệnh giá lớn	large bill
• 小額鈔票	mệnh giá nhỏ	small bill
赤字	thâm hụt	deficit
出納	thu ngân, rút tiền	cashier, teller
• 出納窗口	cửa sổ rút tiền	teller's window
儲蓄	gửi tiền tiết kiệm	save
• 儲蓄	tiền tiết kiệm	savings
• 儲蓄銀行	ngân hàng tiết kiệm	savings bank
存款	tiền gửi	deposit
• 存款	gửi tiền	deposit
• 存款單	phiếu gửi tiền	deposit slip
存摺	sổ tiết kiệm	bank book
貸款	cho vay	loan
• 償還抵押貸款	hoàn trả khoản vay thế chấp	pay off a mortgage
• 貸款負責人	người phụ trách cho vay	loan officer
• 提供抵押貸款	cho vay thế chấp	open up a mortgage
• 獲得貸款	nhận được một khoản vay	get a loan
抵押	thế chấp	mortgage
• 房屋抵押	thế chấp nhà	house mortgage
兌換	đổi tiền	exchange
• 兌換率	tỷ giá hối đoái	rate of exchanging
付，支付	trả tiền	pay
• 付款	thanh toán	payment
• 付現金	trả tiền mặt	cash
• 還債	trả vay	pay off
• 貨到付款	thanh toán khi hàng đến	payment on delivery
• 現金支付	thanh toán tiền mặt	cash payment
負債，債務	nợ nần, mắc nợ	liability, loan
工資	tiền lương	salary
過期日期	ngày hết hạn	expiration date
匯票	hối phiếu	draft
貨幣	tiền tệ	currency
• 盾	đồng	dong
• 美元	đô la	dollar
• 歐元	đồng ơ-rô	euro

・人民幣	NDT, Nhân Dân Tệ	RMB
假幣	tiền giả	counterfeit money
金融家	nhà tư bản tài chính	financier
經理	nhà quản lý, giám đốc	manager
客戶	khách hàng	customer
利率	tỷ lệ lãi suất	interest rate
・可變的	có thể thay đổi	variable
・固定的	cố định	fixed
利息	lãi suất	interest
・單利	lãi đơn	simple interest
・複利	lãi kép	compound interest
零錢	tiền lẻ	loose change
零售	bán lẻ	retail
免稅	miễn thuế	tax exemption
年金	tiền góp hằng năm, tiền trả hằng năm	annuity
排	xếp, sắp	line
・排隊	xếp hàng	line up
批發	bán buôn	wholesale
簽字	chữ ký	signature
・簽署人	người ký	signatory, signer
・簽字	ký tên	sign
錢	tiền	money
欠帳，負債	ghi nợ, nợ	debit, debt
清算	thanh toán	clear
取款	việc rút tiền	withdrawal
・取款	rút tiền	withdraw
・取款單	giấy rút tiền	withdrawal slip
生活費用	chi phí sinh hoạt	cost of living
收據	biên lai	receipt
收入	thu nhập	income
衰退	suy thoái	recession
稅	thuế	tax
・稅收	thu nhập chịu thuế	taxable income
・徵稅員	người thu thuế	tax collector
損失	mất mát	loss
貼現	giảm giá	discount

· 貼現率	tỷ lệ giảm giá	discount rate
通貨緊縮	giảm phát	deflation
通貨膨脹	lạm phát	inflation
· 通貨膨脹率	tỷ lệ lạm phát	inflation rate
投資	đầu tư	invest
· 投資	việc đầu tư	investment
外匯	ngoại hối	foreign exchange
現金	tiền mặt	cash
現金價值	giá trị tiền tệ	currency value
信用	tín dụng	credit
· 信用機構	cơ quan tín dụng	credit institute
· 信用卡	thẻ tín dụng	credit card
· 信用額度	hạn mức tín dụng	credit limit
· 銀行轉帳	chuyển khoản tín dụng	credit transfer
銀行	ngân hàng	bank
· 澳門商業銀行	Ngân Hàng Thương Mại Macau	The Commercial Bank of Macau
· 國家開發銀行	Ngân Hàng Phát Triển Quốc Gia	China Development Bank
· 華夏銀行	Ngân Hàng Hoa Hạ	Huaxia Bank
· 招商銀行	Ngân Hàng Chiêu Thương	China Merchant Bank
· 台灣中央銀行	Ngân Hàng Trung Ương Đài Loan	Taiwan Central Bank
· 香港恒生銀行	Ngân Hàng Hang Seng Hồng Công	HK Hang Seng Bank
· 中國工商銀行	Ngân Hàng Công Thương Trung Quốc	Industrial and Commercial Bank of China
· 中國光大銀行	Ngân Hàng Quang Đại Trung Quốc	China Everbright Bank
· 中國建設銀行	Ngân Hàng Kiến Thiết Trung Quốc	China Construction Bank
· 中國交通銀行	Ngân Hàng Giao Thông Trung Quốc	China Communication Bank
· 中國民生銀行	Ngân Hàng Dân Sinh Trung Quốc	China Minsheng Banking Corp. Ltd

· 中國農業銀行	Ngân Hàng Nông Nghiệp Trung Quốc	Agriculture Bank of China
· 中國人民銀行	Ngân Hàng Nhân Dân Trung Quốc	People's Bank of China
· 中國銀行	Ngân Hàng Trung Quốc	Bank of China
· 中信銀行	Ngân Hàng Trung Tín	China Citic Bank
· 越南工商銀行	Ngân Hàng Công Thương Việt Nam	Invcom Bank of Vietnam
· 越南國際銀行	Ngân Hàng Quốc Tế Việt Nam	Vietnam International Bank
· 越南國家銀行	Ngân Hàng Nhà Nước Việt Nam	National Bank of Vietnam
· 信託公司	công ty ủy thác	trust company
· 在銀行工作	làm việc tại một ngân hàng	work in a bank
· 支行	chi nhánh	branch
· 總行	trụ sở chính	head office
銀行代碼	mã ngân hàng	bank code
銀行匯票	hối phiếu ngân hàng	bank money order
銀行經理	giám đốc ngân hàng	banking executive
銀行收據	biên lai ngân hàng	bank receipt
銀行職員	nhân viên ngân hàng	bank clerk
硬幣	tiền kim loại	coin
餘額	số dư	surplus
預算，平衡	ngân sách, số dư	budget, balance
債券	trái phiếu	bond
帳戶	tài khoản	account
· 儲蓄帳戶	tài khoản tiết kiệm	savings account
· 開立帳戶	mở tài khoản	open an account
· 往來帳戶	tài khoản vãng lai	current account
· 取消帳戶	hủy tài khoản	close an account
· 現金帳戶	tài khoản tiền mặt	cash account
· 支票帳戶	tài khoản séc	checking account
證券，股票	chứng khoán, cổ phiếu	stock, share

證券市場	thị trường chứng khoán	stock market
支票	séc	check
・兌付支票	đổi séc sang tiền mặt	cash a check
・旅行支票	séc du lịch	traveler's check
・支票簿	sổ séc	check book
・支票結算	kết toán séc	check clearing
職員	công nhân viên chức	employee
資本	vốn, tư bản	capital
資助	tài trợ	funding
自動提款	rút tiền tự động	automatic withdrawal
自動櫃員機	máy rút tiền tự động	automated banking machine

報價，牌價	báo giá	quotation
・報（牌價）	báo giá (giá cổ phiếu)	quote (stock price)
財務主管	người thủ quỹ	treasurer
產生，帶來	xảy ra, mang lại	yield
償還	bồi thường	compensate
沖帳	cân đối sổ sách	balancing the books
出口	xuất khẩu	export
大額貸款	khoản vay lớn	large loan
貸款人，借貸方	người vay	loaner, creditor
法定貨幣	đồng tiền pháp định	legal tender
費用	chi phí (kinh doanh)	expenses (business)
個人所得稅	thuế thu nhập cá nhân	personal income tax
公債	công trái	public debt
會計	kế toán	accountant
獲利，利潤	thu lợi, lợi nhuận	gains, profits
降價	rớt giá	fall in prices
交易，買賣	buôn bán, giao dịch	deal

進口	nhập khẩu	import
競爭	cạnh tranh	competition
開支	chi phí	expenses
扣除	khấu trừ	deduction
虧損	mất mát	loss
納稅	nộp thuế	tax payment
賠償費	tiền bồi thường	damages
破產	phá sản	bankruptcy
清償，變賣	thanh toán bồi thường	liquidate
• 清償，變賣	sự thanh toán	liquidation
財政	tài chính	finance
市場法	pháp luật về thị trường	laws of the marketplace
市場價格	giá cả thị trường	market price
數額	số lượng	amount
稅務所	phòng nộp thuế	taxation office
銷售稅	thuế tiêu thụ	sales tax
信用證	thư tín dụng	credit letter
要求，索取	yêu cầu, đòi	claim
營利	lợi nhuận	gain
責任	trách nhiệm	liability
漲價	tăng giá	rise in prices
總額，一次總付的錢	tổng số, trả một lần	lump sum

十一、科學技術

44 · 科學技術

44.1 技術和通信

保真度，精確	độ tin, độ trung thực	fidelity
傳送，發射	truyền đi, phát ra	transmission
傳真機	máy fax	fax machine
單軌	đường một ray	monorail
飛彈	tên lửa	guided missile
・發射	phóng	launch
・發射坪，發射台	bệ phóng	launch pad
燈光信號	đèn tín hiệu	light signal
電視電話，視訊電話	điện thoại truyền hình	video telephone
電視會議	hội nghị truyền hình	videoconference
電視電話會議	hội nghị trực tuyến	teleconference
電信，遠距離通信	viễn thông	telecommunication
電子遊戲	trò chơi điện tử	video game
訂購，預訂	đặt trước	subscription
放射	phóng xạ	emission
費，服務費	phí, chi phí dịch vụ	fee
干擾	nhiễu, quấy nhiễu	interference
光筆，光讀器	bộ đọc quang học	optical reader
光碟	đĩa quang học	compact disc
光學	quang học	optics
飛行器，太空船	tàu vũ trụ	spacecraft
・太空梭	tàu bay vũ trụ	space shuttle
・登月艙	khoang đổ bộ	lunar module
核工業	ngành công nghiệp hạt nhân	nuclear industry
・核反應爐	lò phản ứng hạt nhân	nuclear reactor

· 核能	năng lượng hạt nhân	nuclear energy
· 核燃料	nhiên liệu hạt nhân	nuclear fuel
· 聚變反應爐	lò phản ứng nhiệt hạch	fusion reactor
機器人	rôbốt, người máy	robot
雷射	la-de	laser
· 雷射光束	tia la-de	laser beam
技術	kỹ thuật	technology
接收	tiếp nhận	reception
科學研究	nghiên cứu khoa học	scientific research
量子論	lý thuyết lượng tử	quantum theory
頻率	tần số	frequency
聲音信號	tín hiệu âm thanh	sound signal
聲學	âm học	acoustics
失真	méo, sai lệch	distortion
即時	thời gian thực	real time
天線	ăng ten	antenna
· 圓盤式衛星接收天線，小耳朵	ăng ten đĩa vệ tinh	satellite dish
網路	mạng lưới	network
微波	vi sóng	microwave
衛星	vệ tinh	satellite
· 人造衛星	vệ tinh nhân tạo	artificial satellite
相對論	lý thuyết tương đối	theory of relativity
訊息	tin nhắn	message
音頻的，聲頻的	tần số âm thanh	audio
有線傳送的	đường truyền cáp	by cable
原子	nguyên tử	atom
· 電子	điện tử	electronics
· 分子	phân tử	numerator
· 質子	prôtôn	proton
· 中子	nơtrôn	neutron

44.2　電腦與網路

安裝	cài đặt, lắp ráp	installation
安裝程式	trình cài đặt, trình lắp ráp	installer
版本	phiên bản	version

幫助命令	lệnh trợ giúp	help command
儲存	lưu trữ	save
備份複製	sao chép	backup copy
筆記型電腦	máy vi tính xách tay	laptop, notebook
編輯	chỉnh sửa	editing
表格	phím tab, bảng kê	tab
病毒	vi rút	virus
彩色顯示器	thiết bị chỉnh màu màn hình	color monitor
選單	mệnh đơn	menu
作業系統	hệ điều hành	operating system
插入空格	tạo một khoảng trống	put a space
常見問題	câu hỏi thường gặp	FAQ
超文本	siêu văn bản	hypertext
程式	chương trình, trình	program
程式編製	lập trình	programming
程式命令	lệnh lập trình	program instruction
程式語言	ngôn ngữ lập trình	program language
程式員	lập trình viên	programmer
搜索資料	lướt tìm	surf
搜索資料者	người lướt tìm	surfer
處理器	bộ vi xử lý	processor
視窗	cửa sổ	window
存儲	chứa, nhớ	store
存儲器，記憶體	bộ nhớ	memory
・光碟唯讀記憶體	bộ nhớ chỉ đọc	CD-ROM
・隨機存取記憶體	bộ nhớ truy cập ngẫu nhiên, bộ nhớ RAM	RAM
存取，訪問	truy cập	access
列印	in ấn, in	print
印表機	máy in	printer
・彩色印表機	máy in màu	color printer
・雷射印表機	máy in la-de	laser printer
・噴墨印表機	máy in phun mực	ink-jet printer
列印墨水匣	hộp mực in	print cartridge

導航	duyệt lướt qua, trình duyệt mạng	navigate
盜版程式	lập trình vi phạm bản quyền	pirate program
地址簿	sổ địa chỉ	address book
點擊	nháy chuột	click
電纜	cáp	cable
電源開關	công tắc điện	power switch
電子表格	bảng điện tử	spreadsheet
電子記事簿	sổ ghi nhớ điện tử	personal organizer
電子垃圾	rác điện tử	spam
電子文件	tập tin điện tử	electronic file
電子郵件	thư điện tử	e-mail
訂閱	đặt báo chí	subscribe
多媒體	đa phương tiện, đa hệ	multimedia
返回	trở lại	go back
防火牆	bức tường lửa	firewall
伺服器	máy chủ hệ phục vụ	server
符號表	bảng dấu hiệu	symbols table
附件	phụ kiện	accessories
複製	sao lại, làm thành hai bản	duplicate
格式	công thức	format
・格式化	định dạng hóa	format
・格式化了的	đã được định dạng hóa	formatted
個人電腦	máy vi tính cá nhân	personal computer
工作站	máy tính trạm, máy trạm	workstation
功能	công năng	function
關機	tắt	power off
關鍵詞	từ khóa	keyword
游標	con trỏ chuột	cursor
光讀器	máy đọc quang học	optical reader
光碟燒錄機	máy ghi / chạy đĩa CD	CD burner
光碟機	ổ đĩa CD	CD drive
光纖電纜	cáp quang	fiber optic cable

駭客	tin tặc	hacker
網際網路供應商	cung cấp dịch vụ Internét	Internet provider
積體電路	mạch tổ hợp	integrated circuit
電腦	máy vi tính	computer
電腦化	vi tính hóa	computerization
電腦科學	khoa học máy tính	computer science
電腦語言	ngôn ngữ máy tính	computer language
技術幫助	hỗ trợ kỹ thuật	technical assistance
加密	mã hóa	encrypted
相容的	tương thích	compatible
監視器	máy giám sát	monitor
剪貼板	cắt dín, hộp cắt dín	clipboard
鍵盤	bàn phím	keyboard
交互式的	giao hộ, tương tác	interactive
界面	giao diện, giao tiếp	interface
晶體管	bóng bán dẫn	transistor
居中	ở giữa	center
開機	bật điện	power on
拷貝，複製	sao chép	copy
空白，欄外	lề trang	margin
空格鍵	phím cách	space bar
密碼	mật khẩu	password
擴展名	tên đuôi	extention
連接	liên kết	connect
鏈結	kết nối	link
兩端對齊	căn bề	justification
聊天	nói chuyện phiếm, tán gẫu	chat
瀏覽	trình duyệt, truy cập	browse
流程圖	biểu đồ lưu trình	flow chart
命令	mệnh lệnh	command
模擬的	mô phỏng	analogue
內存，記憶體	bộ nhớ	memory
內存量	dung lượng bộ nhớ	memory capacity
磁碟	đĩa, đĩa nhớ số liệu	diskette
拼寫檢查	kiểm tra chính tả	spell check

平面造型設計	thiết kế đồ họa	graphic design
螢幕	màn hình	screen
螢幕保護	bảo vệ màn hình	screensaver
啟動	khởi động	boot
清除	xoá, bỏ	clear, erase
取消訂閱	hủy bỏ đăng ký	unsubscribe from a list
人工智慧	hệ thống thông minh	artificial intelligence
軟體	phần mềm	software
軟磁碟	đĩa mềm	floppy disc
軟碟驅動器	ổ đĩa mềm	floppy drive
掃描器	máy quét	scanner
刪除	xoá bỏ	delete
設定頁面	thiết lập một trang	set up a page
升級	nâng cấp	upgrade
式樣	phong cách	style
收藏夾	tập ưa thích	favorite
手冊	hướng dẫn sử dụng	manual
書籤	dấu trang	bookmark
輸入	hập vào, đầu vào	type in
輸入裝置	thiết bị đầu vào	input device
滑鼠	chuột	mouse
數據	số liệu, dữ liệu	datum, data
數據處理	xử lý số liệu	data processing
資料庫	kho số liệu	data bank
數據檔案	tập tin số liệu / dữ liệu	data file
數字的	kỹ thuật số	digital
搜尋	tìm kiếm	search
搜尋引擎	động cơ tìm kiếm	search engine
索引	bảng hướng dẫn	index
鎖定	khoá, khoá lại	lock
全球資源定位器	Truy Cập Địa Chỉ Trang Mạng	URL
圖示	biểu tượng	icon
圖表	đồ thị	graph
圖表界面	giao diện đồ họa	graphic interface
拖動	kéo	drag

外圍的	ngoại vi	peripheral
・外圍設備	thiết bị ngoại vi	peripherals
網路	mạng lưới	network
網路禮儀	nghi thức mạng	netiquette
網路攝影機	máy quay ảnh mạng	webcam
網頁	trang mạng	webpage
網頁瀏覽器	bộ duyệt mạng, bộ truy cập mạng	web browser
網站	trạm mạng	website
・安全網站	an toàn của trang mạng	secure website
網站提供者	nhà cung cấp mạng	web provider
微處理器	bộ vi xử lý	microprocessor
微電腦	máy vi tính	microcomputer
文檔	tài liệu, tư liệu	document
檔案	tập tin, tệp, tệp tin	file
・解壓檔案	văn kiện giải nén	decompress file
・壓縮檔案	văn kiện nén	compress file
檔案傳輸協議	giao thức truyền tập tin	File Transfer Protocol
檔案管理員	người quan lí văn kiện	file manager
檔案名	tên tập tin, tên tệp	file name
文字處理器	bộ xử lí văn bản	word processor
下載	tải xuống	download
向前	đi tiếp, chuyển tiếp	go forward
消息	tin nhắn	message
晶片	chíp	chip
新聞組	tổ tin tức	newsgroup
訊息，數據	tin tức, tài liệu, số liệu	information
資訊技術	kỹ thuật thông tin	information technology
虛擬的	ảo	virtual
頁面設定	bố trí trang	page set-up
網際網路	mạng Internét	Internet
網際網路服務供應商	dịch vụ Internét	ISP
硬體	phần cứng	hardware

硬碟	đĩa cứng	hard disk
硬驅	ổ cứng	hard drive
用戶	tên người dùng	user
用戶友好的，易使用的	tiện lợi cho tên người dùng	user-friendly
遊戲桿	phím trò chơi, bộ điều khiển trò chơi	joystick
語法檢查	kiểm tra ngữ pháp	grammar check
線上的	trực tuyến	on-line
掌上電腦	máy vi tính trên tay	PDA
兆赫	mê-ga-héc	megahertz (MHz)
兆節，百萬位元	mê-ga-bai	megabyte
唯讀記憶體	máy nhớ chỉ đọc	ROM
標記鍵	phím táp, phím thẻ	tab key
終端	máy chót	terminal
主頁	trang chủ / chính / đầu	home page
位元組	ký tự	byte
自動化	tự động hoá	automation
・辦公自動化	tự động hóa văn phòng	office automation
中央處理器 / CPU	đơn vị xử lí trung tâm, CPU	CPU

44.3 電腦功能指令

版面	Cách bố trí	Layout
儲存	Lưu trữ	Save
編輯	Chỉnh sửa	Edit
表格	Làm bảng	Table
選單	Mệnh đơn	Menu
插入	Chèn	Insert
查尋	Tìm kiếm, Tìm	Find
視窗	Cửa sổ	Window
打開	Mở ra	Open
列印	In	Print
定製	Theo yêu cầu khách hàng	Customize
發件	Văn bản sắp phát	Outgoing mail

發送	Gửi, Phát đi	Send
附件	Phụ kiện	Attachment
複製	Sao lại	Copy
格式 (化)	Định dạng	Format
更新	Đổi mới	Update
工具	Các dụng cụ	Tools
關閉	Đóng lại	Close
返回	Quay trở lại	Return
回覆	Trả lời	Reply
剪下	Cắt	Cut
控制	Khống chế	Control
密碼	Mật khẩu	Password
垃圾郵件	Thư điện tử rác	Spam mail, Junk e-mail
連接	Kết nối với	Connect
暱稱，綽號	Biệt danh	Nickname
拼寫檢查	Kiểm tra chính tả	Spell check
取消	Thôi lệnh	Undo
刪除	Xoá bỏ	Delete
視圖	Đồ nhìn	View
收件	Bưu kiện sắp nhận	Incoming mail
檔案	Văn kiện	File
下一個	Tiếp theo	Next
向前	Chuyển tiếp	Forward
消除	Loại bỏ	Eliminate
訊息	Thông báo, Tin tức	Message
選項	Tùy chọn	Options
選擇	Chọn	Select
頁面設定	Bố trí trang	Page layout
移除	Loại bỏ	Remove
移動	Chuyển	Move
已發郵件	Thư đã gửi	Sent mail
用戶名	Tên người dùng	User name
優先選擇	Tuỳ chọn ưu tiên	Preferences
粘貼，貼上	Dán, Dính	Paste
轉發	Chuyển phát (thư điện tử)	Forward (e-mail)

十二、政治、法律、宗教與歷史

45 · 政治

罷工	cuộc bãi công	strike
安全部門	cơ quan an ninh	security services
保守黨	đảng bảo thủ	conservative party
部	bộ	ministry
部長	bộ trưởng	minister
部長委員會	hội đồng bộ trưởng	council of ministers
財政部	bộ tài chính	treasury
裁減核軍備	giải trừ quân bị hạt nhân	nuclear disarmament
參議員，委員	thượng nghị sĩ	councilor
參議院	thượng nghị viện	senate
大使館	đại sứ quán	embassy
單方面的	đơn phương	unilateral
地方機構	cơ quan địa phương	local agency
地區的，區域的	khu vực, địa phương	regional
帝國主義	chủ nghĩa đế quốc	imperialism
第三世界	Thế giới thứ ba	Third World
調查委員會	ủy ban thẩm tra	commission of inquiry
動議	bản kiến nghị, đề nghị	motion
獨裁者	kẻ độc tài	dictator
對外事務	công việc ngoại bộ	external affairs
開發中國家	các nước đang phát triển	underdeveloped countries
法令，法規，公告	pháp lệnh, quy định	statute, decree
反對	chống lại	be against
反叛，暴亂	cuộc nổi dậy, bạo loạn	revolt, riot
分權	phân quyền	decentralization

福利	phúc lợi	welfare
改革	cải cách	reform
革命	cuộc cách mạng	revolution
工會	công đoàn	labor / trade union
工作權	quyền làm việc	right to work
公民	công dân	citizen
公民表決	trưng cầu dân ý	referendum
公民權利	quyền công dân	civil right
公民身分	tư cách công dân	citizenship
公民義務	nghĩa vụ công dân	civic duty
共產主義	chủ nghĩa cộng sản	communism
・共產主義者	người cộng sản	communist
共和國	nước cộng hòa	republic
國家	nhà nước	state
・國家的	của quốc gia	national
・國家元首	nguyên thủ quốc gia	head of state
和平	hoà bình	peace
會議	hội nghị, phiên họp	council, session
集會	cuộc họp, mít-tinh	assembly
進步黨	đảng tiến bộ	progressive party
經濟	kinh tế	economy
競選活動	vận động tranh cử	electoral campaign
君主立憲制	chế độ quân chủ lập hiến	constitutional monarchy
君主政體	chế độ quân chủ	monarchy
・國王	vua	king
・王后	nữ hoàng	queen
・王子	hoàng tử	prince
・公主	công chúa	princess
開會	họp	sitting (of the house)
抗議	kháng nghị	protest
恐怖主義	chủ nghĩa khủng bố	terrorism
立法	lập pháp	legislation
・立法的	lập pháp	legislative
・立法機關	cơ quan lập pháp	legislature
聯合	liên hợp	coalition
聯盟，聯邦	liên minh, liên bang	confederation, federation
兩院制的	chế độ lưỡng viện	bicameral

領事館	lãnh sự quán	consulate
民意投票	cuộc thăm dò ý kiến	poll
民政事務	vấn đề dân sự	civil affairs
民主	dân chủ	democracy
・民主黨	đảng dân chủ	democratic party
・民主黨人	người dân chủ	democrat
・民主的	dân chủ	democratic
・民主社會	xã hội dân chủ	democratic society
內部事務	công việc nội bộ	internal affairs
內閣	nội các	cabinet
・內閣會議	cuộc họp nội các	cabinet meeting
・內閣首腦	người đứng đầu nội các	cabinet head
歐元	đồng ơ-rô, ơ-rô	euro
歐洲委員會	Ủy ban Châu Âu	Council of Europe
普選權	quyền bầu cử	universal suffrage
棄權	bỏ phiếu trắng	abstention
權力	quyền lực	power
社會主義	chủ nghĩa xã hội	socialism
・社會主義黨	đảng xã hội chủ nghĩa	socialist party
・社會主義者	người xã hội chủ nghĩa	socialist
省的	thuộc tỉnh	provincial
市長	thị trưởng	mayor
市政的	thị chính	municipal
示威	cuộc biểu tình	demonstration (public)
示威遊行	cuộc biểu tình tuần hành	demonstration
首相，總理	thủ tướng	prime minister
司法的	tư pháp	judiciary
司庫，財務主管	thủ quỹ	treasurer
通過	đi qua	passing
通貨膨脹	lạm phát	inflation
統治	cai quản, cai trị	govern
投票	bỏ phiếu	ballot, vote
・信任投票	bỏ phiếu tín nhận	confidence vote

・不信任投票	bỏ phiếu không tín nhận	non-confidence vote
投票權，選舉權	quyền bỏ phiếu	right to vote
投票箱	hòm phiếu	ballot box
外國	nước ngoài	foreign country
違犯權利	vi phạm quyền lợi	violate a right
委員會	ủy ban, hội đồng	commission, committee
文職公務員	công chức	civil servant
席位	ghế (chính trị)	seat *(political)*
憲法	hiến pháp	constitution
協會	hiệp hội	association
行政	hành chính	administration
行政部門	cơ quan hành chính	executive
修正	sửa đổi	amendment
選舉	bầu cử	election
・選舉	bầu, bầu cử	elect
演說，發言	phát biểu	speech
義務	nghĩa vụ	duty
議案，法案	luật dự thảo, dự luật *(trong cơ quan lập pháp)*	bill *(of the legislature)*
議會	nghị viện, nghị hội	parliament
議事日程	chương trình nghị sự	agenda *(of a meeting)*
右派的	cánh hữu	right-wing
原產國	nước xuất xứ	country of origin
贊成	tán thành	in favor
戰爭	chiến tranh	war
召集會議	nhóm, triệu tập hộ nghị	call a meeting
整頓	sửa chữa	rectify
政變	cuộc đảo chính	coup d'état
政策	chính sách	policy
政黨	chính đảng	political party
政府	chính phủ	government
・政府的	của chính phủ	governmental
・政府首腦	người đứng đầu chính phủ	head of government

政府債券，公債	trái phiếu chính phủ, công trái	government bond
政綱	cương lĩnh chính trị	platform
政權	chính quyền	political power
政治	chính trị	politics
・政治的	chính trị	political
・政治家	chính trị gia, nhà chính trị	politician
中心	trung tâm *(chính trị)*	center *(political)*
眾議院	hạ nghị viện	chamber of representative
主張	chủ trương *(chính trị)*	representation *(political)*
專制	chế độ độc tài, chuyên chính	dictatorship
自由黨	đảng tự do	liberal party
自由主義者	người tự do chủ nghĩa	liberal
總統	tổng thống	president
左派的，急進的	thuộc cánh tả, cấp tiến	left-wing

46・法律事務

保釋	phóng thích bằng tiền bảo lãnh	release on bail
保釋金	tiền bảo lãnh	bail
・交保釋金	trả tiền bảo chứng	pay bail
被告	bị cáo	accused
辯論	biện luận	debate
・辯論	biện luận, tranh luận	debate
不法的，非法的	bất hợp pháp	illegal
承認	thừa nhận	admit
傳喚，傳票	trát đòi hầu toà, tống đạt	summons
法官	thẩm phán, quan tòa	justice
法律	pháp luật	law
・法律上的	trên pháp luật	legal
法庭	tòa án	court

・上訴法庭	kháng cáo lên tòa án	court of appeal
告發	tố giác	charge
公民權	quyền công dân	civil right
關押，監禁	giam giữ	imprison
過失	lỗi, sai lầm	fault
緩刑	hoãn thi hành án	probation
監獄，拘留所	nhà tù, nhà giam	prison
檢察官	công tố viên	public prosecutor
抗辯，申訴	cãi, biện hộ	plea
控告，起訴	tố cáo, cáo trạng	accusation
・控告，起訴	tố cáo, khởi tố	accuse
口供	khẩu cung, lời khai	deposition
扣留，拘留	tạm giam, giam giữ	detention
・扣留，拘留	tạm giam, cầm tù	detain
律師	luật sư	lawyer
・辯護律師	luật sư bào chữa	attorney
判決	kết án	sentence
・宣布判決	tuyên bố kết án	issue a sentence
・延後判決	kéo dài việc thi	deferred sentence
・執行判決	hành án	carry out a sentence
評決，裁決	lời tuyên án, lời phán quyết	verdict
起訴	đi kiện, kiện	sue
審理	xét xử, xử án	trial
・正在審理	đang xét xử	be on trial
審判	thẩm phán	judge
審判室	phòng xử án	courtroom
審判員，法官	người thẩm phán	judge
審訊	xét hỏi	hearing
・不公開的審訊	xử kín	closed-door hearing
・審判室審訊	xét hỏi ở phòng xử án	courtroom hearing
・罪犯審訊	xét xử tội phạm	criminal hearing
說服	thuyết phục	persuade
訴訟	vụ kiện	lawsuit
訴諸法律	kiện, đi kiện	litigate
討論，辯論	thảo luận, tranh cãi	discuss
委托書	giấy uỷ quyền	power of attorney
無罪，無辜	vô tội, không có tội	innocence

・無罪的，無辜的	vô tội	innocent
物證	vật chứng	proof
宣判無罪	tha bổng	acquit
延期，休庭	trì hoãn, hoãn lại	postpone, adjourn
引渡	dẫn độ	extradition
原告	nguyên cáo	plaintiff
爭辯	tranh cãi	controversy
爭執，不同意	không đồng ý	disagree
證據	bằng chứng	evidence
證據不足	không đủ chứng cứ	insufficient evidence
證明，證實	làm chứng	testify
證人	người làm chứng	witness
・目擊證人	người chứng kiến, người mục kích	eyewitness
・審問證人	thẩm vấn người làm chứng	examine the witness
證言	lời khai, chứng từ	testimony
治安法官	thẩm phán trị an	justice of the peace
終身監禁	tù chung thân	life imprisonment
自衛	tự bảo vệ	defend oneself
最高法院	tòa án tối cao	supreme court
罪，罪責	tội lỗi	guilt
・有罪的	phạm tội	guilty

47 · 宗教

按手禮，堅信禮	lễ kiên tín	confirmation
本篤會修士	thầy tu theo dòng thánh Bê-nê-đích	Benedictine
不敬，褻瀆	lời báng bổ	blasphemy
不可知論者	người theo thuyết không thể biết	agnostic
佈道，說教	giảng đạo, thuyết giáo	sermon, homily
參拜聖地，朝聖	cuộc hành hương	pilgrimage
懺悔	xưng tội	confess

‧ 懺悔	xưng tội	Confession
懺悔式	ăn năn, hối lỗi	penance
唱詩班	đội hợp xướng trong nhà thờ	choir
崇拜	sùng bái	cult
出埃及記	sự rời khỏi Ai-cập của người Do-thái	Exodus
傳教士	người truyền giáo	missionary
賜福，祝福	phước lành	blessing
‧ 賜福於	làm cho may mắn, làm cho hạnh phúc	bless
大教堂	nhà thờ lớn	cathedral
大主教	tổng giám mục	archbishop
道德寓言	truyện ngụ ngôn	parable
禱告，祈禱	cầu nguyện	pray
‧ 禱文	câu cầu nguyện	prayer
‧ 祈求者，禱告者	người cầu nguyện	prayer
德，德行，善	đức hạnh	virtue
地獄	địa ngục	hell
多明我會修士	thầy tu dòng Đô-mi-níc	Dominican
方濟各會修士	thầy tu dòng Fran-xít	Franciscan
佛教	Phật giáo	Buddhism
‧ 佛教徒	tín đồ Phật giáo	Buddhist
福音傳教士	nhà truyền giáo	evangelist
福音書	Phúc âm	Gospel
復活節	Phục Sinh	Easter
古蘭經	kinh Cô-ran, kinh đạo Hồi	Koran
跪下，跪著	quỳ, quỳ xuống	kneel
紅衣主教	Hồng y giáo chủ	cardinal
基督教	Kitô giáo, đạo Cơ-đốc	Christianity
‧ 基督教徒	tín đồ Kitô / Cơ-đốc	Christian
集會，會眾	giáo đoàn	congregation
講道，說教	thuyết giảng, giảng đạo	preaching, sermon
‧ 講道，說教	giảng đạo, thuyết giáo	preach

• 講道者，說教者	người giảng đạo, người thuyết giáo	preacher
講道壇	bục giảng kinh	pulpit
教皇，主教	giáo hoàng, giáo chủ	pontiff
教派，宗派	giáo phái	denomination
教區	xứ đạo, giáo xứ	parish
• 教區居民	người dân trong giáo khu	parishioner
• 教區牧師	thầy tu, giáo xứ	parish priest
教士，牧師	giáo sĩ, thầy tu	clergy
教堂	nhà thờ	church
教團，修道會	giáo đoàn, tu đạo hội	order
教義問答集	hỏi đáp giáo lý	catechism
戒律	điều răn, lời dạy bảo	Commandment
禁食，齋戒	chay tịnh	fast
禁慾	kiêng, kiêng khem, tiết chế	abstinence
精神	tinh thần	spirit
• 精神上的	trên tinh thần	spiritual
猶太教士	giáo sĩ Do thái	rabbi
禮拜	thờ cúng, cúng bái	worship
禮拜儀式	nghi thức tế lễ	liturgy
煉獄	chuộc tội, ăn năn hối lỗi	purgatory
靈魂	tâm hồn	soul
羅馬教皇	Giáo hoàng	pope
• 羅馬教皇的職位	chức giáo hoàng	papacy
彌撒	lễ Mi-xa	Mass
摩門教徒	người theo giáo phái Mormon	Mormon
魔鬼	ma quỷ	Devil
牧師	thầy tu, linh mục	minister, priest
募捐	lập quyên, thu góp	collection
穆斯林，回教徒	Hồi giáo	Muslim
尼姑，修女	ni cô, nữ tu sĩ	nun, sister
念珠	lần tràng hạt	rosary
女修道院	nữ tu viện, nhà tu kín	convent
清真寺	nhà thờ Hồi giáo	mosque

虔誠	lòng mộ đạo, lòng sùng đạo, thành kính	devotion
・虔誠的	thành kính, mộ đạo, sùng đạo	devout
人	người	person
・人類	loài người, nhân loại	human (being)
・人們	con người	people
・人性	nhân tính	humanity
上帝	Chúa, Thiên Chúa	God
神話	huyền thoại, thần thoại	myth
神壇，神祠	đền thờ	shrine, sanctuary
神祕主義	chủ nghĩa thần bí	mysticism
・神祕主義者	người theo chủ nghĩa thần bí	mystic
神聖的	thiêng liêng	sacred
神學	thần học	theology
・神學家	nhà thần học	theologian
聖餅，聖餐用麵包	bánh thánh	host
聖餐	bánh thánh, bữa thiêng	Eucharist
聖餐杯	cốc rượu lễ	chalice
聖餐式	lễ ban thánh thể	Communion
聖誕節	Giáng sinh	Christmas
聖經	Kinh Thánh	Bible, Sacred Scripture
聖禮	phép bí tích	sacrament
聖靈	Thánh Linh	Holy Ghost
聖母，童貞修女	Thánh mẫu, bà sơ đồng trinh, đức Mẹ	Madonna, Virgin Mary
聖器保管人	người giữ nhà thờ	sacristan
聖三一，三一節	Chúa Ba Ngôi	Holy Trinity
聖壇	bàn thờ	altar
・祭壇侍者	lễ sinh	altar-boy
・主祭台	bàn thờ chính	high altar
十字	chữ thập	cross
・用手畫十字	làm dấu chữ thập	cross oneself
誓約	lời thề, lời nguyền	vow

四旬節的第一天	ngày thứ tư đầu mùa Chay	Ash Wednesday
四旬齋，大齋期	Mùa Chay	Lent
寺廟	đền	temple
俗人	người tục, thế tục	lay person, secular
天父，上帝	Cha Chúa chúng tôi	Our Father
天使	thiên thần, thiên sứ	angel
天堂	thiên đường	heaven, paradise
天主教	đạo Thiên Chúa, Công Giáo	Catholicism
・天主教徒	Tín đồ Công Giáo	Catholic
萬福瑪利亞	hoan hô Maria / vạn phúc Maria	Hail Mary
無神論	thuyết vô thần	atheism
・無神論者	người vô thần	atheist
希伯來人	người Hê-brơ	Hebrew
洗禮，浸禮	lễ rửa tội	baptism
・洗禮盤，聖水器	bình đựng nước rửa tội	baptismal font
・洗禮所，洗禮堂	nơi rửa tội	baptistery
獻祭，聖餐	hy sinh	sacrifice
香	hương	incense
香客，朝聖者	người hành hương	pilgrim
小教堂	nhà nguyện	chapel
教堂的法衣室	phòng áo lễ	vestry
褻瀆	phạm thần, phạm thánh, báng bổ	sacrilege
新教	đạo Tin lành	Protestantism
・新教徒	người theo đạo Tin lành	Protestant
信仰	tín ngưỡng	belief, faith
・信徒	tín đồ	believer
・信仰	tín ngưỡng	believe
・信教的，虔誠的	thành kính, mộ đạo, sùng đạo	faithful
修道士，僧侶	nhà sư, thầy tu, thầy tăng	monk
修道院	tu viện, nhà tu	cloister
修道院，寺院	tu viện, nhà chùa	monastery
殉教，殉道	tử đạo, chết vì đạo	martyrdom

・殉教者，殉道者	người tử vì đạo	martyr
耶穌會士	dòng Tên, thầy tu dòng Tên	Jesuit
耶穌基督	Chúa Giêsu Kitô / Gia Tô Cơ-đốc	Jesus Christ
耶穌受難日	ngày khổ hình của Chúa Giê-xu	Good Friday
耶穌受難像，十字架	giá thập ác	crucifix
伊斯蘭教	Hồi giáo	Islam
・伊斯蘭教的	theo Hồi giáo	Islamic
儀式，禮拜式	lễ nghi, nghi thức	rite
異教	tà giáo, đạo nhiều thần	paganism
・異教的	theo tà giáo	paganist
印度教	Ấn Độ giáo	Hinduism
・印度教徒	Tín đồ Ấn Độ giáo	Hindu
猶太復國主義	chủ nghĩa phục quốc Do Thái	Zionism
・猶太復國主義者	người theo chủ nghĩa phục quốc Do Thái	Zionist
猶太教	Do Thái Giáo	Judaism
猶太教會堂	Đền thờ Do Thái	synagogue
猶太人	Do Thái	Jewish
讚美詩，聖歌	bài thánh ca	hymn
長老會教友	giáo hội trưởng lão	Presbyterian
執事	người trợ tế	deacon, deaconess
鐘樓	gác / lầu chuông	bell-tower
種族	chủng tộc	race
主教	giáo chủ, giám mục	bishop
自豪	tự hào	pride
宗教	tôn giáo	religion
・宗教的	theo tôn giáo	religious
宗派，教派	giáo phái	sect
罪	tội lỗi	sin
・不可寬恕的罪	tội lỗi không tha được	deadly sin
・贖罪	chuộc tội	atone for one's sin
・犯罪	tội lỗi	sin
・罪人	người có tội	sinner

| 罪惡 | tội ác | vice |

48 · 歷史

巴洛克式的	Ba-rốc	baroque
產業革命	cách mạng công nghiệp	Industrial Revolution
檔案保管人	người giữ văn thư	archivist
防禦	phòng ngự	defense
廢除	bãi bỏ, xóa bỏ	defeat
封建的	phong kiến	feudal
古代，古跡	cổ đại, cổ tích	antiquity
古典主義	chủ nghĩa cổ điển	Classicism
古羅馬	cổ La Mã	ancient Rome
古生物學，化石學	cổ sinh vật, hóa thạch học	paleontology
古希臘	cổ Hy Lạp	ancient Greece
化石	hóa thạch	fossil
紀元，時代	thời đại, kỷ nguyên	era, epoch
歷史	lịch sử	history
羅馬帝國	Đế quốc La Mã	Roman Empire
內戰	nội chiến	civil war
啟蒙運動	khai sáng	Enlightenment
起義，叛亂	khởi nghĩa	insurrection
十年，十年間	thập kỷ, mười năm	decade
時期	thời kỳ	period
史前史	thời tiền sử	prehistory
· 史前的	thời tiền sử	prehistoric
史學家	sử học gia	historian
世紀	thế kỷ	century
世界大戰	Chiến tranh Thế giới	World War
· 第一次世界大戰	Chiến tranh Thế giới Thứ nhất	First World War
· 第二次世界大戰	Chiến tranh Thế giới Thứ hai	Second World War
庶民，平民	thường dân, người bình dân	pleb

衰落	suy sụp, sa sút	decline
同盟，聯盟	đồng minh, liên minh	alliance
同盟國	nước đồng minh	ally
瓦解	tan rã, đổ nát	ruin
文獻，文件	văn hiến, tài liệu	document
文藝復興	Văn nghệ Phục hưng	Renaissance
希臘的	Hy Lạp	Hellenic
宵禁	lệnh giới nghiêm	curfew
中世紀	thời Trung Cổ	Middle Ages
中世紀的，中古的	của trung cổ	medieval
宗派，小集團	phe, bè phái, bè cánh	faction

十三、緊急情況

49 · 緊急情況

49.1 火警

幫助	giúp đỡ	help
·提供幫助	dành sự giúp đỡ	give help
保護	bảo vệ	protect
出去	ra ngoài	out
·大家出去！	Mọi người ra ngoài!	Everybody out!
放火，縱火	đốt phá, gây hoả hoạn	arson
·放火犯，縱火犯	kẻ phóng hoả	arsonist
給消防隊打電話	gọi điện thoại đến đội cứu hỏa	call the fire department
呼喊	la hét, hò hét	shout
·呼喊	kêu to, la hét	shout
護理人員，急救人員	nhân viên cấp cứu	paramedic
火	cháy, lửa	fire
·火！	Cháy nhà! Hoả hoạn!	Fire!
·火警	báo cháy	fire alarm
·救火車，消防車	xe chữa cháy / cứu hỏa	fire truck
·滅火器	bình chữa cháy	fire extinguisher
·起火，著火	bốc cháy, cháy nhà	be on fire
·太平梯，安全出口	lối thoát	fire escape
·消防隊員	nhân viên cứu hỏa	firefighter
·消防栓，消防龍頭	vòi rồng	fire hydrant
·消防水帶，水龍	vòi chống cháy	fire hose
火焰	ngọn lửa	flame
急救處理	cấp cứu	first aid
建築	tòa nhà	building

緊急出口	lối thoát khẩn cấp	emergency exit
警報，警鈴	báo động, cảnh báo	alarm
救護車	xe cứu thương	ambulance
救命!	Cứu tôi với!	Help!
耐火的，防火的	chịu lửa	fireproof
破壞	phá hủy	destroy
汽笛，警報器	còi hú, còi báo động	siren
燒傷，燙傷	bỏng, cháy sém	burn (on body)
受害者	nạn nhân	victim
逃亡，逃脫	chạy thoát, chạy ra	escape, get out
梯子	thang	ladder
危險	nguy hiểm	danger
熄滅，撲滅	dập tắt	extinguish, put out
煙	khói	smoke
援救	cứu hộ	rescue
著火	bắt lửa	catch fire

49.2 犯罪

保鏢，保衛人員	người bảo vệ	bodyguard
暴力	bạo lực	violence
辯護律師	luật sư bào chữa	defense lawyer
不法行為	hành vi phạm pháp	delinquency
步槍	súng trường	rifle
刺，戳，刺傷	đâm	stab
刺客，兇手	hung thủ, kẻ giết người	assassin, murderer
打架	đánh nhau	fight
歹徒，亡命徒	kẻ côn đồ	outlaw
逮捕	bắt giữ	arrest
・逮捕令，拘票	lệnh bắt giữ	arrest warrant
刀	dao	knife
調查	điều tra	investigate
・調查者	người điều tra	investigator
毒品販	kẻ buôn ma túy	drug pusher
・毒品販賣	buôn bán ma túy	drug pushing
・毒品交易	buôn ma tuý	drug traffic
・毒品交易者	kẻ buôn ma tuý	drug trafficker

・販毒	buôn bán ma túy	push drugs
法律援助	trợ giúp pháp lý	legal assistance
法庭的，法醫的	pháp y	forensic
・取證，物證技術	lấy mẫu giám định	forensic science
・法醫學	pháp y học	forensic medicine
法庭指定律師	luật sư do tòa án chỉ định	court-appointed lawyer
犯罪	phạm tội	crime
・犯罪率激增	tỷ lệ tội phạm tăng mạnh	crime wave
・犯罪記錄	tiền án, tiền sự	criminal record
・犯罪行為	hành vi phạm tội	criminal act
趕緊	vội vàng	hurry
告密者	người cung cấp tin tức	informant
攻擊，襲擊	tấn công, cuộc đột kích	assault, attack
・攻擊，襲擊	tấn công, đột kích	assault, attack
攻擊者	kẻ tấn công	assailant
賄賂	cho hối lộ	bribe
・行賄，受略	hối lộ	bribery
火器，槍支	súng, súng ống	firearm
劫持	cướp	hijacking
・劫持	bắt cóc	hi-jack
警察	cảnh sát	police
・打電話給警察	gọi cảnh sát	call the police
・警察	cảnh sát	policeman
・警察局	đồn cảnh sát	police station
・警察局長	trưởng cảnh sát	chief of police
・警察總部	trụ sở cảnh sát	police headquarter
・警官	sĩ quan cảnh sát	police officer
・女警察	nữ cảnh sát	policewoman
快來！	Đến nhanh!	Come quickly!
勒索，敲詐	tống tiền	blackmail
描述	mô tả	description
扭打，混戰	xô đẩy, vật lộn	scuffle
扒手	kẻ móc túi	pickpocket
・扒竊	móc túi	pocket-picking

破門而入	đạp cửa xông vào	break and enter
欺詐	gian lận	fraud
槍	súng	gun
強姦	cưỡng dâm	rape
・強姦	hiếp dâm, cưỡng dâm	rape
・強姦犯	kẻ hiếp dâm	rapist
搶劫	vụ cướp	robbery
・搶劫	cướp	rob
・搶劫犯	kẻ cướp	robber
侵吞，挪用	biển thủ, tham ô	embezzlement
囚車	xe tù	police van
囚犯	phạm nhân	prisoner
人質	con tin	hostage
殺人，過失殺人	tội giết người, tội ngộ sát	manslaughter
殺人犯，兇手	kẻ giết người, hung thủ	murderer
殺死	giết chết	kill
・殺手	kẻ giết người	killer
・僱用的殺手	kẻ giết thuê	hired killer
少年犯	kẻ phạm pháp vị thành niên	juvenile delinquent
少年犯罪	phạm tội vị thành niên	juvenile delinquency
射中，射死，射傷	bắn, bắn chết, bắn thương	shoot
審問	thẩm vấn	question
手銬	còng tay	handcuff
手槍	súng ngắn	pistol
受害人	nạn nhân, người bị chết	victim
贖取，贖金	tiền chuộc	ransom
私人偵探	thám tử tư	private detective
搜查	tìm kiếm	search
・搜查證	xác nhận tìm kiếm	search warrant
受傷，傷害	bị thương, tổn thương	injure, wound
逃亡的	trốn tránh, chạy trốn	fugitive

逃走，逃脱	trốn thoát	escape
同犯，幫凶	kẻ tòng phạm, kẻ đồng loã	accomplice
偷	ăn cắp	steal
· 小偷	kẻ trộm	thief
· 抓小偷！	Bắt kẻ trộm!	Stop thief!
偷稅，漏稅	trốn thuế	tax evasion
投案自首	tự thú, đầu thú	give oneself up
脫氧核糖核酸	ADN	DNA
違法，背信	vi phạm	infraction
偽誓，偽證	khai man	perjury
偽造	vụ giả mạo	forgery
· 偽造者	kẻ giả mạo	forger
武器	vũ khí	weapon
武裝搶劫	cướp có vũ trang	armed robbery
武裝襲擊	tấn công vũ trang	armed assault / attack
線索	đầu mối	clue
凶殺，謀殺	giết người, mưu sát	murder
· 凶殺，謀殺	giết người	murder
巡邏，巡視	tuần tra	patrol
驗屍官	nhân viên khám nghiệm tử thi	coroner
陰謀，反叛	âm mưu, vụ mưu hại	conspiracy, frame-up
預謀犯罪	tội phạm có mưu tính trước	premedi-tated crime
賊，小偷	kẻ trộm	thief
爭辯，爭執	tranh luận, tranh cãi	argue
指紋	vân tay	fingerprint
走私	buôn lậu	smuggling
罪犯	phạm tội	criminal

49.3 交通事故

X 光	X-quang	X-rays
負傷，損害	vết thương, chấn thương	wound, injury
骨折	gãy xương	broken bone

急救處理	cấp cứu	first aid
· 繃帶	băng	bandage
· 碘酊	cồn iốt	tincture of iodine
· 防腐劑，殺菌劑	chất khử trùng, chất phòng phân hủy	antiseptic
· 夾板	nẹp	splint
· 紗布	gạc buộc vết thương	gauze
緊急情況	tình huống khẩn cấp	emergency
警察	cảnh sát	police
· 叫警察	gọi cảnh sát	call the police
救護車	xe cứu thương	ambulance
碰撞	va chạm, đâm nhau	collide, smash
· 碰撞	va chạm, đâm mạnh vào nhau	collision, smash
事故	tai nạn	accident
· 交通事故	tai nạn giao thông	traffic accident
· 嚴重事故	tai nạn nghiêm trọng	serious accident
休克	sốc	shock
血	máu	blood
· 流血	chảy máu	bleed
醫生	bác sỹ	doctor
· 請醫生	mời bác sỹ	get a doctor
醫院	bệnh viện	hospital
撞	va chạm	bump
墜毀	rơi, rơi hỏng	crash
· 墜毀	rơi, rơi vỡ tan	crash

十四、重點問題

50・重點問題

50.1 環境問題

保護	bảo vệ	protect
臭氧	ô-dôn	ozone
處理	xử lý	disposal
廢物	chất thải, phế thải	waste
廢物處理	xử lý chất thải	waste disposal
輻射	bức xạ	radiation
・放射性廢棄物	chất thải phóng xạ	radioactive waste
回收利用	thu hồi sử dụng	recycle
・可被再利用的	tái sử dụng	recyclable
礦物燃料	nhiên liệu hóa thạch	fossil fuel
環境	hoàn cảnh, môi trường	environment
・環保主義者	người theo chủ nghĩa hoàn cảnh	environmentalist
能	năng lượng	energy
・地熱能	năng lượng địa nhiệt	geothermal energy
・核能	năng lượng hạt nhân	nuclear energy
・能源保護	bảo tồn năng lượng	energy conservation
・能源廢棄物	chất thải năng lượng	energy waste
・能源危機	khủng hoảng năng lượng	energy crisis
・能源需求	nhu cầu năng lượng	energy needs
・熱能	nhiệt năng	thermal energy
・太陽能	năng lượng mặt trời	solar energy
能進行生物分解的	có thể phân hủy vi sinh vật	biodegradable
排污系統	hệ thống nước thải	sewage system
汽油	xăng	gasoline

生態系統	hệ thống sinh thái	ecosystem
石油	xăng dầu	petroleum
食物鏈	dây chuyền thức ăn	food chain
釋放	thả, phóng thích	discharge
酸雨	mưa axít	acid rain
太陽能電池	pin năng lượng mặt trời	solar cell
天然資源	tài nguyên thiên nhiên	natural resources
溫室效應	hiệu ứng nhà kính	green house effect
污染	ô nhiễm	pollution
・空氣污染	ô nhiễm không khí	air pollution
・受污染的	bị ô nhiễm	polluted
・水污染	nước bị ô nhiễm	water pollution
污水	nước thải	sewage
消費	tiêu thụ, tiêu phí	consume
有毒的	độc hại, có độc	toxic

50.2 社會問題

愛滋病	bệnh AIDS, hội chứng suy giảm chức năng miễn dịch	AIDS
安樂死	chết không đau đớn	euthanasia
避難所	nơi tị nạn	shelter
不公正的	bất công	unjust
不平等	bất bình đẳng	inequality
傳輸	truyền đi	transmit
道德	đạo đức	morality
毒素	độc chất	toxin
讀寫能力	năng lực đọc, viết	literacy
賭博	đánh bạc	gambling
法律援助	hỗ trợ pháp lý	legal assistance
反核抗議	kháng nghị phản đối hạt nhân	antinuclear protest
福利改革	cải cách phúc lợi	welfare reform
公路洩憤	trút giận trên đường	road rage
含酒精飲料	đồ uống có cồn	alcohol
黃色製品	ấn phẩm khiêu dâm	pornography

機場安全	an toàn sân bay	airport security
家庭暴力	bạo lực gia đình	domestic violence
家中教育	giáo dục ở nhà	home schooling
檢查	quyền kiểm duyệt	censorship
接受救濟金	nhận trợ cấp	receive benefits
酒精中毒	ngộ độc cồn	alcoholism
克隆，無性繁殖系	nhân bản	cloning
恐怖主義	chủ nghĩa khủng bố	terrorism
・恐怖主義者	kẻ khủng bố	terrorist
濫用毒品	lạm dụng ma túy	drug abuse
零忍耐	không khoan nhượng	zero tolerance
領袖	lãnh đạo, lãnh tụ	leader
流產	phá thai	abortion
賣淫	mại dâm	prostitution
冒險	nguy cơ, mạo hiểm	risk
女權主義	chủ nghĩa đòi bình quyền phụ nữ	feminism
・女權主義者	người theo chủ nghĩa đòi bình quyền phụ nữ	feminist
女同性戀	đồng tính luyến ái nữ	lesbianism
・女同性戀者	đồng tính luyến ái nữ	lesbian
虐待兒童	ngược đãi trẻ em	child abuse
叛國	phản quốc, mưu phản	treason
貧民區	khu ổ chuột	ghetto
貧窮	nghèo khổ	poverty
乞丐	người ăn mày, người ăn xin	beggar
乞討	ăn xin	beg
槍械控制	kiểm soát súng ống	gun control
權力	sức mạnh, quyền lực	power
人口過剩	quá tải dân số	overpopulation
人權	nhân quyền	civil rights
社會援助，福利	hỗ trợ xã hội, phúc lợi	social assist- ance, welfare
生物恐怖主義	khủng bố sinh học	bioterrorism

死刑	tử hình	death penalty
胎兒	thai nhi	fetus
炭疽	bệnh than	anthrax
同性戀	đồng tính luyến ái	homosexuality
・同性戀者	kẻ theo đồng tính luyến ái	homosexual
網路犯罪	phạm tội trên mạng	cybercrime
無家可歸者	người vô gia cư	homeless
細菌	vi khuẩn	bacteria
蕭條地區	khu vực tiêu điều	depressed area
性騷擾	quấy rối tình dục	sexual harassment
誘拐	dụ dỗ, bắt cóc	kidnap
約會強姦	hò hẹn rồi cưỡng dâm	date rape
鎮壓	áp bức	oppress
支持	viện trợ, ủng hộ	support
制裁	xử phạt, chế tài	sanction
自殺	tự tử, tự sát	suicide

毒品

安非他命	chất amphêtamin	amphetamine
大麻	cần sa	marijuana
毒品	ma túy	drugs
毒品販	kẻ buôn ma túy	drug pusher
毒品交易	buôn bán ma tuý	drug traffic
毒品倚賴，吸毒成癮	nghiện ma tuý	drug dependency / addiction
服藥過量	sử dùng quá liều	overdose
海洛因	hêrôin	heroin
幻覺	ảo giác	hallucination, high
解毒	khử độc	detoxify oneself
精神恍惚	trạng thái ngây ngất	ecstasy
古柯鹼	côcain	cocaine
軟毒品，不易成癮的毒品	chất cần sa	soft drug
吸毒	nghiện ma túy	drug addiction
・服用毒品	dùng ma túy	take drugs
癮君子	con nghiện	drug addict

硬毒品，易成癮的烈性毒品	chất gây nghiện	hard drug
針頭	kim	needle
注射器	ống tiêm	syringe

50.3 全球問題

裁減軍備	giải trừ quan bị	arms reduction
裁軍	giảm quân	disarmament
衝突	xung đột	conflict
催淚瓦斯	hơi cay	tear gas
導彈，飛彈	tên lửa	missile
• 彈道導彈	tên lửa đạn đạo	ballistic missile
飛彈防禦	phòng thủ tên lửa	missile defense
毒氣	khí độc	poison gas
• 神經性毒氣	hơi độc làm tê liệt thần kinh	nerve gas
多種族社會	xã hội đa chủng tộc	multiracial society
攻擊	tấn công	attack
和平	hoà bình	peace
間諜	gián điệp	spy, espionage
軍隊	quân đội	army
軍火貿易	buôn bán vũ khí	arms trade
軍火商	bọn lái súng	arms dealer
軍需，供應品	đồ quân nhu, nguồn cung cấp	supplies
恐怖主義	chủ nghĩa khủng bố	terrorism
恐怖主義者	kẻ khủng bố	terrorist
聯合國	Liên Hiệp Quốc	United Nations
難民，避難者	người tị nạn, nạn dân	refugee
難民營	trại tị nạn	refugee camp
簽證	thị thực	visa
人權	nhân quyền	human rights
人質	con tin	hostage
坦克	xe tăng	tank
停戰，停戰協定	đình chiến, hiệp định đình chiến	armistice
武器	vũ khí	weapon

中文	越南文	英文
· 常規武器	vũ khí thông thường	conventional weapon
· 核武器	vũ khí hạt nhân	nuclear weapon
· 化學武器	vũ khí hóa học	chemical weapon
· 生物武器	vũ khí sinh học	biological weapon
· 自動化武器	vũ khí tự động	automatic weapon
武裝衝突	xung đột vũ trang	armed conflict
休戰，停戰	ngừng bắn, đình chiến	truce
移居	di cư	emigration, immigration
移民	di dân, người nhập cư	emigrant, immigrant
炸彈	bom	bomb
· 燃燒彈	bom cháy	Molotov cocktail
· 手榴彈	lựu đạn	grenade
· 煙霧彈	bom khói	smoke bomb
· 原子彈	bom nguyên tử	atomic bomb
戰鬥	chiến đấu	fight, struggle
戰爭	chiến tranh	war
· 化學戰爭	chiến tranh hóa học	chemical war
· 聖戰	thánh chiến	holy war
· 游擊戰爭	chiến tranh du kích	guerrilla warfare
戰爭狀態	tình trạng chiến tranh	state of war
種族主義	chủ nghĩa phân biệt chủng tộc	racism
· 種族主義者	kẻ theo chủ nghĩa phân biệt chủng tộc	racist
總部	trụ sở chính	headquarter

50.4 表達觀點

中文	越南文	英文
不	không, chưa	no
除非	trừ khi	unless
從我的觀點來看	theo quan điểm của tôi	from my point of view
但是	nhưng, nhưng mà	however

毫無疑問	không có nghi ngờ nào	there's no doubt
很清楚	rất rõ ràng rằng	it's clear that
據我看	theo tôi	according to me
例如	ví dụ	for example
事實上	trên thực tế, thật là	as a matter of fact
是	vâng, có	yes
順便說一句	tiện đây	by the way
似乎…	có vẻ như là...	it seems that...
我不確定…	Tôi không chắc rằng...	I'm not sure that...
我不知道是否…	Tôi không biết có thể... không	I don't know whether...
我懷疑…	Tôi nghi ngờ rằng...	I doubt that...
我確定…	Tôi chắc chắn rằng...	I'm sure that...
我認為…	Tôi nghĩ rằng...	I think that...
我相信…	Tôi tin rằng...	I believe that...
我想說的是…	Tôi muốn nói rằng...	I would like to say that...
也就是說	có nghĩa là, tức là	that is to say
因此	do đó	therefore
總之	tóm lại, nói chung	in conclusion

越漢詞彙表

A a

a còng (@) 小老鼠，在
ác hóa 惡化
ác tính 惡性的
Ác-hen-ti-na 阿根廷
Ác-mê-ni-a 亞美尼亞
acrylíc 丙烯酸的
ADN 脫氧核糖核酸
ai 誰
ai biết 誰知道
Ai Cập 埃及
ái chà 哎喲
ai đấy 是哪位
ái tình 愛情
Ai-len 愛爾蘭
allô 喂
ám chỉ 間接提到
amiăng 石綿
amiđan 扁桃腺
amoniác 氨
Am-xtéc-đam 阿姆斯特丹
an toàn của trang mạng 安全
　網站
an toàn sân bay 機場安全
An-ba-ni 阿爾巴尼亞
An-giê-ri 阿爾及利亞
Anh 英國，英格蘭
ảnh 照片
anh ấy 他
ảnh bìa 封面
anh chồng 大伯子
ánh chớp 閃電
anh đào 櫻桃
anh hề 小丑
anh họ 堂 / 表兄弟
ánh hồng 腮紅
ảnh màu 彩色
ảnh màu đen trắng 黑白
ánh nắng chan hòa 陽光明媚
anh rể 姐夫

ánh sáng 亮，光
ánh sáng mặt trời 陽光，日光
ảnh số 數位照片
anh ta 給他
anh trai 哥哥
ánh trăng 月光
ao 池塘
ảo 虛擬的
Áo 奧地利
áo bơi 游泳衣
áo cánh 女襯衣
áo chắn gió 風衣
áo choàng bằng da lông thú
　毛皮大衣
áo choàng tắm 浴衣
áo dài phụ nữ 連衣裙
áo đánh kiếm 擊劍服
áo gối 枕套
áo gi lê 背心
ảo giác 幻覺
áo khoác 大衣
áo khoác dài 長大衣
áo khoác hai hàng khuy 雙排
　扣上衣
áo khoác một hàng khuy 單
　排扣上衣
áo len 毛衣
áo lót 背心，內衣
Áo Môn 澳門
áo mưa 雨衣
ảo não 悲傷的
áo ngủ 睡衣
áo ngực 胸罩
áo phông chữ T 短袖衫
áo quần 衣服
áo sơ mi 襯衣
áo thể thao 運動上衣
ảo thuật 魔術
áo váy 連衣裙
áo vét 上衣
áo vét tông 上衣

áp bức 鎮壓
áp kế 氣壓表
áp lực 壓力，壓強
áp phích 海報
áp suất không khí 大氣壓
áp vần 押韻
Áp-ga-ní-xtan 阿富汗
À-rập Xê-út 沙烏地阿拉伯
aspirin 阿司匹林
A-ten 雅典
atisô 洋薊
axít 酸
axít sunfuríc 硫酸
áy náy 坐臥不寧的

Ă ă

ăn 吃
ăn cắp 偷
ăn cỏ 喂草
ăn mặc 穿，著裝，穿戴
ăn năn 懺悔式
ăn năn hối lỗi 煉獄
ăn nói trôi chảy 流利的
ăn ngoài trời 野餐
ăn nhanh 吃快餐
ăn ở với nhau 同居，同住
ăn sáng 吃早餐
ăn tiêu hoang phí 揮霍的，浪費的
ăn tối 吃晚餐，吃正餐
ăn trưa 吃午餐
ăn xin 乞討
ăng ten 天線
ăng ten đĩa vệ tinh 圓盤式衛星接收天線，小耳朵

Â â

ẩm 潮濕，濕潤
ấm 罐子
ấm áp 溫和
âm bản 負片
ấm cà phê 咖啡壺
ấm đun nước 水壺
âm học 聲學
ấm lên 暖起來
âm mưu 陰謀
âm nhạc 音樂
âm nhạc dân gian 民間音樂

âm nhạc nhẹ 輕音樂
ấm pha trà 茶壺
âm tính 陰性
âm thanh 聲音
ẩm ướt 潮濕的
ẩn dụ 暗喻，喻義
Ấn Độ 印度
Ấn Độ Dương 印度洋
Ấn Độ giáo 印度教
ấn loát 印刷
ấn phẩm 印刷品
ấn phẩm khiêu dâm 黃色製品
ẩn số 未知數
ấn tượng 印象
ấp 孵化，繁育
âu sầu 悲傷的

B b

ba 三
bà 太太，夫人，女士；伯祖母
ba ba 鱉，龜
bà đỡ 助產士
ba giờ 三點
ba giờ đúng 三點整
ba giờ mười lăm phút 三點十五分
ba giờ rưỡi 三點半
ba hoa 多話的，健談的
Ba Lan 波蘭
ba lần 三倍的
ba lần hai bằng sáu 三乘以二等於六
ba lê 芭蕾
ba lô 背包
ba mốt 三十一
ba mươi 三十
ba mươi ba 三十三
ba mươi hai 三十二
bà nội 祖母
bà nội dượng 姑婆
ba ngàn 三千
bà ngoại 外祖母
ba phần ham nhăm 二十五分之三
ba phần mười một 十一分之三
bà sơ đồng trinh 聖母，童貞修女

Ba Tây 巴西
ba trăm 三百
bà trẻ 叔祖母
ba triệu 三百萬
ba trừ hai bằng một 三減二等
　於一
bác 大伯
bạc 銀
bác gái 伯母
bạc hà 薄荷
bác sĩ chỉnh răng 牙齒矯正醫師
bác sỹ 醫生，大夫；博士
bác sỹ chuyên khoa thần kinh
　精神病科醫生
bác sỹ gia đình 家庭醫生
bác sỹ ngoại khoa 外科醫生
bác sỹ ngoại khoa chỉnh hình
　整形外科醫生
bác sỹ nhãn khoa 眼科醫生
bác sỹ nhi khoa 小兒科醫生
bác sỹ sản khoa 婦產科醫生
bác sỹ X quang 放射學家
bác trai 伯父
bạch dương 樺，白樺
bạch kim 鉑，白金
bách khoa toàn thư 百科全書
bạch tuộc 章魚
bài 文章
bãi bỏ 廢除
bài ca balát 民謠
bãi cỏ 草地
bãi đậu xe công cộng 公共停
　車場
bài giảng 演講，講座
bài hát 歌曲
bài hát ru con 搖籃曲
bài học 功課
bài tập 作業
bại liệt 麻痺，癱瘓
bài phát biểu 言語，談話
bài tập 習題
bài tập thực hành 實地作業
bài tulơkhơ 紙牌，撲克牌
bài thánh ca 讚美詩，聖歌
bãi thi 場地
bài thơ 詩，詩歌
bài thơ ca tụng 讚美詩
bài xã luận 社論
bám theo 緊靠
bán 出售，賣

bạn 朋友，你
bàn ăn 餐桌
bản báo cáo thành tích 成績
　報告單
Bạn bao nhiêu cân? 你有多
　重？
bạn bè thân mật 親密朋友
bàn bi-a 撞球桌
bán buôn 批發
Bạn cao bao nhiêu? 你有多
　高？
bán cầu 半球
Bạn có khoẻ không? 你身體
　好嗎？
ban công 陽台
ban công tầng trên 樓廳，樓座
bản côngxéctô 協奏曲
bàn cờ 棋盤
bạn của gia đình 家庭朋友
bản cuối cùng 終稿
bàn chải 刷子
bàn chải đánh răng 牙刷
bàn chải sơn 漆刷
bàn chân 腳底，腳掌
bản chép lại 副本
bản chính 正文
ban cho 授予
Bạn đang đùa ư? 你在開玩笑
　嗎？
bán đảo 半島
bàn đạp 腳蹬子，腳踏板
bàn đạp ga 油門踏板
ban đêm 晚上
Bạn điên à? 你瘋了嗎？
bạn đọc 讀者
bản đồ 地圖
bản đồ giao thông 道路交通
　圖
bản đồ thành phố 城市地圖
bạn đồng nghiệp 工作伙伴，
　同事
bạn đồng sự 工作伙伴，同事
bạn gái 女朋友
bàn gương trang điểm 梳妝
　台
bán giác 半角
ban giám đốc 董事會
bán hàng 銷售
bán hàng giá ưu đãi 打折銷
　售

bàn học 寫字台，書桌
bạn học 同學，校友
bàn học sinh 課桌
bàn kẹp 夾鉗
bản kiến nghị 動議
bán kính 半徑
bàn là 熨斗
bàn là hơi 蒸汽熨斗
bán lẻ 零售
bản lề 合頁
bản liệt kê mục lục 書目
bản mẫu 模板
ban ngày 白天
ban nhạc 樂隊，管樂隊，管弦樂隊
bản nhạc 樂譜
bản nhạc sáu trùng 六重唱
bàn phím 鍵盤
bàn phím điện thoại 電話按鍵
ban quản lý 管理委員會
bản sao 複寫，副本
bản sao chụp 影印本
bán sĩ 批發
Bạn sinh năm nào? 你什麼時候出生的？
bản tin đài 新聞廣播
Bạn tốt nhỉ! 您太好了！
bản thảo 手稿
bán tháo 清倉拍賣
bản thân anh ta 他自己
bản thân bà 您/你自己
bản thân cô ta 她自己
bản thân mình 我自己，自己
bản thân ông 您/你自己
bàn thờ 聖壇
bàn thờ chính 主祭台
bạn trai 男朋友
bàn tròn 圓桌
bàn trượt 滑架，托架
bàn viết 寫字台
bàn xát 擦菜板
Ban-kan 巴爾幹山脈
bang 州
bảng bổ 褻瀆
bảng cửu chương 乘法表
bảng chữ cái 字母表
bảng dấu hiệu 符號表
bảng đen 黑板
bảng điện tử 電子表格

bảng đồng hồ ở ô tô 儀表板
bảng giá 價目表
bảng giờ giấc 時刻表
bảng hướng dẫn 索引
bảng kê 表格
bảng màu 調色板
bảng nội dung 目錄
bàng quang 膀胱
bảng thông báo 布告牌，公告板
bảng thời gian 時刻表
bảng xếp hạng 名次表
bánh bao 餃子
bánh bơ tròn 餅乾
bánh dẹt nhỏ 曲奇，甜餅乾
bánh gạo 米糕
bánh gạo cay 炒年糕
bánh ga-tô 蛋糕
bánh mì 麵包
bánh mì gậy 麵包棍
bánh mì lúa mạch 全麥麵包
bánh mì hấp 饅頭
bánh mỳ kẹp 三明治
bánh nướng nhân ngọt 派，甜餡餅
bánh pútđinh 布丁
bánh quy 餅乾，曲奇
bánh quy giòn 薄脆餅乾
bánh thánh 聖餅，聖餐
bánh thịt băm viên 漢堡
bánh xăng đuých 三明治
bánh xe 車輪，輪子
bão 颱風，風暴
báo 豹
bao bì 包裝箱
báo cáo 報告，匯報
bao cao su 保險套
báo cháy 火警
báo chí toàn quốc 全國性報刊
báo động 警報，警鈴
bao gồm bữa ăn sáng 包含早餐
bao gồm giá tất cả 包括一切的價格
báo giá 報價，牌價
báo hàng ngày 日報
bảo hiểm 保險
bảo hiểm hỏa hoạn 火險
bảo hiểm nhân thọ 人壽險

bảo hiểm tai nạn 意外險
bao la 寬的，闊的
bạo loạn 反叛，暴亂
bạo lực 暴力
bạo lực gia đình 家庭暴力
bảo mẫu 褓姆
bao nhiêu 多少
Bao nhiêu tiền? 多少錢？
bao nhiêu tuổi 高壽
Bao nhiêu tuổi? 多大了？
bao phủ 蓋子，罩
bao tải 包，袋
bảo tàng mỹ thuật 美術館
bảo tàng nghệ thuật 藝術館
bảo tàng sáp 蠟像館
bao tay 手套
bảo tồn năng lượng 能源保護
bão tuyết 雪暴
báo thông tấn xã 通訊社
bảo thủ 保守的
báo thù 報復心強的
báo thức 叫醒電話
bảo vệ 保護
bảo vệ luận án 論文答辯
bảo vệ màn hình 螢幕保護
bảo vệ người tiêu dùng 消費者保護
Ba-rốc 巴洛克式的
bát 碗
bát phân 八進
Ba-xê-lô-na 巴塞隆那
bay 飛行
bảy 七
bày bàn 擺桌子
bày bàn ăn 擺放餐桌
bảy mươi 七十
bày tỏ 表達，說出，演示
bắc 北
Bắc Băng Dương 北冰洋
bậc cao tuổi 年長者
Bắc Cực 北極
Bắc Kinh 北京
Bắc Mỹ 北美洲
bắn 射中，射死，射傷
bắn cung 射箭
bắn chết 射中，射死
băn khoăn 焦慮的
bắn thương 射中，射傷
băng 繃帶；磁帶；帶子；色帶；線，繩子；包紮物

bằng 等於；平的
băng bó 繃帶
băng cách điện 遮蔽膠帶
băng cát xét 磁帶，卡帶
băng cát xét ghi hình 錄影帶
băng cầm máu 止血帶
bằng chứng 證據，證物，物證
băng dán y tế 醫用橡皮膏
băng dính 膠帶，橡皮膏
băng đeo 懸帶
băng đeo cánh tay đau 懸帶
băng ghi hình 錄影帶
bằng lòng 情願的
bằng miệng 口頭地
bằng phẳng 平的
bằng tốt nghiệp 畢業證書
bằng tốt nghiệp trung học 中學畢業證書
băng tuyết che phủ 冰雪覆蓋的
băng video 錄影帶
bằng xưng hô chính thức 正式的稱呼
Băng-la-đét 孟加拉國
bắp chân 蘿蔔腿
bắt bóng 接球
bắt cóc 劫持，誘拐
bắt đầu bán hàng 正在營業，開始營業
bắt đầu phát sóng 開始廣播
bắt giữ 逮捕
bắt kẻ trộm 抓小偷
bắt lửa 著火
bắt tay 握手
bắt tay với 與…握手
bắt vít 栓上，擰上
bấm 撥動，撥
bẩn 髒的
bật 打開
bất bình đẳng 不平等
bất cẩn 粗心大意的
bất công 不公正的
bật điện 開機
bất động sản 不動產，房地產
bất hợp pháp 不法的，非法的
bất kính 不敬的
bất mãn 不滿意
bất tỉnh 失去知覺

bầu 西葫蘆;選舉
bầu cử 投票，選舉
bậu cửa sổ 窗台
bầu trời 天空
bầu trời trong sáng 天空晴朗
bầy 蜂群
bẫy 捕獸機，陷阱
bây giờ 現在
bè 筏，木排
bé bỏng 弱小的
bè cánh 宗派，小集團
bè phái 宗派，小集團
Béc-lin 柏林
bẽn lẽn 膽小的
beo 豹
béo 胖的
béo lùn 矮胖的
béo phì 發胖，肥胖
bê 小牛
bể 盆地
bệ 墊座
bể bơi 游泳池
bề mặt 表面
bể nước 水池
bệ phóng 發射坪，發射台
bê tông 混凝土
bện 搏
bên cạnh 在…旁邊，靠近
bền chí 有耐心的
bên dưới 在…下面
bến ô tô 車站
bến phà 渡口，渡船
bên phải 右
bên trái 左
Bến Tre 檳椥
bên trong 在…裡
bến xe 站，車站
bệnh 病，疾病
bệnh AIDS 愛滋病
bệnh bạch cầu 白血病
bệnh bướu máu 血腫
bệnh hoa liễu 性病
bệnh hoại huyết 壞血病
bệnh lây 流行病，傳染病
bệnh nguy kịch 病危
bệnh nhân 病人
bệnh sa đì 疝，突出部分
bệnh tai 耳病
bệnh tiểu đường 糖尿病
bệnh tinh hồng nhiệt 猩紅熱

bệnh than 炭疽
bệnh thấp khớp 風濕病
bệnh thiếu máu 貧血症
bệnh thuỷ đậu 水痘
bệnh truyền nhiễm 傳染病
bệnh uốn ván 破傷風
bệnh viêm phổi 肺炎
bệnh viện 醫院
bệnh zona 帶狀泡疹，纏腰龍
Bê-ô-grát 貝爾格萊德
bếp 廚灶，爐灶
Bỉ 比利時
bí ẩn 懸疑小說
bị bệnh 生病，患病
bị cảm 感冒，著涼
bị cảm lạnh 受涼
bị cáo 被告
bị đau răng 患牙痛
bị động 被動態
bị hạn chế 限制級的
bị hủy 取消的
bi kịch 悲劇
bị lạnh 發冷，發抖，感冒，
　著涼
bí mật 機密
bí ngô 南瓜
bị ô nhiễm 受污染的
bi quan 悲觀的
bị sưng 腫的
bí thư 秘書
bị thương 傷害
bị trễ 晚
bia 啤酒
bi-a 撞球
bìa 封面，護封
bìa đọc sách 封面，護封
bia kỷ niệm 紀念碑
bia mộ 墓石，墓碑
bìa rời 活頁夾
bìa sách ảnh 護封
bìa tài liệu 文檔封面
bia tươi 散裝啤酒，鮮啤酒
bích họa ướt 濕壁畫
biển 海，大海
Biển Adriatic 亞得里亞海
biện bạch cho mình 為自己
　辯解
biến cách 變格
biện luận 辯解
biên giới 邊界，國界，邊境

biện hộ 抗辯，申訴
biên lai 發票，收據
biên lai ngân hàng 銀行收據
biện luận 辯論
biến mất 消失
biện pháp tu từ 修辭格
biên soạn 編輯
biến số 變量
biển số xe 車牌
biên tập 編輯，編者
biển thủ 侵吞，挪用
biếng nhác 懶惰的
biết 知道
biết ai đó 認識某人
biệt danh 暱稱
biệt hiệu 暱稱，愛稱
biết ơn 感激，感謝
biệt thự 別墅
biệt thự nhỏ 小別墅
biết xấu hổ 羞恥的
biểu diễn 演出
biểu đồ lưu trình 流程圖
biểu hiện 表情
biểu mẫu 表格
biểu tượng 標誌，圖標，象徵
biểu tượng quảng cáo 廣告標誌
bình 罐子
bình có tay cầm và vòi 大壺，罐
bình cho bú 奶瓶
bình chữa cháy 滅火器
bình đựng nước 長頸大肚瓶
bình đựng nước rửa tội 洗禮盤，聖水器
bình hạt tiêu 胡椒瓶
bình hoa 花瓶
binh lính 軍人，士兵
bình luận 評論
bình luận sách 書評
bình minh 黎明
bình muối 鹽瓶
bình nước nóng 熱水器
bình phương 平方
bình phương căn 平方根
bình phương của hai bằng bốn 二的平方是四
bình sữa 牛奶罐
bình tĩnh 平靜的，冷靜的，清醒的，沉著的，頭腦冷靜的

bình tưới nước 噴壺
bình xăng 油箱
bít tất ngắn cổ 襪子
bít tết 牛排
bò 爬行
bỏ 清除
bó bột 石膏繃帶
bọ cánh cứng 甲蟲
bọ cạp 蠍子
bỏ giày 脫鞋
bó hoa 花束
bỏ học 逃學
bỏ lỡ một chuyến xe buýt 沒趕上公共汽車
bỏ phiếu 投票，選舉
bỏ phiếu không tín nhận 不信任投票
bỏ phiếu tín nhận 信任投票
bỏ phiếu trắng 棄權
bò rống 哞哞地叫
bọ rùa 瓢蟲
bò sữa 母牛
bóc 削，削皮
bọc 包裝
bom 炸彈
bom cháy 燃燒彈
bom khói 煙霧彈
bom nguyên tử 原子彈
bọn lái súng 軍火商
bọn trẻ 孩子們
bỏng 燒傷，燙傷
bóng 球；影子，剪影
bóng bán dẫn 晶體管
bóng bầu dục 美式足球，橄欖球
bóng bi-a 撞球
bóng bô-linh 保齡球
bóng chày 棒球
bóng chuyền 排球
bóng đá 足球
bóng đèn 燈，燈泡，電燈泡
bong gân 扭傷
bong gân mắt cá chân 腳踝扭傷
bóng nước 水球
bóng râm 暗部，陰影部分，影子
bóng rổ 籃球

bọt 泡沫
bố 爸爸，父親
bộ 集，部
bộ biên tập 編輯部
bộ cảnh 舞台布景
bồ câu đưa thư 信鴿
bố cục 布局
bộ chế hoà khí 化油器
bố chồng 公公
bộ duyệt mạng 網頁瀏覽器
Bồ Đào Nha 葡萄牙
bộ điều khiển từ xa 遙控器
bộ điều khiển trò chơi 遊戲桿
bộ đọc quang học 光筆，光讀器
bộ đồ giường 寢具
bộ gạt nước 雨刷器
bộ giảm âm 消音器
Bộ Giáo Dục 教育部
bộ kích xe 千斤頂
bộ khuếch đại 擴音器
bộ lọc 過濾器
bộ ly hợp 離合器
bố mẹ 父母
bộ nạp ắc-quy 蓄電池
bộ nạp điện 充電器
bộ nhớ 內存，存儲器，記憶體
bộ nhớ chỉ đọc 光碟只讀存儲器
bộ nhớ RAM 隨機存取存儲器
bộ nhớ truy cập ngẫu nhiên 隨機存取存儲器
bộ phận 部分
bộ phận hạ cánh 起落架
bộ quần áo đám cưới 新郎禮服
bộ quần áo may đo 訂製的服裝
bổ sung 增補
bộ sưu tập 收集
bộ tài chính 財政部
bộ tản nhiệt 散熱器
bộ tiếp hợp 轉接器
bố trí 布局
bố trí trang 頁面設置
bộ truy cập mạng 網頁瀏覽器

bộ trưởng 部長
bộ vest 一套西服
bộ vest nữ 女西服
bộ vi xử lý 處理器，微處理器
bố vợ 岳父
bộ xử lí văn bản 文字處理器
bộ xương 骨骼
bốc cháy 起火，著火
bốc đồng 衝動的
bội bạc 背信棄義，不忠貞的
bối cảnh 背景
bốc mùi thôi 發出惡臭
bội nghĩa 不感恩的，忘恩負義的
bôi son đánh phấn 化妝
bồi thường 償還
bô-linh 保齡球
Bô-li-vi-a 玻利維亞
bồn địa 盆地
bốn 四
bồn cầu 馬桶
bồn chồn 坐臥不寧的
bồn chồn sốt ruột 急躁不安的
bốn giờ hai mươi lăm phút 四點二十五
bốn mốt 四十一
bốn mươi 四十
bốn mươi ba 四十三
bốn mươi hai 四十二
bốn ngàn 四千
bồn tắm 盆，缸，浴缸
bông 棉，棉花
bông cải xanh 西藍花
bóng gỗ trên cỏ 草地滾球，木球
bông hoa 花
bông ngô 玉米穗
bông tuyết 雪花
bột 麵粉
bột giặt 洗衣粉
bột tan 爽身粉
bột xà bông 洗衣粉
Bô-xni-a 波斯尼亞
bơ 黃油
bờ 邊，岸
bờ biển 海濱，海岸，海岸線，海灘，沙灘

bợ đỡ 奉承，勢利的
bơ phờ 無精打采的
bờ sông 河岸
bơi 游泳
bởi 因為，由於
bởi cơ hội 偶然
bởi chưng 既然
bơi lội 游泳
bơi nghề thuật 花式游泳
bởi vì 因為
bơi xuồng 划船，皮划艇
bơm 幫浦
bờm 鬃毛
bơm xăng 油幫浦
bợn răng 牙斑
Bra-xin 巴西
bù xù 邋遢的
búa 錘子
bục giảng kinh 講道壇
bugi 火星塞
bụi cây 灌木
bụi rậm 灌木
bùn 泥，泥沙
bùn xỉn 吝嗇的
Bun-ga-ri 保加利亞
bụng 肚子，腹
buộc phải 不得不
buổi 一場戲劇
buổi biểu diễn 演出
buổi hoà nhạc 音樂會
buổi khiêu vũ mặt nạ 假面舞會
buổi liên hoan 聚會
buổi sáng 早晨，上午
buổi tối 晚上
buồn 悲哀的，厭煩
buồn bã 悲哀，悲傷
buôn bán 交易，買賣
buôn bán ma tuý 毒品交易，毒品販賣，販毒
buôn bán vũ khí 軍火貿易
buôn lậu 走私
buôn ma tuý 毒品交易
buồn nôn 噁心
buồn ngủ 打瞌睡，昏昏欲睡
buồn phiền 悲傷的
buồn rầu 悲哀的，悲傷的，愁眉不展的，情緒不穩的，鬱鬱寡歡的，鬱悶的，惱怒的，不寬恕人的

buồng tắm hương sen 淋浴
buồng trong 公寓套房
búp bê 娃娃
bút 筆，鋼筆
bút bi 原子筆
bút chì 鉛筆
bút chì màu 蠟筆
bút dạ quang 螢光筆
bút danh 筆名
bút ghi 記號筆
bút lông 毛筆
bút phớt 氈筆
bút phù 修正液
bút sáp màu 蠟筆
bút vẽ 畫筆
bự con 肥胖的
bựa 牙垢
bữa ăn 一餐
bữa ăn nhanh 快餐
bữa sáng 早餐
bữa tiệc 聚餐，宴會
bữa tiệc ở nhà 在家聚會
bữa tối 正餐
bữa thiêng 聖餐
bữa trưa 午餐
bức ảnh 照片
bực bội 不舒服
bức màn che 百葉窗
bức phác hoạ 素描，速寫
bức tượng 雕像
bức tường lửa 防火牆
bực thềm 台階
bức tranh 繪畫
bức tranh màu phấn 粉筆畫
bức tranh tường 壁畫
bức vẽ 繪畫
bức vẽ phác 素描，速寫
bức xạ 輻射
bưởi 葡萄柚
bướm 蝴蝶
bướm gió 阻氣門
bướng bỉnh 頑固的
bưu chính 郵遞
bưu điện 郵局
bưu kiện 郵件
bưu kiện bình thường 普通郵件
bưu kiện đăng ký 掛號郵件
bưu kiện hàng không 航空郵件

bưu kiện phát nhanh 快遞
bưu kiện sắp nhận 收件
bưu phẩm 郵件
bưu phẩm đặc biệt 限時專送
bưu phẩm gửi qua máy bay
　航空郵件
bưu phí 郵費
bưu tá 郵差
bưu thiếp 明信片

C c

ca 缸子，(上班的) 班次
cả 頭胎的，年長的;整個的
cá 魚
cả ban đêm 一晚上
cả ban ngày 一白天
cá bơn 鰨魚，比目魚
cá cơm 鯷魚，鳳尾魚
cá cược 打賭
cá chình 鱔魚
cà chua 蕃茄
ca dao 民謠
cá đối 鯔魚
cả gan 大膽的
cả hai 兩者
cá hồi 鮭魚，三文魚;鱒魚
ca kịch 歌劇
cá kiếm 箭魚，旗魚
cá mập 鯊魚
cá moruy 鱈魚
cá mực 魷魚
cả ngày 整天
cá ngừ 金槍魚
cá ngựa 海馬
cá nhám 鯊魚
cá pô-lắc 明太魚，大口魚
cá phèn 鯔魚
cà phê 咖啡
cà phê hơi 蒸餾咖啡
cà phê sữa 加奶咖啡
cà phê sữa Ý 卡布奇諾咖啡
cà rốt 胡蘿蔔
cá sấu 鱷魚
ca sĩ 歌唱家，演唱者，歌手
cà tím 茄子
cá tính 個性，人格
cá tuyết 鱈魚
cá tuyết khô 鱈魚乾

cá thu 鯖魚
cá trích 鯡魚
cá trổng 鯷魚，鳳尾魚
cá vàng 金魚
cà vạt 領帶
cá voi 鯨
cá xácđin 沙丁魚
các anh ấy 他們
các bạn 你們
các cô ấy 她們的
các chú này 這些叔叔
các dụng cụ 工具
các em trai này 這些男孩
các nước đang phát triển 發
　展中國家
các tập hợp số 集合代數
cácbon 碳
cách 格
cách bố trí 版面
cách đây 以前
cách điện 絕緣
cách giao hộ 交互式
cách mạng công nghiệp 產業
　革命
cách nấu nướng 烹調
cách ngôn 諺語
cách phát âm 發音
cãi 抗辯，申訴
cái 件
cái bào 刨子
cái bát 碗
cái bay 泥刀，泥鏟
cải bắp 卷心菜，圓白菜
cái bật lửa 打火機
cải cách 改革
cải cách phúc lợi 福利改革
cái cáng 擔架
cái cào 耙子
cái cày 犁
cái cặp 公文包
cái cân 天平，秤
cài cúc 搭扣
cái cung 弓
cái cuốc 鋤頭
cái cưa 鋸子
cái chàng 鑿子
cái chao 濾器，漏勺
cái chào 煎鍋
cái chắn bùn 擋泥板

cái chĩa 乾草叉，草耙
cái chũm choẹ 鐃鈸
cái chứa 容器
cài dây an toàn 扣上，繫上
cài đặt 安裝
cái đệm 坐墊
cái đinh 釘子
cái đo khí áp 氣壓表
cái đục 鑿子
cái ghim 迴紋針，曲別針
cái giầm 短槳
cái giỏ 籃，籃筐，籃子
cái giũa 銼刀
cái hót rác 畚箕
cái kéo 剪刀
cái kẹp 夾鉗;迴紋針
cái kẹp giấy 紙夾
cái kẹp phơi quần áo 衣服夾
cái kẹp quả hạch 堅果鉗
cãi lại 反駁
cái lao 標槍
cái liềm 鐮刀
cái lọc 濾器，濾紙
cái lược 梳子
cái móc 掛鉤
cái mở chai 開瓶器
cái mở nút chai hình xoắn 開
　塞鑽
cái nạng 拐杖
cái nào 哪個
cái nệm 坐墊
cái nĩa 叉，叉子
cái nơ 領結
cái nhìn liếc mắt 斜視
cái phanh 煞開
cái phễu 漏斗
cai quản 統治
cái quạt 風扇
cái rổ 籃，籃筐，籃子
cái tạp dề 圍裙
cái tẩy 橡皮擦
cái thớt 砧板
cái thùng 桶
cái thúng 籃框，籮筐
cái thước kẻ 尺
cai trị 統治
cái vòng chạy chơi 呼拉圈
cái vồ 大頭錘
cái xẻng 鏟子，鐵鍬

cái xẻng bứng cây 泥刀，泥
　鏟
cái xô 桶
Cai-rô 開羅
cam 柳橙
cảm giác 感覺
cam kết 承諾
cảm lạnh 受寒，發冷
cảm nhiễm phổi 肺病
cảm ơn 感謝，感恩
cám ơn 感謝的
cảm ơn bạn 謝謝你
cảm ơn chúa 謝天謝地
cảm quang 感光的
cảm thấy 感到，感覺，覺得
cảm thấy buồn nôn 感覺噁心
cảm thấy chán nản 感到厭煩
cảm thấy đói 感覺餓
cảm thấy khát 感覺渴
cảm thấy khó chịu 感覺不適
cảm thấy lạnh 感覺冷
cảm thấy mát 感覺涼
cảm thấy mệt mỏi 感覺疲乏
cảm thấy nóng 感覺熱
cảm thấy tốt 感覺良好
cảm thấy thương tâm 感到傷
　心
cảm thấy xấu hổ 感到羞愧
ca-mê-ra ghi hình 電視攝影
　機
Cam-pu-chia 柬埔寨
cản 阻截
cán 搖柄
cạn chén 乾杯
cán dao 刀把
Ca-na-đa 加拿大
canxi 鈣
canh 湯
cảnh 場
cánh 翼，翅膀
cạnh 邊
canh bánh gạo 年糕湯
cảnh báo 機警，警告，警鈴
cành cây 樹枝
canh đậm 濃湯
cánh đồng 田地，原野
cánh gà sân khấu 舞台側景
cánh hoa 花瓣
cạnh huyền của tam giác

vuông 弦，斜邊
cánh hữu 右派的
cảnh liên tục 連續鏡頭
cánh máy bay 機翼
cảnh quan 風景
cánh quạt 螺旋槳，推進器
cảnh sát 警察
cảnh sát giao thông 交通警察
canh tác 耕種，耕作
cánh tay 臂
canh thịt 肉湯
cạnh tranh 競爭
cảnh vật 布景
cao 高的，高個子
cào 用耙子耙
cao gầy 瘦長的
cao nhất 最高
cáo phó 訃告
cạo râu 剃，刮
cao su 橡膠
cao thượng 高尚的
cáo trạng 告狀
cáp 電纜
Cáp Nhĩ Tân 哈爾濱
cáp quang 光纜，光纖電纜
cáp treo 升降椅
cạp vành bánh xe 輪胎
capô ô tô 引擎罩，汽車前蓋
cara 克拉
cát 沙
cát tuyến 正割
cát xét video 錄影帶
cáu răng 牙垢
Cáp-ca-sơ 高加索
cay 辣的，辛辣的
cày bừa 耕種，翻耕
cày cấy 耕種，翻耕
cày đất 犁，耕
cằm 下巴，頦
cằm chẻ 雙下巴
cằm đôi 雙下巴
cằm rộng 寬下巴
cắm trại 野營
căn 根
cắn 咬，叮，螫
căn bậc ba 立方根
căn bậc hai 平方根
căn bậc hai của chín bằng ba
九的平方根是三

căn bậc n n次方根
căn bề 左右對齊，兩端對齊
căng 拉直，伸長
căng chân 脛，小腿
cẳng tay 前臂
căng thẳng 緊張，緊張不安
的
cặp 對，雙，一對，一雙
cặp sách 書包
cặp tóc quăn 卷髮夾
cắt 關上；剪切，切，剁；收割
cắt dán 剪貼板
cắt đứt tình bạn 斷絕友誼
cắt ống dẫn tinh 輸精管切除
cắt ống dẫn trứng 輸卵管切除
cắt ra từng miếng mỏng 切成
片
cắt sửa móng tay 美甲
cắt thành miếng nhỏ 切碎
cầm 提
cấm dừng 禁止停車
cấm đi qua 禁止通行
cấm đỗ xe 拖吊區
cấm hút thuốc 禁止吸煙
cầm tù 扣留，拘留
cẩm thạch 大理石
cấm vào 禁止出入
cần 需要
cần bán 待售
cân bếp 廚房秤
cần câu 釣魚竿，魚竿
cần cù 勤勉的
cân đối sổ sách 沖帳
Cận Đông 近東
cân nặng 稱體重，稱重
cân nhắc 反思
cần phải 需要
cân phòng tắm 浴室秤
cần sa 大麻
cần số ô tô 排擋桿
cần tây 芹菜
cẩn thận 謹慎的，小心的
cận thị 近視的
cần vụ 勤雜工
cấp 等級
cấp cứu 急救
cấp cho 授予
cấp tiến 急進的
cất cánh 起飛

câu 句子，詩行，韻文
cầu 橋
cậu 舅父
cậu bé này 這個男孩
cầu bơ cầu bất 浪蕩的
câu cá 釣魚
câu cảm thán 感嘆句
câu châm ngôn 警句
cầu chì 保險絲
câu chuyện 故事
câu đố 謎語
câu đố bằng hình vẽ 畫謎
câu đơn 簡單句
cầu hẹp 狹窄橋
câu hỏi 問題
câu hỏi thường gặp 常見問題
câu kép 複合句
cầu kỳ 過分講究的
câu lạc bộ đêm 夜總會
cầu lông 羽毛球
cầu lông bay 輕吊球
cầu môn 門球
câu nệ 古板的
câu nghi vấn 疑問句
cầu nguyện 禱告，祈禱
cầu cầu nguyện 禱文
cầu nhảy 跳台
câu phản vấn 修辭問句，反問句
câu tình tiết chính 主要情節
cấu tứ 構思
câu tường thuật 陳述句
cầu thang 樓梯間，樓梯井
câu thơ 詩行，韻文
cầu thủ 運動員
cầu thủ bóng đá 足球運動員
cầu thủ giao bóng 投手
câu thường dùng 慣用語
câu trả lời 回答
câu trích dẫn gián tiếp 間接引語
câu trích dẫn trực tiếp 直接引語
cấu trúc 結構
cây 樹
cây ăn quả 果樹
cây bách 柏樹
cây bạch dương 白楊
cây bồ công anh 蒲公英

cây cam 柳橙樹
cây cọ 棕櫚樹
cây cối 植被，植物
cây cúc 雛菊，延命菊
cây chanh 檸檬樹
cây dạ yên thảo 牽牛花
cây dẻ 栗樹
cây du 榆
cây đào 桃樹
cây đậu tía 紫藤
cây đu 鞦韆
cây họ cau dừa 棕櫚樹
cây hoa đĩa 繡球花
cây hướng dương 向日葵
cây hương thảo 迷迭香
cây lau nhà 拖把
cây lê 梨樹
cấy lúa 移植，移接
cây nho 葡萄樹，藤
cây óc chó 核桃樹
cây ôliu 橄欖樹
cây phong 楓樹，硬木
cây sen cạn 水田芥
cây son 口紅
cây sồi 櫟樹，橡樹，山毛櫸
cây sung 無花果樹
cây táo 蘋果樹
cây tầm gửi 槲寄生
cây tầm ma 蕁麻
cây tầm xuân 野玫瑰，野薔薇
cây thông 松樹
cây thường xanh 常綠樹
cây vả 無花果樹
cây vani 香草
cây xăng 加油站
cây xương rồng 仙人掌
CD 光碟
clo 氯
cỏ 草，草地，草坪
có 是
có ác tâm 惡意的
có ai biết không 誰知道
có bệnh 有病
có cần thiết mà 有必要
có chuyến đi thú vị 旅途愉快
cỏ dại 雜草
có đặc điểm 有特點的
có đóng băng 結冰的
có độc 有毒的

có đốm 有點子的
có đức 善良的
có được một văn bằng 獲得畢業證書
có gì đó để khai báo 需要申報的東西
co giãn 有彈力的
có giáo dục 有修養的
có hạn chế 有節制的
có hạt 有紋理的
có hiềm thù 惡意的
có hiệu quả 有效的，有效率的
có học thức 有修養的
có hồ bột 上漿的
có hội nghìn năm 千載難逢
có hứng thú 對…感興趣
có kèm theo 隨信附有
có kiến thức 有知識的
có kỷ luật 遵紀守法的
cỏ khô 乾草
có lễ độ 禮貌的
có lòng kiên nhẫn 有耐心的
có lòng tốt 善良的，友善的
có lồng tiếng 配音的
có lý 有理
có lý trí 理智的
có mang 懷孕的
có màu 彩色的
có mặt 出席
có mẫu vẽ 有圖案的
có mây phủ 有雲的
có một chuyến đi vui vẻ 旅途愉快
có một kỳ nghỉ vui vẻ 假期愉快
có một thời gian vui vẻ 玩得愉快
có mùi hôi thối 臭的，有臭味的
có mưa 有雨的
có mưu đồ 詭計多端的
có năng lực 有能力的
có nghĩa gì 什麼意思
có nghĩa là 也就是說
có nhiều nút 有節的，有結的
có nhiều nước 多汁的
có ô vuông 有格子圖案的
có sấm sét 打雷
có sọc 有條紋的

có sơn ướt 油漆未乾
có sự kiên nhẫn 有耐心
có sức 有力的
có sức hấp dẫn 有吸引力的
có sức khoẻ tốt 身體健康
có sức sáng tạo 有創造性的
có sương mù 有霧的
có tài hùng biện 有口才的
có tài ngoại giao 有外交手腕的
có tàn nhang 有雀斑的
có tay nghề cao 有能力的
có tính khôi hài 有趣的
có tính sáng tạo 有創造力的
có thai 懷孕的，有孕
co thắt 痙攣，抽搐
có thật không 真的
có thể 能夠
có thể bảo hiểm được 可保險的
có thể giặt được 可洗的
có thể phân hủy vi sinh vật 能進行生物分解的
có thể thay đổi 可變的
Có thể vào không? 可以進來嗎？
có tranh cãi 有爭議的
có vạch kẻ 畫線的
có vằn 有條紋的
có vần 押韻
có vẻ như là 似乎
có vệ sinh 衛生
có ý thức 有意識的
còi 法國號，喇叭
còi báo động 警報器
còi hú 汽笛
com lê 一套西服
com lê nam 男西服
com-pa 圓規
con bét 壁虎
con bích 黑桃
con bọ chét 跳蚤
con bò đực 公牛
con bò 牛
con bồ nông 鵜鶘
con cái 子女
con canguru 袋鼠
con cóc 蟾蜍，癩蛤蟆
con cơ 紅桃

con cú 貓頭鷹
con cháu đời sau 後代
con chuồn chuồn 蜻蜓
con dâu 兒媳婦
con dê 山羊
con dế 蟋蟀
con dơi 蝙蝠
con đom đóm 螢火蟲
con gái 女兒
con gái đỗ đầu 教女
con gái riêng 繼女
con gấu 熊
con hàu 牡蠣
con heo 豬
con kiến 螞蟻
con khỉ 猴子
con la 騾子
còn lại 留下
con lợn 豬
con lừa 驢子
con lửng 獾
con mác-mốt 土撥鼠
con mèo 貓
con moóc 海馬;海象
con mối 白蟻
con mực phủ 章魚
con nghiện 癮君子
con ngỗng 鵝
con ngươi 瞳孔
con người 人們
con nhép 梅花
con nhện 蜘蛛
con nhím 豪豬,箭豬
con nhím Âu 刺蝟
con nhộng 蝶蛹
con qua 鴉,烏鴉
con rắn 蛇
con rể 女婿
con rệp 臭蟲
con rô 方塊
con rối 牽線木偶
con sóc 松鼠
con số 數目
con tê giác 犀牛
con tíc 壁虱
con tin 人質
con tuộc 章魚
con trai 兒子,男孩;蛤,牡
  蠣

con trai đỗ đầu 教子
con trai riêng 繼子
con trăn Nam mỹ 蟒蛇
con trỏ chuột 游標
con ve 壁虱
con vẹt 鸚鵡,虎皮鸚鵡
con voi 象
con vượn gôrila 大猩猩
cong 駝背的
cọng 莖,幹
còng tay 手銬
coóctidon 可的松
coóctizon 可的松
cọp 虎
cô 姑母,小姐
cổ 頭,脖子
cổ áo 領子,衣領
cô ấy 她
cố bà 曾外祖母
cô bé này 這個女孩
cố chấp 頑強的,固執的
cô dâu 新娘
cổ đại 古代
cố định 固定的
cổ đông 股東
cô em dâu 弟媳
cô gái 女孩,小姑娘,少女
cổ Hy Lạp 古希臘
cổ La Mã 古羅馬
cố ông 曾外祖父
cổ phiếu 股票
cổ sinh vật 古生物學
cổ tay 腕
cổ tích 古跡
cốc 玻璃杯
cốc đo 量杯
cốc nước 水杯
cốc rượu lễ 聖餐杯
cốc rượu vang 葡萄酒杯
cốc uống rượu 酒杯
cốc vại 大口酒杯
Côca-Côla 可口可樂
côcain 可卡因
cối giã 搗缽
côlétxtêrôn 膽固醇
Cô-lôm-bi-a 哥倫比亞
cồn iốt 碘酊,碘酒
Côn Minh 昆明
côn trùng 蟲,昆蟲

cộng 加，加上
công báo 公報
công cộng 公共
công cụ 工具
công cụ chỉnh sửa văn bản 文字處理器
công chiếu đầu tiên 首映
công chúa 公主
công chức 文職公務員
công dân 公民
công đoàn 工會
công đoàn lao động 工會
Công Giáo 天主教
Cộng hoà Đôminica 多明尼加共和國
Cộng hòa Tiệp Khắc 捷克共和國
cộng lại 加法
công năng 功能
công nghiệp 工業
công nhân cổ xanh 藍領工人
công nhân cơ khí 機工
công nhân viên chức 職員
công nhân viên chức bưu chính 郵局職員
công tắc 開關
công tắc điện 電源開關
cổng tò vò 拱道
công tố viên 檢察官
công tơ 錶盤
công ty 公司
công ty bảo hiểm 保險公司
công ty con 子公司
công ty cổ phần 股份公司
công ty đối tác 合伙公司
công ty quảng cáo 廣告公司
công ty ủy thác 信托公司
cộng thêm 加
công thức 菜譜；格式
công thức phân tử 分子式
công trái 公債
công trường 工地
công việc 工作
công việc nội bộ 內部事務
công việc ngoại bộ 對外事務
công viên 公園
công viên vui chơi 遊樂園
côngxéctô 協奏曲
Cô-oét 科威特

cốp xe 後備箱
cột 柱形
cốt chuyện 故事構架
cột sống 脊骨，脊柱
cốt truyện 情節
Cốt-đi-voa 科特迪瓦
Cô-xta-ri-ca 哥斯大黎加
cỡ 尺寸，尺碼，大小
cơ bắp 肌肉
cơ bắp khoẻ mạnh 肌肉結實的
cơ bắp phát triển 肌肉發達的
cỡ giày 鞋號
cơ hoành 膈，橫膈膜
cơ khí 機械的
cờ nhảy 跳棋
cơ quan 器官
cơ quan an ninh 保全部門
cơ quan địa phương 地方機構
cơ quan hành chính 行政部門
cơ quan lập pháp 立法機關
cơ quan tín dụng 信用機構
cơ số 基數
cơ thể 身體
cơ trưởng 機長
cờ vua 西洋棋
cời 用耙子耙
cởi áo 脫掉衣服
cởi mở 開朗的
cơm 米飯
cơm dã ngoại 野餐
cơn bão tố 颶風
cơn động kinh 癲癇發作
cơn gió mạnh 強風
cơn ho 咳嗽
Crô-a-ti-a 克羅地亞
củ 球根
cụ bà 曾祖母
củ cải 小蘿蔔
củ cải đường 甜菜
cú đá 射門
củ hành 蔥頭
củ hành tây 洋蔥
cụ ông 曾祖父
cú sút 射門
cụ thể 具體的
cú út rổ 扣籃
cua 螃蟹
của 的；東西，財產

của bạn 你的
của biển 海的
của các anh ấy 他們的
của các bạn 你們的
của cô ấy 給她
của chính phủ 政府的
của chúng tôi 我們的
của dân tộc 民族的
của động vật học 動物學的
của hồi môn 嫁妝
của hôn nhân 婚姻的
của núi An-pơ 阿爾卑斯山的
của quốc gia 國家的
của tôi 我的
của tu từ 修辭的
của thông tin 通信的
của thực vật học 植物學的
của trung cổ 中世紀的，中古的
Cuba 古巴
cúc 鈕扣
cục cằn 性情粗暴的
cúc cung 鞠躬
cục đất 土塊
cúc vạn thọ 萬壽菊
cúc vạn thọ tây 大波斯菊
cúi chào 鞠躬
cũi chó 狗窩
cúi đầu 鞠躬
cúm 流感
cúm A/H1N1 豬流感
cúm gia cầm 禽流感
cũng 也
cúng bái 禮拜
cung Bảo bình 水瓶座
cung Bắc giải 巨蟹座
cung cấp dịch vụ Internét 網際網路供應商，網路商
cung cấp một công việc 提供一份工作
cũng có nghĩa là 也就是說
cung Dương cừu 牡羊座
cũng được 也行
cung hoàng đạo 黃道十二宮，星座
cung Hổ cáp 天蠍座
cung Kim ngưu 金牛座
cung kính 恭敬的
cùng một lúc 在同時

cung Nam dương 摩羯座
cùng nhau 一起
cung Nhân mã 射手座
cung Song ngư 雙魚座
cung Song sinh 雙子座
cung Sử nữ 處女座
cung Sư tử 獅子座
cũng thế 同樣
cung Thiên bình 天秤座
cũng vậy 同樣
cuốc 鋤，挖
cuộc bãi công 罷工
cuộc biểu tình 示威
cuộc biểu tình tuần hành 示威遊行
cuộc cách mạng 革命
cuốc chim 鎬
cuộc đảo chính 政變
cuộc đấu 錦標賽
cuộc điều tra 調查
cuộc đột kích 攻擊，襲擊
cuộc đua ngựa 賽馬
cuộc gọi đường dài 長途電話
cuộc gọi nội hạt 本地電話
cuộc gọi quốc tế 國際電話
cuộc gọi trực tiếp 直撥電話
cuộc hành hương 參拜聖地，朝聖
cuộc hành quân 行進
cuộc họp 集會，會議
cuộc họp nội các 內閣會議
cuộc huấn luyện 訓練
cuộc nổi dậy 反叛，暴亂
cuộc sống 生命，生活
cuộc thăm dò ý kiến 民意投票
cuộc thi đấu 競賽
cuộc thi đôi 雙打比賽
cuộc thi đơn 單打比賽
cuộc thi vô địch 季後賽，冠軍賽
cuộc trượt tuyết băng đồng 越野滑雪
cuộc trượt tuyết việt dã 越野滑雪
cuối 結束
cuối cùng 結束，結尾
cuối cùng được điểm 最後得分
cuối tuần 週末

cuốn 卷，冊
cuốn sách của chúng tôi 我們的書
cuốn sách mỏng 小冊子
cuốn sách nhỏ 小冊子
cuốn sách tham khảo 參考書
cuốn thuật ngữ 專門詞彙
cuồng 瘋狂的，狂熱的
cuống 莖，幹
cuồng tín 狂熱的
cúp 獎杯
cúp bóng đá thế giới 世界杯
Cúp Davis 戴維斯杯
cử chỉ 姿勢
cử nhân 學士
cử tạ 舉重
cư trú 住，居住
cửa 門
cửa chính 大門
cửa chính của tòa nhà 樓房正門
cửa chớp 百葉窗
cửa hàng 商店，店鋪
cửa hàng bách hoá 百貨商店
cửa hàng bánh mì 麵包店，麵包房
cửa hàng bánh ngọt 糕點鋪，蛋糕房
cửa hàng cá 魚店
cửa hàng đồ cổ 古董店
cửa hàng đồ lưu niệm 紀念品商店
cửa hàng giặt ủi 洗衣店
cửa hàng giầy 鞋店
cửa hàng kim khí 五金店
cửa hàng nước hoa 香水店
cửa hàng phô-tô 影印店
cửa hàng quần áo 服裝店
cửa hàng quần áo nam 男裝店
cửa hàng quần áo nữ 女裝店
cửa hàng rượu 酒館，酒店
cửa hàng sữa 乳品店
cửa hàng thịt 肉店
cửa hàng thực phẩm 食品店
cửa hàng thực phẩm chức năng 保健食品店
cửa hàng vàng bạc đá quý 珠寶店
cửa hàng văn phòng phẩm 文具店

cửa hiệu 商店
cửa kéo đẩy khe trượt 推拉門
cửa kính màu 彩色玻璃窗
cửa khẩu 關口
cửa lên máy bay 登機口
cửa ra 出口
cửa sổ 窗戶，窗口，商店櫥窗
cửa sổ dịch vụ 業務窗口
cửa sổ rút tiền 出納窗口
cửa sổ xe 車窗
cửa sông 河口
cửa tò vò 拱門
cửa trượt 推拉門
cửa xe hơi 車門
cực 極
cực địa 極地
cứng 硬的
cứng đờ 僵直，僵硬
cứng nhắc 僵直，僵硬
cười 笑
cười vang lên 大笑
cưỡng dâm 強姦
cường điệu 誇張
cương lĩnh chính trị 政綱
cường tráng 精力旺盛的，強壯的
cướp 劫持，搶，搶劫
cướp có vũ trang 武裝搶劫
cừu 綿羊
cừu con 羔羊，小羊
cừu đực 公羊
cứu hộ 援救
cừu non 羔羊，小羊
cứu tôi với 救命

CH ch

cha 爸爸，父親
chả cá 炙魚
Cha Chúa chúng tôi 天父，上帝
cha đỡ đầu 教父
chả giò 春捲
cha kế 繼父
cha mẹ 父母
chác tai 聲音刺耳
chai 瓶子
chải 刷
chai đựng thuốc nước 小藥水瓶

chai nước 水瓶
chai sữa 奶瓶
chải tóc 梳髮
chai thuốc 藥瓶
chạm 觸，碰，觸摸
chạm lưới 觸網
chạm nổi 浮雕
chạm qua 擦過，觸及
chạn bát đĩa 放盤架
chán nản 沮喪，消沉
chanh 檸檬
chào 你好
chào buổi chiều 午安
chào hỏi 打招呼
chảo rán 煎鍋
chát 刺鼻的
cháu gái 孫女，外甥女，姪女
cháu gái ngoại 外孫女
cháu nội 孫子
cháu trai 外甥，姪子
cháu trai ngoại 外孫
chảy 流，流過
cháy 火，起火
chạy 跑
chạy bộ 慢跑
chạy cự ly ngắn 短跑
cháy da 曬黑
chạy đi 跑開
chảy máu 出血，流血
chạy ngược chạy xuôi 跑來跑去
cháy nhà 起火，著火
cháy nhà hoả hoạn 火
chảy qua 流，流過
chảy ra 熔化
chạy ra 逃亡
cháy sém 燒傷，燙傷
chạy tịnh 禁食，齋戒
chạy thoát 逃脫
chạy trốn 逃亡的
chạy vào 碰到
chắc chắn 的確，確定的，肯定的
chắc nịch 體格健美
chăn 被單，褥單，被子，毛毯，毯子
chặn 阻截
chẳng kiêng nể gì cả 毫無顧忌的

chặt 緊的
chắt gái 曾孫女
chắt gái ngoại 曾外孫女
chắt trai 曾孫
chắt trai ngoại 曾外孫
chấm 點，句號
chậm 慢的
châm biếm 諷刺，冷嘲的，譏諷的，挖苦的
châm cứu 針刺
chấm điểm 評定等級
chậm hiểu 遲鈍的
chậm lại 慢下來
chấm nhỏ 點
chấm phẩy 分號
chân 腳，足，腿
chân chèo 鰭，闊鰭
chẩn đoán 診斷
chấn động não 腦震盪
chân răng 牙根
chân tay 四肢
chân thành 誠摯的，真誠的，真摯的
chấn thương 負傷，損害
chân vòng kiềng 籮蔔腿
chấp nhận 接受
chấp nhận được 可接受的
chật 緊身的
chất amphêtamin 安非他命
chất cần sa 軟毒品，不易成癮的毒品
chất diệp lục 葉綠素
chất đặc 固體
chất gây nghiện 硬毒品，易成癮的烈性毒品
chất khử mùi 除臭劑
chất khử trùng 殺菌劑
chất liệu bọc ghế 沙發被覆材料
chất liệu hàn răng 補牙填料
chất ôpan 貓眼石
chất phác 天真的
chất phòng phân hủy 防腐劑，殺菌劑
chất tẩy rửa 洗滌劑
chất thải 廢物
chất thải năng lượng 能源廢棄物
chất thải phóng xạ 放射性廢棄物

chất xóa chữ 修正液
châu 州
chậu 罐子
Châu Á 亞洲
Châu Âu 歐洲
châu chấu 蚱蜢，蝗蟲
Châu Đại Dương 大洋洲
Châu Mỹ 美洲
Châu Mỹ Latinh 拉丁美洲
Châu Phi 非洲
chậu rửa bát 水池子
chậu vò rượu 酒罐
chấy 虱子
chèn 插入
chén 杯，杯子，碗
chén đường 糖碗
chén rượu chúc mừng 敬酒
chén tống 大口酒杯
chén trái hoa quả 水果缽
chén uống trà 茶杯
chén vại 缸子
chén xa-lát 沙拉碗
chéo 對角線
chèo thuyền 划船，皮划艇
chép 抄寫
chê bai 挑剔的
chế độ độc tài 專制
chế độ lưỡng viện 兩院制的
chế độ quân chủ 君主政體
chế độ quân chủ lập hiến 君
　　主立憲製
chế giễu 嘲笑，諷刺的，挖苦
　　的
chế hòa khí 阻塞門，阻氣門
chế nhạo 嘲笑的，諷刺的
chế tài 制裁
chênh lệch thời gian 時差
chết 死
chết không đau đớn 安樂死
chết vì đạo 殉教，殉道
chì 鉛
chỉ 僅僅，只是，只；一針，
　　縫線
chị 姐姐，小姐
chị dâu 弟媳，嫂子
chí điểm 至點
chỉ huy dàn nhạc 管弦樂隊指
　　揮
chì kẻ mắt 眼線筆

chỉ nha khoa 牙線
chi nhánh 分部，支行
chí nhật 至日
chi phí 費用，花費，開支
chi phí dịch vụ 服務費
chi phí giá 成本價格
chi phí sinh hoạt 生活費用
chỉ ra 指出
chí tuyến 回歸線
Chí Tuyến Bắc 北回歸線
Chí Tuyến Nam 南回歸線
chỉ thị 指出，指示
chỉ trích 指責
chia 除，除以
chìa khoá 鑰匙
chia lợi nhuận 紅利
chia ngôi 變位
chia sẻ 分享
chìa vặn đai ốc 扳手
chìa vít 螺絲刀
chiếc 件
chiên 炸，煎，炒；炸的，煎的，
　　炒的
chiến dịch quảng cáo 廣告攻
　　勢
chiến đấu 戰鬥
chiến tranh 戰爭
chiến tranh du kích 游擊戰爭
chiến tranh hóa học 化學戰爭
Chiến tranh Thế giới 世界大戰
Chiến tranh Thế giới Thứ hai
　　第二次世界大戰
Chiến tranh Thế giới Thứ
　　nhất 第一次世界大戰
chiết cành 移植，移接
chiết khấu 折扣
chiều 下午
chiều cao 高度，身高
chiều cao bình quân 平均身高
chiều dài 長度
chiêu đãi viên hàng không
　　空服員
chiều hôm qua 昨天下午
chiều mai 明天下午
chiều nay 今天下午
chiều nghỉ cầu thang 樓梯平台
chiều rộng 寬度
chiếu sáng 照明，光照
chiếu tướng 將死

Chi-lê 智利
chim 鳥，禽
chim bạch yến 金絲雀
chim bói cá 翠鳥
chim bồ câu 鴿
chim cánh cụt 企鵝
chim cò 鸛
chim con 小鳥
chim cổ đỏ 知更鳥
chim công 孔雀
chim cu 杜鵑，布穀鳥
chim chiện chiện 雲雀
chim di trú 侯鳥
chim dữ 猛禽
chim đa đa 鷓鴣
chim đại bàng 鷹
chim gáy 斑鳩
chim gõ kiến 啄木鳥
chim hồng hạc 火烈鳥
chim kên kên 兀鷹，禿鷲
chim khách 鵲
chim mai hoa 蒼頭燕雀
chim mòng biển 海鷗
chim sẻ 麻雀
chim sơn ca 夜鶯
chim ưng 隼，鷹
chim yến 燕子
chín 成熟的，熟的；九
chín chắn 成熟
chín mươi 九十
chính 正好，剛好
chính bạn 你自己
chính các bạn 你們自己
chính chúng tôi 我們自己
chính đảng 政黨
chính họ mình 他們／她們／
　它們自己
chính kịch 正劇
chính phủ 政府
chính quyền 政權
chính sách 政策
chỉnh sửa 編輯
chính tả 拼寫
chính trị 政治
chính trị gia 政治家
chính trị học 政治學
chíp 晶片
chịu đựng 容忍，忍住
chịu được 受得了

chịu lửa 耐火的，防火的
chịu thua 認輸
chó 狗
cho bà 給您
cho bác 給您
cho bạn 給你
chó béc giê 德國牧羊犬
chó biển 海豹
chó bun 惡犬，鬥犬
cho các bạn 給你們
chó cái 母狗
chó con 小狗
cho chúng tôi 給我們
cho đến bây giờ 直到現在
chó đực 公狗
cho họ 給他們，給她們，給
　它們
cho hối lộ 賄賂
cho ông 給您
cho phép 允許
chó săn 獵狗
chó sói 胡狼，狼，狼狗
cho tiền boa 付小費
cho tôi 給我
cho tới khi 直到
cho thuê 出租
cho vay 債款
cho vay thế chấp 提供抵押貸
　款
chó xù 長捲毛狗
choáng 一陣昏厥
choáng não 腦震盪
choáng váng 頭暈
chói tai 聲音刺耳
chòm sao 黃道十二宮，星座
chọn 選擇
chọn hoa 摘花
chọn món ăn 點餐
chóng mặt 頭暈
chóp núi 山峰
chỗ 座位
chỗ ăn chỗ ở 膳宿
chỗ bán vé 售票處
chỗ chữa ô tô 車庫
chỗ đỗ xe buýt 公共汽車站
chỗ nẻ 裂隙
chỗ ngồi 座位
chỗ ngồi hạng nhất 頭等艙
chỗ ngồi phía sau 後座

chỗ ngồi phía trước 前座
chỗ ngồi phổ thông 經濟艙
chỗ ngủ hạng nhất 頭等艙
chỗ ngủ phổ thông 經濟艙
chỗ ở 住宿
chỗ trũng lòng chảo 盆地
chỗ xảy ra 發生地點
chốc lát 片刻，一會兒
chổi 掃帚
chôn 埋葬
chôn cất 下葬，葬禮
chồn hôi 臭鼬
chồn vizon 水貂
chồng 堆，丈夫
chồng cô 姑父
chồng dì 姨父
chồng chưa cưới 未婚夫
chống đối 反對
chống lại 反對
chốt nhà 本壘
chờ 等候
chờ đợi 等待
Chợ Lớn 堤岸
chợ trời 跳蚤市場
chơi bời phóng đãng 放縱的，
　放蕩的
chơi chữ 雙關
chơi một nhạc cụ 演奏樂器
chơi nhảy dây 玩跳繩
chơi tem 集郵
chơi trò 玩遊戲
chớp 閃電
chớp mắt 眨眼，眨眼睛
chú 叔父，小叔子
chủ chì hội nghị 主持會議
chủ doanh nghiệp 僱主，僱
　用者
chu đáo 小心謹慎的，細心的，
　有意識的，周到的
chủ đề 主題
chủ động 主動態
chủ gia đình 一家之主
chủ học bổng 獎學金獲得者
chủ hộ 住戶，屋主
chú này 這位叔叔
chủ nghĩa ấn tượng 印象主義
chủ nghĩa bi quan 悲觀主義
chủ nghĩa cổ điển 古典主義
chủ nghĩa cộng sản 共產主義

chủ nghĩa đế quốc 帝國主義
chủ nghĩa đòi bình quyền
　phụ nữ 女權主義
chủ nghĩa hiện thực 現實主義
chủ nghĩa ích kỷ 自我主義
chủ nghĩa khủng bố 恐怖主義
chủ nghĩa lạc quan 樂觀主義
chủ nghĩa lãng mạn 浪漫主義
chủ nghĩa lý tưởng 理想主義
chủ nghĩa phân biệt chủng
　tộc 種族主義
chủ nghĩa phục quốc Do Thái
　猶太復國主義
chủ nghĩa thần bí 神秘主義
chủ nghĩa vị tha 利他主義
chủ nghĩa xã hội 社會主義
chủ ngữ 主語
chủ nhà 房東，一家之主
chủ nhà ở 住戶，屋主
chủ nhân 僱主
chủ nhật 星期日
chủ nhiệm khoa 系主任
chủ nhiệm văn phòng 辦公室
　主任
chú rể 新郎
chú thích 註釋
chú thích ở cuối trang 註腳
chủ trang trại 農場主
chủ trương 主張
chu vi 圓周，周長
chú ý 注意
chua 酸的
Chúa 上帝
Chúa Ba Ngôi 聖三一，三一節
chua chát 冷嘲的，譏諷的，
　挖苦的
Chúa Gia Tô Cơ-đốc 耶穌基督
Chúa Giêsu Kitô 耶穌基督
Chúc may mắn! 祝你好運!
Chúc mừng! 恭喜! 祝賀!
Chúc mừng năm mới! 新年
　快樂!
Chúc mừng sinh nhật! 生日
　快樂!
Chúc ngủ ngon! 晚安!
Chúc sức khoẻ! 祝你健康!
chúc thư 遺囑
chùm chữ cái 串，字符串
chúng ta 我們

chủng tộc 種族
chúng tôi 我們
chuộc tội 煉獄，贖罪
chuỗi 鏈子
chuối 香蕉
chuỗi cửa hàng 連鎖店
chuôi dao 刀把
chuỗi hạt 項鏈
chuồng 廄
chuông cửa 門鈴
chuộng nghi thức 講究禮節的
chuột 老鼠，滑鼠
chuột chũi 鼴鼠
chuột đồng 倉鼠
chụp ảnh 拍攝，攝影，照相
chụp ảnh chân dung 拍人像照
chụp ảnh kỹ thuật số 數位攝影
chụp ảnh số 數位攝影
chút ít 少數，少量，一把
chuyển 移動
chuyện 小說
chuyến bay 航班
chuyến bay nội địa 國內航班
chuyến bay quốc tế 國際航班
chuyến bay thẳng 中途不著陸航班
chuyến bay trong nước 國內航班
chuyến bay trực tiếp 直達航班
chuyện cổ tích 童話
chuyên chính 專制
chuyên đề 欄目，專欄
chuyến đi 旅途，旅程
chuyển động chậm 慢動作，慢鏡頭
chuyện gẫu 閒話
chuyên gia ngôn ngữ trị liệu 言語治療專家
chuyển khoản tín dụng 銀行轉帳
chuyên mục 欄目，專欄
chuyển phát 轉發
chuyển tiếp 向前
chuyện tình 戀情
chuyện yêu đương 風流韻事
chữ 字

chữ cái 字母
chữ đậm 黑體
chữ hoa 大寫字母
chữ ký 簽名，簽字
chữ nghiêng 斜體
chữ nhỏ 小寫字母
chữ số 數字
chữ số Ả Rập 阿拉伯數字
chữ số La Mã 羅馬數字
chữ tiếp ký 副署，會簽
chữ thập 十字
chưa 不，還沒
chứa 存儲，盛，貯存
chữa bệnh 治療，治癒，醫治
chưa kết hôn 未婚，未婚的
chữa khỏi 醫治，治癒
chưa trong một phòng 容納，居住
chưa trồng 休閒地
chưa vợ 單身的
chức danh 稱謂，稱呼，職稱
chức giáo hoàng 羅馬教皇的職位
chức vụ 職稱，職務
chữ đen 黑體
chứng chỉ thông tin về cá nhân 資格證
chứng chỉ trình độ 學歷證明
chứng giãn tĩnh mạch 靜脈曲張
chứng khoán 證券
chứng minh thư 身份證，身份證件
chứng nhân 證人
chứng táo bón 便秘
chứng từ 證詞，證言
chứng tự kỷ 孤獨症
chương 章
chương trình 程序，節目單
chương trình học 課程
chương trình nói chuyện 脫口秀
chương trình nghệ thuật 綜藝節目
chương trình nghị sự 議事日程
chương trình sống 實況節目
chương trình thể dục thể thao 體育節目

chương trình thiếu nhi　兒童節目

chương trình trò chơi truyền hình　電視遊戲節目

D d

da　皮，皮膚，皮革

dạ dày　胃

da đầu　頭皮

da đen thui thủi　黝黑的皮膚

da khô　乾燥的皮膚

da lộn　仿麂皮

da màu ôliu　橄欖色皮膚

da nâu　褐色的皮膚

da rám nắng　皮膚曬黑

da sáng　光潔的皮膚

da thịt　肌膚

da thô　粗糙的皮膚

dài　長的

dải　色帶，線，繩子

dải buộc　花邊，飾邊

dài hạn　長期的

dài nhất　最長的

dám　敢於

dán　粘貼

dàn nhạc　管弦樂隊

dáng thể thao　輕便的

dành cho　專供

danh dự　光榮的，體面的

danh sách họ tên　姓名地址簿

danh sách rượu vang　酒水單

dành sự giúp đỡ　提供幫助

danh từ　名詞

danh thiếp　名片

danh thiếp kinh doanh　名片

dao　刀

dao cạo　刮鬍刀

dao cạo điện　電動刮鬍刀

dao cạo râu　刮鬍刀

dạo cửa hàng　逛商店

dao chặt　砍刀

dạo đầu　序曲

dao gọt bút chì　鉛筆刀

dao móng　指甲刀

dày　厚的

dãy　排

dạy　教

dãy buồng chung cư　公寓樓

dày đặc　密的

dãy núi　山脈

dặm　英里

Dăm-bi-a　贊比亞

dâm　好色，性慾

dấm　醋

dâm dật　好色，淫蕩

dâm dục　淫蕩的，下流的

dâm đãng　好色，淫蕩

dân cư thành phố　市民

dân chủ　民主

dẫn độ　引渡

dân tộc　民族

dập tắt　熄滅，撲滅

dầu　油

dầu bóng　亮光漆

dấu cảm thán　驚嘆號

dấu cộng　正號

dấu chấm câu　標點

dầu dầm　醬汁

dầu dầm trứng cá　魚子醬

dầu gội　洗髮精

dầu gội đầu　洗髮水

dấu hai chấm　冒號

dấu hiệu　符號

dấu hiệu đường　路標

dấu hỏi　問號

dấu lược　省文撇

dấu nối　連字號

dấu ngoặc　括號

dấu ngoặc kép　引號

dấu phẩy　逗號

dấu sao　星號

dầu tắm　洗浴油

dâu tây　草莓

dấu trang　書籤

dấu trừ　負號

dây　繩，線，繩子，細繩

dậy　起來，起床

dây an toàn　安全帶

dây buộc　花邊，飾邊

dây cao su　橡皮筋

dây câu cá　魚線

dây chun　橡皮筋

dây chuyền thức ăn　食物鏈

dây đai quạt　風扇皮帶

dây đàn　弦

dây điện　金屬絲，電線

dây đồng hồ　錶帶

dây giày　鞋帶

dây kéo dài 延長線路

dây lưng 腰帶

dây thường xuân 常春藤

dây xích 鏈條

dẻ 栗子

dè dặt 矜持的

dép 拖鞋

dê 山羊

dễ bị lừa 易受騙的

dễ bị tổn thương 脆弱的

dễ biết 明白的

dễ cáu kỉnh 易怒的

dễ dàng 容易

dễ nổi nóng 壞脾氣的

dễ nhận thấy 明白的

dễ phát cáu 好發脾氣的

dì 阿姨，姨母

di cư 移居，移民

di chúc 遺囑

di chuyển 運動，移動

di chuyển lắt léo 躲避

di dân 移民

dí dỏm 機智的，說話風趣的

di tích 古代遺跡

di truyền 遺傳

dị ứng 過敏

dịch 翻譯

dịch miệng 口譯

dịch nói 口譯

dịch vụ 服務

dịch vụ Internet 網際網路服務供應商

diêm 火柴

diễn tập 彩排

diễn tấu 演奏

diện tích 面積

diễn thuyết 演講，演說，做講座

diễn viên 演員

diễn viên hài 喜劇演員

diễn viên xiếc 雜技演員

diều 風箏

dính 黏的，粘貼

dịu dàng 溫柔

dịu hiền 溫柔的

do 因為，由於

do dự 優柔寡斷的，猶豫

do đó 所以，以便，因此

dò hỏi 詢問

Do Thái Giáo 猶太人，猶太教

doanh trại 營房

dọn bàn 收拾桌子

dọn nhà 搬，搬家，移動

dòng 排，線，行;詩行，韻文

dòng điện 電流

dòng Tên 耶穌會會士

dốc 坡，斜坡

dốc xuống 下

dông 雷雨

dốt nát 無知的

dời nhà 搬，移动

dụ dỗ 誘拐

du lịch 旅行，旅遊

du lịch bằng xe buýt 巴士旅遊

du lịch trọn gói 一攬子旅遊，包價旅遊

dũng cảm 大膽的，勇敢的，勇猛的

dụng cụ 工具，器皿

dụng cụ dao 刀具

dụng cụ lau bảng 黑板擦

dụng cụ vẽ 製圖儀

dung lượng bộ nhớ 內存量

dùng ma túy 服用毒品

dung nham 熔岩，火山岩

dung tích 容積，容量

dùng thời gian 花時間

duy trì 堅持，捍衛

duyệt lướt qua 導航

dự báo 預言，預報

dự báo thời tiết 天氣預報

dự đoán 預言，預報

dữ liệu 數據

dự luật 議案，法案

dự toán ngân sách 預算，預測

dự thảo 草稿

dư thừa lao động 勞動力剩餘

dứa 鳳梨

dựa 倚靠

dưa hấu 西瓜

dưa leo 黃瓜

dưa tây 甜瓜

dừng 停

dừng lại 中止，歇息

Dừng lại 停車讓行

dừng ở 中途停留

dược phẩm 藥物
dược sĩ 藥劑師
dưới 在下面，在…下面
dưới không 零下
dượng 姑父，姨父
dương bản 正片
dương cầm 鋼琴
dương cầm đứng 立式鋼琴
dương cầm lớn 大鋼琴
dương dương tực đắc 沾沾自
　喜，自鳴得意
dưỡng khí 氧，氧氣
dường như 似乎是
dương tính 陽性
dứt cầu chì 燒斷保險絲
dứt khoát 直截的

Đ đ

đã 已經
đá 結石；石，石頭，岩，岩石；
　踢
đã ba ngày 已經三天
đá bóng 踢球
đa cảm 多愁善感的
đã chết 已故的
đà điểu 鴕鳥
đã đính hôn 訂婚
đã được định dạng hóa 格式
　化了的，已格式化的
đá granit 花崗岩，花崗石
đa giác 多邊形
đa hệ 多媒體
đá hoa 大理石
đá hoa cương 花崗岩，花崗石
đã kết hôn 已婚的
đá lạnh 冰塊
đá lửa 燧石，打火石
Đà Nẵng 峴港
đá núi 岩，岩石
đá ngầm 暗礁
đá phấn 白堊，粉筆
đa phương tiện 多媒體
đã qua đời 已故的
đa quốc gia 跨國的
đá quý 寶石
đa tài 多才多藝的
đa tình 多情的
đã từng 已經
đã yêu 愛上

Đài Bắc 台北
đại châu 大洲
đại dương 洋
đại hoàng 大黃
đại hồi 大茴香
đài kỷ niệm 紀念碑
đại lộ 大街，街道
đại lý bán hàng 銷售代表
đại lý du lịch 旅行代辦人
đại lý xe hơi 汽車商
đại nút bần 木塞套
đài phát thanh 電台
đài phun nước 噴泉式飲水器
đại số 代數
đại số tuyến tính 線形代數
đại sứ quán 大使館
Đại Tây Dương 大西洋
đại tiện 排便
đại từ 代詞
đại từ bổ cách 賓格代詞
đại từ chỉ thị 指示代詞
đại từ chủ ngữ 主格代詞
đại từ nghi vấn 疑問代詞
đại từ nhân xưng 人稱代詞
đại từ phản thân 反身代詞
đại từ quan hệ 關系代詞
đại từ sở hữu 物主代詞
đại thử 袋鼠
đám 蜂群
đảm bảo 保證
đám cưới 婚禮
đám cưới bạc 銀婚
đám cưới kim cương 鑽石婚
đám cưới vàng 金婚
đam mê 激情，熱情
đàm phán công đoàn 工會協商
đan 編織
đàn 蜂群
đàn ắc coóc 手風琴
đàn bầu 獨弦琴
đàn clavicô 撥弦古鋼琴
đàn độc huyền 獨弦琴
đàn ghita 吉他
đàn hạc 豎琴
đàn hồi 有彈力的
Đan Mạch 丹麥
đàn ong 蜂群
đàn ống 管風琴
đàn tranh 箏

đàn viôlôngxen 大提琴
đãng 好色，性慾
đảng bảo thủ 保守黨
đáng căm ghét 可恨的
đáng căm hờn 可恨的
đáng căm thù 可恨的
Đáng chết! 該死！
đảng dân chủ 民主黨
đáng hổ thẹn 不光彩的
đáng kính 值得敬慕的
đáng kính trọng 可尊敬的
đáng khen ngợi 值得贊賞的
đang phát sóng 廣播，播送，正在廣播
đang ra lộc 含苞未放
đang ra nụ 含苞未放
đang sấm 打雷
đảng tiến bộ 進步黨
đảng tự do 自由黨
đang thi công 正在施工
đáng thương 可憐的
đáng tôn kính 值得敬重的
đáng vinh dự 光榮的，體面的
đảng xã hội chủ nghĩa 社會主義黨
đang xét xử 正在審理
đáng yêu 可愛的
đánh 打，敲
đánh bạc 賭博
đánh bại 擊敗
đánh bóng 擊球
đánh cá 捕魚，釣魚
đánh giá 評價
đánh kiếm 擊劍
đánh máy vào 打入
đánh một cuộc gọi 打一個電話
đánh nhau 打架
đánh nhịp 打拍子
đánh sạch 打掃，清洗
đánh sơn bóng 油漆
đào 桃子；挖，掘，鑿
đạo Cơ-đốc 基督教
đạo diễn 導演
đạo đức 道德
đạo nhiều thần 異教
đào tạo 培訓
đạo Tin lành 新教
đạo Thiên Chúa 天主教
đạo văn 抄襲

đáp án 要解的題
đạp cửa xông vào 破門而入
đáp lại 回答，回覆
đáp lễ khán giả khi hạ màn 謝幕
đáp ứng 滿足
đạt tới 達到
đau 疼，疼痛，痛
đau bụng 肚子痛
đau dạ dày 胃疼，胃痛
đau đầu 頭痛
đau đói 疼痛的
đau đớn 悲哀的，悲傷的
đau họng 嗓子痛
đau lưng 背痛，腰痛
đau răng 牙痛
đau tim 心臟病發作
đáy 底部
đáy biển 海底
đặc điểm 特點
đặc tính 特性
đắng 苦的，苦澀的
đẳng cấp 等級
đăng ký 註冊
đăng ký một công ty 註冊一家公司
đăng ten 蕾絲，花邊
đẳng thức 等式
đắp thuốc 敷藥
đắt 貴的
đặt 放
đặt báo chí 訂閱
đặt cọc 訂金
đặt cuộc hẹn 預約
đặt cược 打賭
đặt gia cụ trong nhà 為家配備家具
đặt một câu hỏi 提問
đặt món ăn 點餐，點菜
đặt mua 訂閱
đặt phòng 預訂
đặt phòng trên mạng 在線預訂
đặt phòng trước 預訂
đặt tiền 值錢的
đặt trước 訂購，預訂
đặt vị trí tại 位於
đặt xuống 放下
đâm 刺，戳，刺傷
đầm lầy 沼澤，濕地

đâm mạnh 猛撞
đâm mạnh vào nhau 碰撞
đâm nhau 碰撞
đầm phá 環礁湖，潟湖
đâm sầm vào 撞到
đần độn 愚蠢的
đập 壩，堰；脫粒，打穀
đập lúa 脫粒，打穀
đất cày 農田，耕地
đất có rào vây quanh 圍欄
đất nông nghiệp 農田
đất nước 國家
đất ngập nước 沼澤地
đất sét 黏土，泥土
đầu 頭
đậu 豆
đầu bếp 廚師
đầu cắm 插銷
đầu đọc mã vạch 條碼掃讀器
đầu ghi hình kỹ thuật số 錄
    影機
đầu gối 膝，膝蓋
đậu Hà-lan 豌豆
đậu lăng 小扁豆
đậu lima 雪豆
đầu loại 淘汰
đầu máy xe lửa 火車頭
đầu miệng 口頭
đầu mối 線索
đầu óc tỉnh táo 頭腦清醒的
đậu phộng 花生
đậu que 菜豆
đầu tiên 首先
đầu thú 投案自首
đấu thủ chạy đua 跑壘者
đấu thủ quần vợt 網球運動員
đầu thư 信頭，標題
đầu vào 輸入
đấu vật 摔跤
đậu xanh 鷹嘴豆
đậu xe 停車
đầy 滿的
đẩy 推
đầy bùn 泥濘的
đầy đặn 豐滿的
đầy đủ 滿
đầy khí lực 精力充沛的，精
    力旺盛的
đây là 這裡是

đầy màu sắc 鮮明的，輕快的
đầy mây 陰，有雲的，陰天的
đầy nghị lực 精力充沛的
đầy nhanh 加速
đầy sinh lực 精力充沛的
đầy sức sống 精力充沛的
đầy tớ gái 女僕
đầy tham vọng 野心勃勃的
đẻ 分娩
đe dọa 威脅
đẻ non 早產
đen 黑
đèn 燈
đèn bàn 台燈
đèn chiếu 幻燈，幻燈片
đèn chớp 閃光燈
đèn giao thông 交通信號燈
đèn huỳnh quang 螢光燈
đèn neon 霓虹燈
đèn pin 手電筒
đèn sân khấu 聚光燈
đèn tín hiệu 燈光信號，信號燈
đèn trước sân khấu 腳燈
đẹp 美好的，可愛的，漂亮的
đẹp trai 英俊的
để 所以，以便
đề cập 提及
đê đập 壩，堰
đế giày 鞋底
đê hèn 卑鄙，惡劣，粗俗，
    下流
để lại 留下
đề nghị 動議，建議，提議
Đế quốc La Mã 羅馬帝國
để tang 戴孝
để trở 戴孝
đêm 夜裡
đếm 計數
đệm chùi chân 門墊
Đêm Giao Thừa 除夕
đêm mai 明天夜裡
đêm nay 今天夜裡
đêm qua 昨夜
đếm số 計數
đền 寺廟
đến 到達，來，上，到，向，去，
    在
đến bây giờ 到現在
đến chỗ ai đó 到某人處

đến dự 出席
đến muộn 晚點，延誤
đến nay 直到現在
đến nhanh 快來
đến sau 之後
đến sớm 早
đến từ 來自於
đền thờ 神龕，神祠
Đền thờ Do Thái 猶太教會堂
đều 平分
đi 去，走，向，在
đi bộ 步行，散步，走，走步
đi bộ đến 步行去
đi cờ 走棋
đi chơi dã ngoại 短途旅行，遊覽
đi chơi du thuyền 巡航，遊弋
đi chữa bệnh 出診
đi dạo 散步
đi giày 穿鞋
đi học 就學
đi kiện 起訴，訴諸法律
đi khám bệnh 出診
đi lang thang 漫遊
đi lên 攀爬，上，往上走
đi máy bay 乘飛機
đi mua hàng 購物
đi nghỉ phép 度假
đi ngược 往回走，向上
đi nhỏ 變小
đi nhón chân 踮腳尖走
đi nhờ xe 搭車旅行
đi patanh 輪式滑冰
đi qua 穿過，經過，通過，走過
đi qua khi có đèn đỏ 闖紅燈
đi quanh 四處走
đi ra 出去
đi ra ngoài 出去
đi sau 後退
đi săn 打獵，追獵，獵取
đi tản bộ 散步，閒逛
đi tàu 乘船
đi tàu hỏa 乘火車
đi tiếp 前行，往前走，向前
đi tiểu 小便，排尿
đi tham quan 觀光
đi thăm 參觀，拜訪
đi thẳng 一直往前
đi theo quỹ đạo 沿軌道運行

đi thuyền 乘船
đi vào 進入
đi văng 沙發
đi về bên phải 靠右行駛
đi về hướng 走向
đi xe boóng 搭車旅行
đi xe đạp 自行車運動
đi xuống 往下走
đĩa 磁盤，碟片，盤，盤子，圓盤
đĩa bát dao dĩa 餐具
đĩa CD 光碟
đĩa cứng 硬碟
địa chỉ 地址
địa chỉ chuyển tiếp 寄送地址
địa chỉ thư điện tử 電子郵件地址
địa chỉ trả lại 回信地址
đĩa DVD 數位影像光碟
đĩa để cốc tách 茶碟
địa điểm 地點
đĩa hát 唱片
địa hình 地形
địa hình học 拓撲學
đĩa lớn 大淺盤
địa lý 地理
địa lý học 地理學
đĩa mềm 軟碟
đĩa món tráng miệng 甜食盤
đĩa nông 淺碟
đĩa nướng 烤盤
địa ngục 地獄
đĩa nhớ số liệu 數據存儲碟
đĩa parabôn vệ tinh 衛星天線
địa phương 地區的，區域的
đĩa quang 光碟
đĩa quang học 光碟
địa tầng 層，地層
đĩa thức ăn 盤子
Địa Trung Hải 地中海
đĩa video 影碟
điếc 聾的
điểm 得分，點，分數
điểm danh 點名
điểm đạm 頭腦冷靜的
điểm đóng băng 冰點
điểm nóng chảy 熔點
điểm phân 二分點，晝夜平分時
điểm số 分數，進球，得分

điểm sôi 沸点
điểm thực 淨得分
điên 瘋的，狂熱的
điền 填，填寫
điện 電，電的
Điện Biên Phủ 奠邊府
điên cuồng 瘋狂的，極度激動的，發狂的
điền kinh 田徑
điện tâm đồ 心電圖
điện tích 電荷
điện tín 電報
điện tử 電子
điện thoại 電話
điện thoại công cộng 公共電話
điện thoại di động 行動電話
điện thoại do đối phương trả tiền 對方付費電話
điện thoại không dây 便攜式電話，無繩電話，行動電話
điện thoại miễn phí 免費電話
điện thoại truyền hình 電視電話，可視電話
điện thoại vô tuyến 無線電話
điền vào 填寫
diễn viên chính 主演
điệu 旋律
điều chỉnh nhịp 調音
điều chỉnh ống kính 對準鏡頭
điều chỉnh tiêu cự 對焦
điều chỉnh tiêu điểm 對焦
điêu khắc 雕塑
điêu khắc đá hoa 大理石雕塑
điêu khắc đồng 青銅雕塑
điệu nhảy pônca 波爾卡
điệu nhảy rumba 倫巴
điều phải 正確
điều răn 戒律
điều tra 調查
điều tra dân số 人口普查
điếu xì gà 雪茄
điêzen 柴油
đình 亭子
đỉnh 頂部，頂點
đinh bấm 圖釘
đỉnh cao 頂，絕頂
đình công 進行罷工
đình chiến 休戰，停戰

đính chính 改正
định dạng 格式
định dạng hóa 格式化
đinh đầu bẹt 圖釘
đính hôn 訂婚
đính kèm 附有
đinh kẹp 訂書釘
định kỳ 定期的
định lý 公理
Định lý Py-ta-go 勾股定理
đinh núi 山峰
định nghĩa 定義
đit-cô 迪斯可
đi-xcô 迪斯可
đỏ 紅
đó 那，那些
đo đạc 測量
đo lường 測量，度量
đỏ mặt 臉紅，害臊
đo nhiệt độ 量體溫
đõ ong 蜂巢，蜂房
đọ sức 競賽
đoạn 段，線段
đoạn thơ 詩節
đoan trang 正派得體，端莊穩重
đoạn trích dẫn 引語
đọc 閱讀
đọc chính tả 口述，聽寫
đọc lướt 草草瀏覽，閱讀，閱讀段落
đọc lướt qua 翻閱，草草瀏覽
đọc sách 讀書
đọc viết 口述，聽寫
đòi 要求，索取
đói 餓，飢，飢餓
đón nghe 收聽
đón xem 收看
đóng băng 結冰
đóng cửa 打烊，停止營業，關門
đóng chai 瓶裝的
đóng đinh 釘
đóng gói 包裝
đóng lại 關閉
đóng vai 扮演
đóng ván ô 鑲板
đổ 倒，灌
độ 度
đồ án hình học 幾何圖案

độ ẩm 潮濕
đồ bạc 銀器
độ cao 高度
đồ chuông 鈴響
độ dày 厚
đồ dệt 織物
đồ dùng 器皿
đồ dùng gia đình 家庭用具
đồ đắp nổi 浮雕
đồ đựng 容器
độ hạng nhất 最高級
đồ hộp 罐頭
đô la 美元
đồ lót 內褲
độ lượng khoan dung 寬宏大量
đồ mô phỏng 複製品，仿製品
đồ nát 瓦解
đồ nội thất 家具
độ nguồn 原級
đồ nhìn 視圖
đồ phúc chế 複製品，仿製品
đồ quân nhu 軍需
độ sâu 深度
độ so sánh 比較級
đồ sứ 瓷器
đồ tể 屠夫
độ tin 保真度，精確
đồ tưới nước 灑水裝置
đồ thị 曲線圖，圖表，圖示
độ trung thực 保真度，精確
đồ trượt băng 冰上滑艇
đồ uốn quăn 卷髮器
đồ uống có cồn 酒精飲料
đỗ xe 停車，泊車
độc bạch 獨白
độc chất 毒素
độc giả 讀者
độc hại 有毒的
độc lập 獨立的
độc quyền 壟斷
độc tấu 獨奏
độc thoại 旁白，獨白
đôi 對，雙，雙倍的
đồi 小山
đội 隊
đội hợp xướng trong nhà thờ 唱詩班
đối mặt 在…對面
đổi mới 翻修，翻新，更新

đổi séc sang tiền mặt 兌付支票
đổi tiền 兌換，匯兌
đối thoại 對話，會話
đối thủ 對手
đối thủ cạnh tranh 競爭者
đồi trụy 腐化的，道德敗壞的
đốm 斑點
đồn cảnh sát 警察局
đồn điền 莊園
đồn kể răng 謠傳說
đông 東；眾多的
đồng 盾，元
đống 堆
đồng bằng 平原
đồng cỏ 草地，草原
động cơ 動機，發動機
động cơ tìm kiếm 搜索引擎
động danh từ 動名詞
động đất 地震
đông giá 霜
đồng hồ 錶，時鐘，鐘錶
đồng hồ báo thức 鬧鐘
đồng hồ chạy chậm 錶慢了
đồng hồ chạy nhanh 錶快了
đồng hồ đeo tay 手錶，腕錶
đồng hồ đeo tay thạch anh 石英錶
đồng hồ kỹ thuật số 電子手錶
đồng hồ mặt trời 日晷
đồng hồ nam 男錶
đồng hồ nữ 女錶
đồng hồ tốc độ 速度計，里程計
đồng hồ quả quít 手錶，腕錶
đồng hồ thạch anh 石英鐘
Đông Kinh 東京
đông lạnh 結冰的
động mạch 動脈
đồng minh 同盟
đồng nghiệp 同事，同行
đồng nhạc cụ 銅管樂器
đồng ơ-rô 歐元
đồng ruộng 田地，原野
động tác giả 假動作
đồng tiền dùng thay 代幣
đồng tiền pháp định 法定貨幣
đồng tình 同情
đồng tính luyến ái 同性戀

đồng tính luyến ái nữ 女同性戀，女同性戀者
động từ 動詞
động từ bất quy tắc 不規則動詞
động từ hình thái 情態動詞
động tử mắt 瞳孔
động từ quy tắc 規則動詞
động từ tự phản 自反動詞
đồng thau 黃銅
đồng thiếc 青銅
đồng thoại 童話
đồng thời 同時
động vật 動物
động vật có vú 哺乳動物
động vật gặm nhấm 嚙齒動物
động vật học 動物學
động vật thân mềm 軟體動物
đồng ý 同意，贊同
đột kích 攻擊，襲擊
đốt phá 放火，縱火
đơn ca 獨唱
đơn giản 簡單的
đơn phương 單方面的
đơn thuốc 藥方，處方
đơn vị xử lí trung tâm 中央處理器
đót giày 鞋拔
đủ 充足，足夠
đủ rồi 夠了
đùa 笑話
đua chạy 賽跑
đua ngựa 賽馬
đua ngựa việt dã vượt chướng ngại 越野障礙賽馬
đua xe 賽車
đua xe đạp 自行車賽
đua xe môtô 摩托車賽
đục 不鮮明的，無光澤的；鑿
đục thủy tinh thể 白內障
đùi 大腿
đun sôi 煮
đúng 對，正確的，合適的
đụng 觸，碰，觸摸
đúng đắn 正派得體，端莊穩重，正確
đúng giờ 守時，準時
đúng lúc 正當…時
đúng lúc đó 正是時候
đụng lưới 觸網

đúng như vậy 如實的，不誇張的
đuôi 尾巴
đuổi 驅逐，趕走
đứa bé thụ tinh nhân tạo 試管嬰兒
đưa bóng 傳球
đưa đón xe buýt 穿梭巴士
đưa ra 提出；外帶，外賣
đưa thư 郵遞
đứa trẻ 孩子
đưa vào hồ sơ 歸檔
đưa vào hộp thư 投入信箱
Đức 德國
đức hạnh 德，德行，善
đức Mẹ 聖母，童貞修女
Đừng có ngu ngốc! 別傻了！
đứng dậy 站立，起來
đừng hòng 沒門，不行
đừng nói nữa 別說了
đứng tuổi 中年
được biết 了解
được bóng 贏球
được bổ nhiệm 任命，任職
được cấp học vị 獲得學位
được giáo dục 受教育的
Được không? 行嗎？
được phải 將要
được sớm 早
được tốt hơn 好轉
được thích 喜歡
dượng 姨父
đường 道路；糖；線
đường băng 跑道
đường bộ 道路
đường cái 公路，大路
đường cắt 正割
đường cô sê can 餘割
đường cotang 餘切
đường sin 正弦
đường cô sin 餘弦
đường cong 曲線
đường chắn ba-ri-e 鐵路平交道
đường chéo 對角線
đường chui 橋下通行
đường dành riêng 備用車道
đường dành riêng cho người đi bộ 人行橫道
đường dành riêng cho xe đạp 自行車道

đường dây 電話線
đường dây điện thoại 電話線
đường đột 唐突的
đường đua cát 沙土跑道
đường gãy 折線
đường hầm 隧道
đường hoành 橫坐標
đường kính 直徑
đường kinh tuyến gốc 本初子午線
đường lăn bô-linh 保齡球道
đường mòn 小路
đường mòn leo núi 登山路
đường một chiều 單行道
đường một ray 單軌
đường ngang 橫線
đường ngầm 地下通道
đường ngoằn ngoèo 彎道
đường pa-ra-bôn 拋物線
đường phân đôi 等分線
đường phố 街，街道
đường rạch 犁溝，車轍
đường ray 軌道
đường sắt 鐵路
đường song song 平行線
đường tắc nghẽn 交通擁擠，交通阻塞
đường tiếp tuyến 正切
đường tiêu hóa 消化系統
đường tung 縱坐標
đường thẳng 直線
đường thẳng đứng 豎線
đường truyền cáp 有線傳送的
đường trực giao 垂線
đường vòng 繞行；小道
đường vòng quanh 環形
đường vuông góc 垂線
đường vượt xe 超車道
đường xe đi 車行道
đường xe lửa 鐵道，鐵路
đường xoi 犁溝，車轍
đứt quãng 打斷
đũa 筷子

E e

e lệ 膽小的
e thẹn 羞怯的
em 小姐；第，妹，小輩
em gái 妹妹；女孩
em họ 堂／表姊妹
em rể 妹夫
em trai 弟弟
En Xan-va-đô 薩爾瓦多
eng éc 尖叫
eo 腰，腰部
eo biển 海峽
ép tóc 直髮
E-xtô-ni-a 愛沙尼亞

Ê ê

Ê-cu-a-đo 厄瓜多爾
ếch 青蛙
Ê-đin-bớc 愛丁堡
Êritrêa 厄立特里亞
ête 以太，能媒
Ê-ti-ô-pi-a 埃塞俄比亞

F f

fax 傳真

G g

ga 火車站
gà 雞
gà con 小雞
ga đường sắt 火車站
gà lôi 雉，野雞
gà lôi đỏ 雉，野雞
ga ra 車庫
ga tàu điện ngầm 地鐵站
gà tây 火雞
gà trống 雄雞
gạc buộc vết thương 紗布
gác chuông 鐘樓
gạc hươu 多叉鹿角
gác mái 閣樓，頂樓
gạc nai 多叉鹿角
gạch 磚
gạch chéo 斜線
gạch dưới 下畫線
gạch nối 連字號
gạch ngang 破折號
gai 刺，荊棘，多刺的
gam 克
gan 肝，肝臟
gan bàn tay 手掌，手心

gan dạ 無畏的
gang 鑄鐵
ganh tị 嫉妒的
gạo 大米
garô 壓脈器
ga-tô 蛋糕
gàu 頭皮屑
gáy 頸背，後頸
gãy xương 骨折，挫傷
găng tay 手套
găng tay cao su 橡膠手套
găng tay quyền Anh 拳擊手套
gặp gỡ 遇見
gặt 收割
gắt gỏng 性情粗暴的
gặt hái 收割，採收
gân 腱
gần 接近，近
gân chân 跟腱
gần chỗ 近，近處
gần đây 最近
gần như 幾乎，差不多
gấp ba 三倍的
gập ghềnh 不平的
gật đầu 點頭
gấu bắc cực 北極熊
gấu chuột xù lông 浣熊
gấu trắng 白熊
gấu trúc 熊貓
gầy 瘦的
ghép 移植
gậy cong 球棍，曲棍
gậy chỉ huy 指揮棒
gậy chơi bi-a 撞球球桿
gậy đánh bóng chày 球棒
gầy đét 骨瘦如柴
gầy đi 變瘦
gầy giơ xương 皮包骨的
gây hoả hoạn 放火，縱火
gây mê 麻醉
gầy mòn 憔悴的
gầy nhom 皮包骨的
gây ô nhiễm 污染
gây phiền nhiễu 令人煩惱的
ghẻ lạnh 冷漠
ghen tuông 嫉妒的
ghép 移植
ghép vần 押韻
ghét 恨，討厭

ghét cay ghét đắng 討厭
ghế 席位，椅子
ghế bành 扶手椅
ghế boong 甲板椅
ghế cao 高腳椅
ghế con 凳子
ghế gấp 折疊椅
ghế nằm 躺椅
ghế sàn tàu 甲板椅
ghê sợ 害怕的
ghê tởm 厭惡
ghế trường kỳ 沙發
ghế vườn 庭園座椅
ghế xe 車座
ghế xích đu 搖椅
ghế xôfa 沙發
ghi 記筆記
ghi âm 錄音
ghi chép 筆記，記筆記
ghi điểm 全壘打，記分數
ghi nợ 欠帳，負債
ghi nhớ 記憶
ghi tên 註冊
ghi tên vào trường 學校註冊
ghi xác nhận đằng sau 背書
ghim dập 訂書釘
ghim hoa 胸針
ghim vòng 迴紋針
gì 什麼
gõ 敲
gò đất 投球區土堆
góa bụa 喪偶
góa phụ 寡婦
Goa-tê-ma-la 瓜地馬拉
góc 角
góc biển 海角，岬
góc bù 補角
góc cạnh 鄰角
góc đối 對角
góc đường 街角
góc lõm 劣角
góc lồi 優角
góc nhọn 銳角
góc phẳng 平角
góc phụ 餘角
góc tù 鈍角
góc vuông 直角
gói 包，包裝
gọi 叫

gói bưu phẩm 郵件
gọi cảnh sát 叫警察
gọi điện thoại 打電話
gọi điện thoại đến đội cứu hỏa 給消防隊打電話
gói đồ 包裹
gọi món ăn 點餐
gọi tên 點名
gọn 簡潔的，簡練的
gọn gàng 乾淨的，簡潔的，簡練的
gọt 削，削皮
gót chân 腳跟
gót giày 鞋跟
gỗ 木
gồ ghề 不平的
gỗ gụ 紅木，桃花心木
gỗ mun 烏木，黑檀
gốc nghĩa 本義
gối 枕頭
gội đầu 洗髮
gốm 陶藝
gốm nghệ thuật 陶藝
gôn 高爾夫
gờ 邊
gờ ram 克
gợi cảm 性感的
gợi ý 建議
gớm tởm quá 呀啃
gợn sóng 起伏的
GPS 全球定位系統
Grin-lan 格陵蘭
Gru-di-a 格魯吉亞
gù 駝背的
guồng quay dây 繞線輪
gửi 寄，發送
gửi lời chào 代問
gửi lời chúc mừng 寄語問好
gửi lời thăm tới 寄語問好
gửi người phụ trách hữu quan 致負責人
gửi nước ngoài 國外，寄國外
gửi qua bưu điện 郵寄
gửi tiền 存款
gửi trẻ ban ngày 日間托兒
gừng 薑
gươm 劍
gương 鏡子
gượng gạo 牽強的

gương mặt 側視鏡
gương ở bên 側視鏡

GI gi

già 年老的
giả 假的
giá 豆芽；價格
giá áo 衣架
giá ba chân 三腳架
giá bán lẻ 零售價格
giá bán sỉ 批發價格
giá bao nhiêu 值多少錢
giá cả 價格
giá cả thị trường 市場價格
giá cổ phiếu 股票價
giá để hành lý 行李架
giá để khăn 毛巾架
già đi 變老
gia đình 家庭
giá đỗ 豆芽
giả mạo 假的
giá nhạc 樂譜架
giả nhân giả nghĩa 虛偽，假仁假義
gia phả 家譜
giá sách 書架
gia súc 家畜，牲畜
gia tăng 增加
gia tốc 加速
giá thành 成本價格
giá thập ác 耶穌受難像，十字架
giá thu mua 收購價
giả thuyết 假設
giá treo áo 衣架
giá trị tiền tệ 現金價值
giá vẽ 畫架
gia vị 香料，調味品
giác mạc 角膜
giá cố định 定價
giải 解答
giải đáp 解答
giai điệu 旋律，音，調
giải đoán 解析
giải Grand Slam quần vợt 大滿貫
giải phẫu học 解剖學
giải quyết vấn đề 解決問題
giải tích 分解…的因子

giải thích 解釋
giai thoại 趣聞軼事
giải trí 休閒
giải trừ quan bị 裁減軍備
giải trừ quân bị hạt nhân 裁減核軍備
giảm 減少，縮減
giảm béo 減肥
giảm bớt 放鬆，減輕，減少，縮減
giảm cân nặng 減輕體重
giám đốc 經理，社長
giám đốc điều hành 董事長，首席執行官
giám đốc ngành 部門經理
giám đốc ngân hàng 銀行經理
giảm giá 減價，貼現，折扣
giam giữ 關押，監禁，扣留，拘留
giám mục 主教
giảm phát 通貨緊縮
giảm quân 裁軍
giảm tốc độ 減速
Gia-mai-ca 牙買加
gian 分隔車室
gián 蟑螂
gián điệp 間諜
gián đoạn 打斷，中止，歇息
giản đồ 略圖
gian hàng 亭子，攤
gian lận 欺詐，作弊
gian trá 詭計多端的
giảng dạy 教授，講解
giảng đạo 布道，講道，說教
giang mai 梅毒
Giáng Sinh 聖誕節
Giáng Sinh vui vẻ! 聖誕快樂!
giảng viên 老師，教師
giáo chủ 主教
giao dịch 交易，買賣
giao dịch tương tác 交互式的
giao diện 界面
giao diện đồ họa 圖表界面
giáo dục 教育
giáo dục ở nhà 家中教育
giáo dục thể chất 體育
giáo đoàn 集會，會眾，教團
giao hàng 交貨，送貨

giao hàng đến nhà 送貨上門
giáo hoàng 教皇
Giáo hoàng 羅馬教皇
giao hộ 交互式的
giáo hội trưởng lão 長老會教友
giao lộ 十字路口
giáo phái 教派，宗派
giáo sĩ 教士
giáo sĩ Do thái 拉比，猶太教士
giáo sư 教授
giao tiếp 界面
giao thiệp 交際
giao thiệp với 涉及
giao thông 交通
giao thông ách tắc 交通擁擠，交通阻塞
giao thông công cộng 公共交通
giao thức truyền tập tin 文件傳輸協議
giáo viên 老師，教師
giáo viên cho giáo dục đặc biệt 特殊教育的老師
giáo xứ 教區，教區牧師
giàu có 富有的，富裕的
giàu tưởng tượng 想象的
giày 鞋
giày da 皮鞋
giày dép 鞋類
giày đàn bà 女鞋
giày đàn ông 男鞋
giày đế bằng 平跟的
giày gót cao 高跟的
giày gót thấp 低跟的
giày leo núi 山地靴，登山鞋
giày nhung 絨面革皮鞋
giày ống 靴子
giày quần vợt 網球鞋
giày thể thao 體操鞋，球鞋
giày xăng đan 涼鞋
giăm bông 火腿
giặt khô 乾洗
giận dữ 狂怒的
giây 秒
giẫy 鋤，挖
giấy 紙
giấy bạc 鈔票
giấy bìa các tông 卡紙
giấy các tông 硬紙板，卡紙
giấy cácbon 複寫紙

giấy dán tường 壁紙
giấy gói 包裝紙
giấy hẹn trả tiền 本票
giấy kẻ ngang 橫格紙
giấy kẻ ô vuông 方格紙
giấy khai sinh 出生證明
giấy khai tử 死亡證書
giấy mời 邀請函
giấy nhám 砂紙
giấy phép lái xe 駕駛執照
giấy ráp 砂紙
giấy rút tiền 取款單
giấy than 複寫紙
giấy thiếc 錫箔紙
giấy uỷ quyền 委托書
giấy văn phòng 公文紙
giấy vẽ 繪圖紙
giấy vệ sinh 衛生紙
giẻ 破布
giẻ lau 清潔布
giẻ rách 破布
gieo 扔，擲
gieo hạt 播種
gieo trồng 播種
giết chết 殺死
giết người 凶殺，謀殺
giễu cợt 玩笑
gió 風
giỏ bánh mì 麵包籃
gió bão 颶風
giỏ giặt 洗衣籃
giỏ hoa 花籃
gió lốc 龍捲風
giỏ quần áo 洗衣籃
gió thổi 颱風
giỏi lắm 好極了
giỏi quá 好極了
giọng nam cao 男高音
giọng nam trầm 男低音
giọng nam trung 男中音
giọng nữ cao 女高音
giọng nữ trầm 女低音
giọng nữ trung 女中音
giọng trầm 低音
Gióoc-đa-ni 約旦
giọt 滴
giội 倒，灌
giội nước cho sạch 沖洗
giông 雷雨

giống 物種
giống cái 陰性
giống đực 陽性
giống như 好像
giờ 時，小時
giờ cao điểm 高峰時間
giờ khám bệnh 就診時間
giờ làm việc 辦公時間，工作時間
giơ lên 提起
giờ quảng cáo 廣告時間
giờ thăm bệnh nhân 探視時間
giới tính 性別
giới từ 介詞
giới thiệu 介紹，推薦
giới thiệu mình 自我介紹
Giơ-ne-vơ 日內瓦
giũa móng 指甲銼刀
giùi lỗ 打孔
giun 蠕蟲
giun dẹp 扁蟲
giúp đỡ 幫助
giữ 堅持，捍衛
giữ gìn 矜持的
giữ lâu bền 持續
giữ nhịp 打拍子
giữ tay 握住手
giữ yên lặng 保持沉默
giữa 在…當中，在…之間
giữa bạn bè 朋友之間
giữa trưa 在中午
giường 床
giương cao 提起
giường đôi 雙人床
giường đơn 單人床
giường hoa 花床

H h

hạ cánh 著陸
hạ giá 貶值
Hà Lan 荷蘭
hà mã 河馬
há miệng 張開嘴
Hà Nội 河內
hạ nghị viện 眾議院
Hà Tĩnh 河靜
hạ thấp 貶低
hạch hạnh nhân 扁桃腺

hai 二

hai bản sao 兩份

hai cộng hai bằng bốn 二加
二等於四

hai giờ 兩點

hai giờ bốn mươi nhăm phút
兩點四十五分

hài hước 幽默

hài kịch 喜劇

Hải Khẩu 海口

hai lần vô địch liên tiếp 二連
冠

hài lòng 高興，滿意

hải ly 海狸，海獺

hai mươi 二十

hai mươi ba 二十三

hai mươi bảy 二十七

hai mươi chín 二十九

hai mươi hai 二十二

hai mươi nhăm 二十五

hai mươi sáu 二十六

hai mươi tám 二十八

hai mươi tuổi 二十歲

hai mươi tư 二十四

hai năm trước đây 兩年前

hai ngàn 二千

hai ngàn lẻ một 二千零一

hai nghìn 二千

hai nghìn lẻ một 二千零一

hai phần ba 三分之二

hai phần năm 五分之二

hải quan 海關

hải sản 海鮮

hai tuổi 兩歲

hai tỷ 二十億

hai trăm 二百

hai trăm linh một 二百零一

hai trăm nghìn 二十萬

hai triệu 二百萬

Hải Vương tinh 海王星

hàm 函數；頷

ham biết 好奇的

hàm răng 補牙

hàm số 函數

hãm xung 保險桿

Hạn chế đậu xe 專用停車

hạn mức tín dụng 信用額度

Hán Ngữ 漢語

Hàn Quốc 韓國

hang 洞，穴，獸穴，地洞，窩

Hàng Châu 杭州

hàng dệt may 紡織品

hãng du lịch 旅行社

hãng hàng không 航空公司

hàng hóa 商品

hàng lang cửa 門廊

hạng lông 次輕量級

hàng mẫu miễn phí 免費樣品

hàng năm 每年

hạng nặng 重量級

hàng ngày 每天

hàng ngũ 佇列，列隊

hàng rào 柵欄，籬笆

hàng rào cây xanh 樹籬

hàng tiêu dùng 消費品

hàng tuần 每星期

hàng tháng 每月

hạng trung bình 中量級

hành án 執行判決

hành chính 行政

hành kinh 月經

hành khách 乘客

hành khách sử dụng vé tháng
長期票通勤旅客

hành khách quá cảnh 中轉乘
客

hành lang 門廳，走道，走廊

hành lý 行李

hành lý xách tay 手提行李

hạnh phúc 幸福

hành tăm 蔥

hành tinh 行星

hành trình 旅途，旅程

hành vi phạm pháp 不法行為

hành vi phạm tội 犯罪行為

hào 水溝，渠

hào hùng 寬宏大量的

háo hức 渴望

hào phóng 慷慨的

hạt 穀物；粒子，微粒

hạt giống 種子

hạt nhân 核，核子，細胞核

hát sai nhịp 跑調

hạt tiêu 胡椒

hát thánh ca 吟唱

hát và nói 說唱

hay can thiệp vào việc người
khác 好管閒事的

hay cáu 壞脾氣的
hay cãi nhau 好爭吵的
hãy cẩn thận 小心
hay chỉ trích 挑剔的
hay đau 有病的
hay đùa 愛玩耍的
hay gây gổ 好爭吵的
hay gây sự 好鬥的
hay giận 好爭吵的
hay nhặng xị 大驚小怪的
hay sinh sự 好爭吵的
hay sục sạo 愛打聽的
hay thay đổi 易變的，變化無常的
hay vui đùa 愛玩耍的
hãy yên lặng 安靜點
hắc in 焦油，柏油
hắc lào chân 足癬
hăm hở 渴望
hăm mốt 二十一
hằng số 常數
hắt hơi 打噴嚏
hắt xì 噴嚏
hầm 地下通道
hầm rượu 酒窖
hân hạnh 榮幸
hân hạnh được gặp 幸會
hấp dẫn 迷人的，吸引人的
hập vào 輸入
hầu hết 差不多
hậu môn 肛門
hầu như 幾乎，差不多
hầu như không bao giờ 幾乎從不
hầu như luôn luôn 幾乎總是
hậu tố 後綴，詞尾
hậu vệ 後衛
hè 走廊
hé nhìn 偷看，窺視
hécta 公頃
hẻm 小巷，胡同
hen 氣喘
hẹn 預約
hẹn gặp 約會
Hẹn gặp bạn ngày mai! 明天見！
Hẹn gặp bạn sau! 回頭見！
Hẹn gặp bạn vào chủ nhật! 週日見！
Hẹn gặp lại! 後會有期！
hèn hạ 卑鄙，惡劣

hèn nhát 怯懦的
hến 蛤貝，貽貝
Hẹn sớm gặp bạn! 後會有期！
héo 枯萎，凋謝
heo rừng 野豬
hẹp 窄的
hẹp bụng 小氣的
hẹp hòi 小氣的
hét 叫喊
hệ điều hành 操作系統
hệ mặt trời 太陽系
hệ ngân hà 銀河系
hệ phương trình 方程式
hệ thống bạch huyết 淋巴系統
hệ thống dây điện 線路
hệ thống điện 電系統
hệ thống định vị toàn cầu 全球定位系統
hệ thống hô hấp 呼吸系統
hệ thống liên lạc nội bộ 內部通話系統，內部通話設備
hệ thống miễn dịch 免疫系統
hệ thống núi 山系
hệ thống nước thải 排污系統
hệ thống ống nước 管線系統
hệ thống sinh thái 生態系統
hệ thống tiết niệu 泌尿系統
hệ thống tuần hoàn tim mạch 心血管循環系統
hệ thống thần kinh 神經系統
hệ thống thông minh 人工智慧
hệ thống thông tin nội bộ 內部通訊系統
hến 有殼類水生動物
hêrôin 海洛因
hết cờ 將死
hí 嘶
hiếm có 少有的
hiểm độc 惡意的
hiếm khi 很少
hiên 走廊
hiện nay 即刻，現如今
hiến pháp 憲法，政體
hiện thời 現在，目前
hiếp dâm 強姦
hiệp định đình chiến 停戰協定
hiệp hội 聯盟，協會
hiểu 明白
hiệu đính 校對
hiệu giặt tự động 自助洗衣房

hiệu kem 冷飲店
hiếu kỳ 好奇的
hiểu lầm 誤解
hiệu sách 書店
hiệu sửa chữa giày 修鞋店
hiệu thuốc 藥店
hiệu thuốc lá 煙草店
hiệu trưởng 校長
hiệu trưởng trường đại học 大學校長
hiệu trưởng trường trung học 中學校長
hiệu ứng nhà kính 溫室效應
hình 幾何圖形
hình ảnh 形象，印象，意象，影像
hình ảnh kỹ thuật số 數字影像
hình bát giác 八邊形
hình bình hành 平行四邊形
hình bóng 剪影，輪廓
hình cầu 球形，球體
hình cung 弧
hình chóp 棱錐，金字塔形的
hình chữ chi Z 字形的
hình chữ nhật 長方形的，矩形
hình chữ thập 十字
hình dạng 形狀
hình tam giác 三角形
hình học 幾何，幾何學
hình học giải tích 解析幾何
hình học hoạ hình 畫法幾何
hình học lập thể 立體幾何
hình học Óc-lít 歐幾里德幾何
hình học phi Óc-lít 非歐幾里德幾何
hình học xạ ảnh 射影幾何
hình hộp 平行六面體
hình kim tự tháp 棱錐的，金字塔形的
hình khối 立方體
hình lập phương 立方體
hình lập thể 立體圖形
hình lục giác 六邊形
hình mặt phẳng 平面圖形
hình nón 錐體，錐形
hình ngũ giác 五邊形
hình tam giác 三角形的
hình tứ giác 四邊形
hình tượng 印象，意象
hình thang 梯形

hình thập giác 十邊形
hình thất giác 七邊形
hình thoi 菱形
hình thức 形狀
hình tròn 環，圈
hình trụ 圓柱形的，柱體
hình vuông 正方形
hít vào 吸氣
HIV dương tính 愛滋病病毒檢驗呈陽性的
ho 咳嗽
họ 他們，她們，它們；姓
Họ bạn là gì? 您貴姓？
ho gà 百日咳
hò hẹn rồi cưỡng dâm 約會強姦
hò hét 喊，叫，呼喊
họ tên 姓名
họ từng cơn 陣咳
hoa 花
hoa anh đào 櫻花
hoa anh túc 罌粟
hoa anh thảo 仙客來
hoa báo xuân 櫻草花
hoà bình 和平
hoa bướm 三色堇，三色紫羅蘭
hoa cẩm chướng 康乃馨
hoa cỏ lưu ly 勿忘我
hoa cúc 菊花
hoa đỗ quyên 杜鵑花，無窮花
hoá đơn 帳單
hóa đơn 帳單
hóa đơn điện thoại 電話帳單
hóa đơn gốc 原始發票
hoa giọt tuyết 雪花蓮
hoa héo 枯萎的花
hóa học 化學
hoa hồng 薔薇，玫瑰
hoa huệ tây 百合花
hoa kim trân 金盞花
Hoa Kỳ 美國
hoa lan dạ hương 風信子
hoa lay-ơn 劍蘭
hoa loa kèn 百合花
hoa mắt 頭暈
hoa mẫu đơn 牡丹
hoa mộc lan 木蘭
hoa mỹ kỳ cục 巴洛克風格
hoà nhã 和藹的
hoa nhài mùa đông 迎春花

hoa ông lao 鐵線蓮

hoa păng-xê 三色堇，三色紫
　羅蘭

hoa phong lữ 天竺葵

họa sĩ 畫家

họa sĩ vẽ màu nước 水彩畫家

hoa tai 耳環

hỏa táng 火葬

hòa tấu bốn bè 四重奏

Hỏa tinh 火星

hoa tú cầu 繡球花

hóa thạch 化石

hóa thạch học 化石學

hòa thanh 和聲

hoa thược dược 大麗花，天
　竺牡丹，芍藥花

hoa trà 山茶花

hóa trang 化妝

hoa uất kim hương 鬱金香

hoa văn cẩm thạch 大理石花
　紋的

hoa vi-ô-lét 紫羅蘭

hoa xa cúc 矢車菊

hoàn cảnh 環境

hoàn hảo 完美的

hoan hô 鼓掌，歡呼，喝彩

hoan hô Maria 萬福瑪利亞

hoàn lại 退款

hoãn lại 延期，休庭

hoàn thành học nghiệp 完成
　學業

hoãn thi hành án 緩刑

hoàn trả khoản vay thế chấp
　償還抵押貸款

hoang 荒地

hoàng đạo 黃道帶

hoàng hôn 日落

hoang mạc 荒漠

hoàng tử 王子

hoành độ 橫坐標

hoạt bát 活潑的，輕快的

hoạt bát hăng hái 活潑的

hoạt động tập thể 集體活動

hoạt động vui chơi giải trí 娛
　樂活動

hoạt hình 動畫

hoạt họa 動畫

học 了解，學習

học bổng 獎學金

học hàm 稱呼，頭銜

học kỳ 學期

học phí 學費

học rộng 博學的

học sinh 學生

học sinh tiểu học 小學生

học sinh trung học 中學生

học tập 學習

học theo quý 學季

học vị 學位

học viện 學院

học viện âm nhạc 音樂學院

hỏi 詢問

hỏi số 問號碼，查號

hói 禿頭的

hỏi đáp giáo lý 教義問答集

hòm 大箱子，旅行箱

hòm phiếu 投票箱

hòn đảo 島，島嶼

hòn tuyết 雪球

họng 喉嚨，咽喉

hoócmôn 荷爾蒙，內分泌

họp 開會

họp báo 新聞發布會

hồ 湖；漿

hổ 虎

hồ bột 漿

hồ cứng 上漿的

hộ chiếu 護照

hồ chứa 水庫

hộ lý 護士

hồ sơ 輪廓，文件，檔案

hổ thẹn 羞恥的

hỗ trợ giảng dạy 教學輔助

hỗ trợ kỹ thuật 技術幫助

hỗ trợ pháp lý 法律援助

hỗ trợ xã hội 社會援助

hốc hác 憔悴的

Hôh-hót 呼和浩特

hôi 發臭的，腐臭的

hội chứng suy giảm chức
　năng miễn dịch 愛滋病

hối đoái 匯兌

hội đồng 委員會

hội đồng bộ trưởng 部長委員會

Hồi giáo 回教，穆斯林，伊
　斯蘭教

hội họa 畫畫，繪畫

hồi ký 回憶錄

hối lộ 行賄，受略
hối lỗi 懺悔式
hội nghị 會議
hội nghị chuyên đề 學術報告會
hội nghị truyền hình 電視會議
hội nghị trực tuyến 電話會議
hối phiếu 匯票
hối phiếu ngân hàng 銀行匯票
hồi phục 康復，恢復
hội thảo 研討會
hội thoại 對話，會話
hôm kia 前天
hôm nay 今天
hôm qua 昨天
hôn 親吻，吻
hôn nhau 接吻
hôn nhân 婚姻
hôn phu 未婚夫
hôn thê 未婚妻
hỗn xược 輕率的
hồng 甕
Hồng Công 香港
hồng ngoại tuyến 紅外線
Hồng y giáo chủ 紅衣主教
hộp 盒子，盒，箱
hộp các tông 紙板盒
hộp cắt dín 剪貼板
hộp công cụ 工具箱
hộp đồ chơi 玩具盒
hộp gỗ 木盒
hộp mực 墨盒
hộp mực in 印表機墨水匣
hộp sắt tây 罐，聽
hộp thiếc 鐵盒
hộp thuốc 醫藥箱
hộp thư 信箱
hộp tròn 圓盒
hộp xà bông 肥皂盒
hộp xích 鏈盒
hột cơm 疣，肉贅
hờ hững 不感興趣的
hơi 汽，水蒸氣
hơi cay 催淚瓦斯
hơi độc làm tê liệt thần kinh 神經性毒氣
hơi đốt 氣體，煤氣
hơi nóng 有點熱
hơi nước 汽，水蒸氣
hợp âm 和弦

hợp ca 合唱
hợp chất 化合物
hợp diễn xướng hát 歌唱節
hợp đồng 合約
hợp đồng bảo hiểm 保險單
hợp đồng làm việc 工作合約
hợp lý 明理的
hợp nhất 合併
hợp tình hợp lý 合情合理的
hợp tuyển 選集
hợp xướng 合唱
hũ 罐子
hú 嚎，嗥叫
huấn luyện 訓練
huấn luyện viên 訓練員，教練
Huế 順化
hung dữ 激烈的，狂怒的
hung hăng 衝動的，好鬥的
húng quế 羅勒
hung tợn 激烈的
hung thủ 凶手
Hung-ga-ri 匈牙利
hút thuốc 抽煙
hủy 取消
huỷ bỏ 取消
hủy bỏ đăng ký 取消訂閱
huy chương 徽章
huy chương vàng 金牌
hủy đặt mua 取消訂閱
huy hiệu 徽章
hủy tài khoản 取消帳戶
huyền thoại 神話
huyết áp 血壓
huyết áp cao 高血壓
huyết quản 血管
hư hỏng 故障
hư không 徒然的
hư số 虛數
hứa 承諾
hương 香，芳香，香味
hướng 方向
Hương Cảng 香港
hướng dẫn 指示
hướng dẫn sử dụng 手冊
hương sen tắm 淋浴器
hướng tới 向，朝
hương thảo 迷迭香
hưởng thụ 樂趣，享受
hương vị 味道，滋味

hươu 鹿
hươu cao cổ 長頸鹿
hữu cơ 有機的
hữu hiệu 有效的
hữu nghị 友誼
Hy Lạp 希臘
hy sinh 獻祭，聖餐
hy vọng 希望
Hyđrô 氫

I i

ích kỷ 自私自利的
im đi 閉嘴
im lại 安靜
im lại im 閉上嘴
im lặng 保持安靜，沉默，沉默的
in 影印，印刷
in ấn 影印，印刷
In-đô-nê-xi-a 印尼
insulin 胰島素
Internét 網際網路
inxulin 胰島素
inh tai 聲音刺耳
iốt 碘
I-ran 伊朗
I-rắc 伊拉克
ít 少的，小的
ít hơn 較少，小於
I-ta-li-a 義大利
I-xra-en 以色列

J j

judô 柔道

K k

kali 鉀
karate 空手道
kẻ bi quan 悲觀主義者
kẻ buôn ma tuý 毒品交易者，毒品販
kẻ côn đồ 歹徒，亡命徒
kẻ cướp 搶劫犯
kẻ độc tài 獨裁者
kẻ đồng loã 同伙，幫凶
kẻ gây rối loạn 惹麻煩的人
kẻ giả mạo 偽造者

kẻ giết người 刺客，殺人犯，殺手
kẻ giết thuê 僱用的殺手
kẻ hiếp dâm 強姦犯
kẻ ích kỷ 自我主義者
kẻ khủng bố 恐怖主義者
kẻ lạc quan 樂觀主義者
kẻ móc túi 扒手
kẽ nứt 裂隙
kẻ phá rối 惹麻煩的人
kẻ phạm pháp vị thành niên 少年犯
kẻ phóng hoả 縱火犯
kẻ sọc 條紋的
kẻ tấn công 攻擊者
kẻ theo đồng tính luyến ái 同性戀者
kẻ theo chủ nghĩa phân biệt chủng tộc 種族主義者
kẻ tòng phạm 同犯，幫凶
kẻ thù 敵人
kẻ trộm 賊，小偷
kẻ yếm thế 悲觀主義者
kem 冰淇淋；奶油；乳膏，霜
kem bôi tay 護手霜
kem cạo râu 刮鬍膏
kém cỏi 卑鄙的
kem chống nhăn 抗皺霜
kem dưỡng ẩm 保濕露
kem đánh răng 牙膏
kem gội đầu 髮乳
kem mặt 面霜
kèm theo 附有
kén 蠶繭
kèn ácmônica 口琴
kèn clarinét 單簧管，黑管
kèn dài 長號
kèn fagốt 巴松
kèn ga yê 伽倻琴
kèn lớn 大號
kèn nhỏ 小號
kèn ôboa 雙簧管
kèn tuba 大號
kèn túi Ê-cốt 風笛
kèn trompét 小號
kèn trômbôn 長號
kèn xácxô 薩克斯
kéo 剪刀；拉，拖動
kẹo 糖果

kéo dài 持續，加長
kéo dài việc thi 延後判決
keo dán 膠水
keo hồ 膠水，漿糊
keo kiệt 吝嗇的
kẹo sôcôla 巧克力糖
keo tóc 髮膠
kéo xe đi 拖車
kép 雙倍的
kẹp tóc 髮夾
két 箱，櫃
két an toàn 保險櫃，保險箱
két nước 水箱
két ngân hàng 銀行保險櫃
kệ 架子
kệ bếp 廚房架
kể chuyện 敘事
kể chuyện tiếu lâm 講笑話
kê đơn 開藥，處方
kể một câu chuyện 講故事
kệ sách 書架
kế toán 會計
kế toán học 會計學
kế toán trưởng 特許會計師
kể từ ngày hôm qua 從昨天
kể từ thứ hai 從星期一
kế thừa 繼承
kệ ủi đồ 熨衣板
Kê-ni-a 肯亞
kênh 海峽；頻道；水路，渠，
    運河
kênh công cộng 公共頻道
kênh thương mại 商業頻道
kết án 判決
kết cấu 結構
kết hôn 已婚
kết hôn với 和…結婚
kết luận 結論
kết nối 連接，接通，鏈接
kết nối với 連接
kết quả 結果
kết toán séc 支票結算
kết thúc 結束，結尾
kêu 喊，叫
kêu ca 抱怨
kêu la 吼，咆哮，叫喊，哭
kêu meo meo 喵喵地叫
kêu ộp ộp 呱呱地叫
kêu ré lên 尖叫

kêu to 呼喊
kêu the thé 尖叫
kêu thét 尖叫
kêu vo vo 嗡嗡叫，營營響
kêu xủng xẻng 叮噹
kịch 劇，戲，戲劇
kịch bản 劇本
kịch câm 啞劇
kích cỡ 尺寸，尺碼，大小
kích động 挑釁的，煽動的
kịch hài 喜劇
kịch một vai 獨白
kịch nói 話劇，戲劇
kích thích tố cái 雌性激素
kịch thoại 話劇，戲劇，喜劇
kích thước 尺碼
kịch vui 喜劇
kiếm được 掙得
kiểm soát súng ống 槍械控制
kiểm tra 檢查
kiểm tra an ninh 安全檢查
kiểm tra chính tả 拼寫檢查
kiểm tra dầu 檢查油
kiểm tra hành lý 行李檢查
kiểm tra hộ chiếu 護照檢查
kiểm tra ngữ pháp 語法檢查
kiểm tra sức khỏe 體格檢查
kiểm tra thị lực 視力測試
kiện 起訴，訴諸法律
kiên định 堅定的，堅信的
kiện hàng 包裹
kiến nghị 提議
kiên nhẫn 耐心
kiện tụng 好爭論的，好打官
    司的
kiến thức 知識
kiến trúc 建築
kiến trúc học 建築學
kiến trúc sư 建築師
kiêng 禁慾
kiêng khem 禁慾
kiệt tác 傑作
kiêu căng 傲慢的，自負的
kiểu Địa Trung Hải 地中海式
kiêu kỳ 傲慢的
kiêu ngạo 傲慢的，自負的
kiểu phong cách nghệ thuật
    rôcôcô 洛可可風格
kiểu tóc 髮型

ki-lô-gam 千克／公斤
ki-lô-gờ-ram 千克／公斤
kilômét 千米
kilômét khối 立方千米
kilômét vuông 平方千米
kim 一針，縫線，針頭，指標
kìm 鉗子
kim cương 鑽石
kim dài 長針
kim đồng hồ 指針
kim giờ 短針
kim khí 五金
kim loại 金屬
kim ngắn 短針
kim phút 長針
Kim tinh 金星
kim tự tháp 金字塔
kính 眼鏡
kính áp tròng 隱形眼鏡
kinh Cô-ran 古蘭經
kính che gió 擋風玻璃
kinh doanh 經營
kinh đạo Hồi 古蘭經
kinh độ 經度
kính hiển vi 顯微鏡
kinh mát 風鏡
kinh ngạc 驚奇
kính ngắm 取景器
kinh nghiệm làm việc 工作經歷
kinh nguyệt 月經
kính râm 太陽鏡
kinh tế 經濟
kinh tế học 經濟學
kinh tuyến 子午線
Kinh Thánh 聖經
kính thưa quý bà 尊敬的女士
kính thưa quý ông 尊敬的先生
kính trọng 恭敬的
kịp thời 及時
Kitô giáo 基督教
kỳ cục 古怪的
kỳ dị 異想天開的
kỳ diệu quá 了不起
ký hậu 背書
ký hậu để trắng 空白背書
ký hiệu 符號
ký hiệu nốt 圖符
kỳ lạ 異想天開的
kỷ lục 紀錄

kỷ niệm năm tròn 周年紀念
kỷ niệm ngày sinh nhật 過生日
kỳ nghỉ 假期，休假，節假日
kỷ nguyên 紀元
kỳ quái 異想天開的
kỹ sư 工程師
ký tên 簽名，簽字
kỹ tính 死板的
ký tự 字節
kỳ thi tuyển sinh 入學考試
kỹ thuật 技術
kỹ thuật công trình 工程學
kỹ thuật số 數字式，數字式的，
    數字式的，數位的
ký thuật thông tin 信息技術
kỹ thuật viên 技術員
kỹ thuật viên âm thanh 音響師
ký ức 記憶

KH kh

khá 相當
khác thường 反常的
khách du lịch 旅遊者，遊人
khách hàng 顧客，主顧，客戶
khách sạn 旅館
khách sạn năm sao 五星級旅館
khách sạn phổ thông 普通旅館
khách sạn sang trọng 豪華旅館
khai báo 申報
khai man 偽誓，偽證
khái niệm 概念
khai sáng 啟蒙運動
khai thác than 採煤
khai vị 開胃
khán giả 觀眾
kháng cáo lên tòa án 上訴法庭
kháng nghị 抗議
kháng nghị phản đối hạt nhân
    反核抗議
kháng sinh 抗生素
khảo cổ học 考古學
khát 渴，口渴
khay 茶杯托，托盤
khắc axit 蝕刻
khắc nặn 雕塑
khăn 毛巾
khăn ăn 餐巾
khăn ăn vệ sinh 衛生巾
khăn choàng 方形披肩

khăn lau 毛巾
khăn mặt 毛巾
khăn phủ giường 床罩
khăn san 方形披肩
khăn tay 手絹
khăn tắm 毛巾
khăn trải bàn 桌布
khăn trải bàn ăn 桌布
khăn trải giường 床單
khẳng định 肯定
khăng khăng 堅定的
khâu 縫，縫紉
khẩu cung 口供
khẩu hiệu 口號
khấu trừ 扣除
khe vào đồng tiền 投幣孔
khen ngợi 稱讚，誇獎，讚揚
khéo léo 機靈的，足智多謀的
khi 當…時
khỉ 猿，猴子
khỉ đầu chó 狒狒
khỉ độc 大猩猩
khí độc 毒氣
khí hậu 氣候，天氣
khi nào 什麼時候
khí quản 氣管
khí quyển 大氣，大氣層
khí thắp 煤氣
khí thể 氣體，煤氣
khí thiên nhiên 天然氣
khích lệ 鼓勵
khiếm nhã 下流的
khiêm nhường 謙卑的
khiêm tốn 謙虛的
khiêu khích 挑釁的，煽動的
khiếu nại 抱怨，投訴，不滿
khiêu vũ 跳舞，舞蹈
khinh khí 氫，氫氣
khinh khỉnh 鬱悶的
khinh suất 考慮不周的，輕佻的
kho 倉庫
khó chịu 不舒服，不愉快，困
  惱的，為難的，令人厭煩的
khó khăn 困難
khó ở 不舒服
kho số liệu 數據庫
khó tiêu 消化不良
khoa 系，科
khoá 關上，鎖定

khoa công trình kỹ thuật 工
  程學系
khoa học 自然科學
khoá học 課程
khóa học bồi dưỡng chuyên
  môn 專業課程
khóa học buổi tối 晚間課程
khóa học hàm thụ 函授課程
khoa học máy tính 電腦科學
khoa học máy vi tính 電腦科
  學
khoa học tông tin 通訊科學
khoa học tự nhiên 自然科學
khoá kéo 拉鎖
khoa kiến trúc 建築系
khoa kinh doanh và thương
  mại 商業系
khoa khoa học tự nhiên 自然
  科學系
khoá lại 鎖定
khoa luật 法學系
khoa mục cơ bản 基礎科目
khoa ngoại ngữ 外語系
khoả thân 裸體
khóa trình 課程
khoa trung văn 中文系
khoa trương 虛誇的，浮誇的
khoa văn 文科
khoác lác 愛炫耀的
khoai tây 土豆
khoai tây chiên 炸薯條
khoan 鑽頭
khoan dung 容忍
khoản vay lớn 大額貸款
khoảng 約，大約
khoảng cách 距離
khoang đổ bộ 登月艙
khoang máy bay 機艙
khoang miệng 口腔
khoáng sàn 礦物
khóc 哭
khóc lóc 哭
khoẻ 健康的
khoe khoang 愛炫耀的，虛誇
  的，浮誇的，自負的
khoẻ mạnh 健康的，強健的，
  強壯的
khỏe mạnh cường tráng 堅強的
khói 煙

khỏi bệnh 恢復，痊愈
khô 乾的，乾燥的
khổ 尺寸，尺碼，大小
khổ người 體格
khổ sở 失調
khối bốn mặt 四面體
khối cầu 球體
khối đa diện 多面體
khôi hài 開心的
khối hai mươi mặt 二十面體
khối mười hai mặt 十二面體
khối người trung bình 中等
　個的
khối nhiều mặt 多面體
khối tám mặt 八面體
khối u 腫瘤
khôn 聰明伶俐的
khôn ngoan 聰明伶俐的
không 不；零
không ... cũng không 既不…
　也不…
không bao giờ 從不
không bận rộn 不慌張的
không bình thường 不尋常的
không có 沒有
không có ... nào 沒有任何
không có ai 沒有一個
không có cảm giác 感覺遲鈍的
không có gì 沒關系，沒有任何
không có gì để khai báo 沒有
　申報的東西
không có lễ độ 沒禮貌的
không có nghi ngờ nào 毫無
　疑問
không có răng 無齒的
không có tội 無罪，無辜
không có vấn đề 沒問題
không còn 不再
không chắc 不確定
không chủ tâm 不由自主的
khống chế 控制
không chịu được 受不了
không dây 無線的
không để tâm 不介意
không để ý tới 魯莽的
không đến nơi đến chốn 懶
　散的
không đồng ý 不同意
không đủ chứng cứ 證據不足

không đủ năng lực 無能的
không đúng quy cách 不規則的
không được 不行
không được tính điểm 進球
　無效
không được tốt lắm 不好
không gian 太空，空間
không gian ba chiều 三度空間
không hài lòng 不滿意的
không hiểu 不明白
không kiềm chế được bài tiết
　大小便失禁
không khí 空氣
không khoan nhượng 零忍耐
không lo 粗心大意
không lo âu 魯莽的
không lồ 巨大的
không may 不幸地
không muốn 不想
Không nên khách khí! 不客
　氣！請別客氣！
Không nói chuyện vô nghĩa!
　別胡說八道！
không nơi nào 沒有任何地方
không nhạy cảm 感覺遲鈍的
không ở đâu 沒有任何地方
không phải như vậy 不是那樣
không phẳng 不平的
không quả quyết 優柔寡斷的
không quan tâm 冷漠的，漠
　不關心的
không quan tâm đến 不感興
　趣的
không quan trọng 沒關系
không sao 不客氣，沒關系
không tồi 不錯
không tuân thủ 不墨守成規的
không thanh nhã 不優雅的
không thể có được 不可能
không thể chấp nhận 不可接
　受的
không thể chịu nổi 無法忍受的
không thể được 怎麼可能
không thể làm được 不可能
không thể tin được 難以置信
không thể xảy ra được 不可能
không thích 不喜歡
không thường xuyên 不時發
　生的

không trong suốt 不透明的

không trung thành 不忠誠的

không trung thực 不誠實的，不正直的

không vội vàng 不慌張的

không vui vẻ 不愉快

không vừa khít 寬鬆的

khờ dại 傻的

khờ khạo 天真的

khởi động 啟動

khởi động xe 啟動車

khởi hành 開行，離開，出發

khởi nghĩa 起義，叛亂

khởi tố 起訴

khớp xương 關節

khu 街區，區，帶，地帶，地區

khu có dãy núi 山多的

khu hút thuốc 吸煙區

khu không hút thuốc 無煙區

khu ổ chuột 貧民區

khu sầm uất 鬧市區，市中心，商業區

khu thành phố 城市街區

khu thương mại 商業區，市中心，商業區

khu vực 地方，地域，地區，區域

khu vực tiêu điều 蕭條地區

khuẩn que 細菌，病菌

khuất phục 卑屈的，屈從的

khuấy 攪拌

khúc bi thương 挽詩

khúc khuỷu 崎嶇的

khuếch trương 加大

khúm núm 卑躬屈膝的，奉承拍馬的

khung 框架

khung ảnh 相框，相架

khủng bố sinh học 生物恐怖主義

khung cửa 門邊框

khung cửa sổ 窗框

khủng hoảng năng lượng 能源危機

khung tranh 畫框

khung vẽ 圖畫框

khuôn mặt hốc hác 憔悴的臉

khuôn mặt thân thiết 和藹的面孔

khuôn mặt tròn 圓臉

khuôn mặt vui vẻ 快活的面孔

khuôn mẫu 圖案

khuy 鈕扣

khuy măng sét 袖口鏈扣

khuyên can 勸阻

khuyến khích 鼓勵

khuỷu tay 肘

khứ đàm 祛痰劑

khử độc 解毒

khứu giác 嗅覺

L l

lá 葉子

la bàn 指南針

lá cây 樹葉

là đủ 充足

la hét 喊，叫

la hét 呼喊

lạ lùng 古怪的，奇怪的

lá xả 香葉

lạc đà 駱駝

lạc đề 離題

lạc quan 樂觀的

lách 脾，脾臟

la-de 雷射

lãi đơn 單利

lãi kép 複利

lãi suất 利息

lại sức 康復，恢復

lái xe 駕駛，開車

làm bãi công 進行罷工

làm bài tập 解題

làm bảng 製表格

làm cho hạnh phúc 賜福於，賜福於

làm chứng 證明，證實

làm dài 加長

làm dấu chữ thập 用手畫十字

lạm dụng ma túy 濫用毒品

làm đứt quãng 打斷

làm gián đoạn 打斷

làm kem 攪奶油

làm kén 蠶繭

làm kinh ngạc 使驚奇

làm khô 弄乾

làm lành 醫治，治癒

làm lớn hơn 放大

làm mất vui 令人不快的

làm ngạc nhiên 使驚奇
làm ơn để tôi đi qua 借過
lạm phát 通貨膨脹
làm phiền 困惱的，為難的，
　令人厭煩的；勞駕
làm rối rắm 混淆的
làm rộng 加大
làm sinh sôi nẩy nở 生殖，繁殖
làm tắc thở 噎，哽
làm tức 令人厭煩的
làm thành hai bản 複製
làm thoả mãn 滿足
làm trung chuyển 中轉
làm văn 作文
làm việc ban đêm 夜間工作
làm việc tại một ngân hàng
　在銀行工作
làm việc theo ca 輪班工作
làm việc thêm giờ 加班
làm vừa lòng 滿足
làm vườn 園藝
La-mã 羅馬
lan can 欄杆，扶手
làn sóng ngắn 短波
làn sóng phát thanh 電波
làng 村子
lạng 切成片
lãng mạn 多情的
lang thang 浪蕩的
lảng tránh 推托的，逃避的
lanh 亞麻布，亞麻線
lạnh 冷，涼
lãnh đạo 領袖
lành mạnh 健康的
lãnh sự quán 領事館
lành tính 良性的
lãnh tụ 領袖
lãnh thổ 領土
Lào 寮國
Lào Cai 老街
lao vào 跳躍
láo xược 粗魯，輕率
Lạp Tát 拉薩
lạp xường 香腸
lát mỏng 片
láu cá 狡猾的
la-va-bô 洗臉盆，洗手池
lắc 握，甩
lắc đầu 搖頭

lăn xuống 下
lăng mộ 墓
lắng nghe 聽
lăng trụ 棱柱
lăng trụ đều 規則棱柱
lăng trụ thẳng 正棱柱
lăng trụ xiên 斜棱柱
lắp bắp 結結巴巴的
lắp đặt cố định 固定裝置
lặp lại 複述，重複
lắp ráp 安裝
lần 次數
lẫn lộn 混淆的
lần nữa 又，再
lần tràng hạt 念珠
lẩn tránh 躲避，推托，逃避
lập dị 古怪的
lập gia đình 結婚
lập kỷ lục 創造紀錄
lập lánh 閃亮，閃耀，閃爍
lập pháp 立法
lập quyên 募捐
lập thể 立體
lập trình 程序編制
lập trình vi phạm bản quyền
　盜版程式
lập trình viên 程式設計員，
　程式員
lậu 淋病
lầu chuông 鐘樓
lâu dài 長期地
lâu đài 塔，樓塔
lấy 抓住
lầy bùn 泥濘的
lầy lội 泥濘的
lấy mẫu giám định 取證，物
　證技術
lây nhiễm 傳染，感染
lẻ 零
len 毛料，羊毛
len chưa gia công 未加工的
　羊毛
leng keng 叮噹
leo núi 登山
lê 梨
lề 邊
lễ ban thánh thể 聖餐式
lễ hội 節日
lễ kiên tín 按手禮，堅信禮

lễ kỷ niệm tròn năm 週年紀念
lễ Mi-xa 彌撒
lễ nghi 儀式，禮拜式
lệ phí đăng ký 註冊費
lệ phí đường 通行稅
Lễ Phục sinh 復活節
lễ rửa tội 洗禮，浸禮
lễ sinh 祭壇侍者
lễ tang 葬禮
lề trang 空白，欄外
léch théch 邋遢的
lên 攀登
lên cao 攀爬，上
lên cơn 發作
lên dây 上弦
lên dốc 上坡
lên đường 開行，離開
lên giọng 提高嗓門
lên lớp 上課;升級，通過
lên máy bay 登機
lên men 發酵
lệnh bắt giữ 逮捕令，拘票
lệnh giới nghiêm 宵禁
lệnh lập trình 程序命令
lệnh trợ giúp 幫助命令
lều 帳篷
lêu lổng 浪蕩的
lêu nghêu 瘦長的
Li-băng 黎巴嫩
Li-bê-ri-a 賴比瑞亞
Li-bi 利比亞
lịch 日曆
lịch sử 歷史
lịch sự 舉止得體的，有禮貌
　的，文雅，禮貌
lịch sử học 歷史學
lịch trình 時間表，時刻表
liêm khiết 廉潔的
liên bang 聯邦
Liên Hiệp Quốc 聯合國
liên hợp 聯合
liên kết 連接
liên minh 聯盟
liên quan với 涉及
liên từ 連接詞
liên vận 聯運
liếp ngăn 隔牆，隔板
liều 劑量，服用量
liễu 柳

liều lượng 劑量，服用量
liễu rủ 垂柳
linh 零
linh cẩu 鬣狗
linh dương 羚羊
lính gác 警衛
linh hoạt 靈活的
linh mục 牧師
linh sam 冷杉
lĩnh vực 領域
lít 升
lít Anh 夸脫
Lít-va 立陶宛
Li-xbon 里斯本
lò 廚灶，爐灶
lọ 罐，罐子，聽
lo âu 焦慮，憂悶
lò bếp 灶具
lọ bông 花瓶
lo lắng 擔憂的，焦慮的
lò nướng 烤箱
lò nướng bánh 烤麵包機
lò phản ứng hạt nhân 核反應爐
lò phản ứng nhiệt hạch 聚變
　反應爐
lò sưởi 暖炕
lò vi sóng 微波爐
lò xo 彈簧
loa 揚聲器，播音喇叭
loài 等級，物種
loại bỏ 消除，移除
loài bò sát 爬行動物
loài người 人類
loại vi khuẩn 細菌，病菌
loạn nhịp tim 心律不整
loét 潰瘍
lòng bàn tay 手掌，手心
lòng chân thành 誠摯
lòng dạ hẹp hòi 心胸狹窄的
long đờm 祛痰劑
lóng lánh 閃亮，閃耀
lòng mộ đạo 虔誠
lòng sùng đạo 虔誠
long trọng 嚴肅的，莊重的
lỗ 洞，孔
lỗ chân lông 毛孔
lỗ đen 黑洞
lỗ mũi 鼻孔
lộc 蓓蕾

lô-ga-rít 對數
lôgíc 邏輯
lỗi 錯誤，過失
lối 式
lối đi bộ 步道
lối đi có mái vòm 拱道
lối đi giữa các dãy ghế 通道
lỗi in 排印錯誤
lối ra 出口
lối ra khẩn cấp 緊急車道
lối so sánh 明喻
lối thoát 太平梯，安全出口
lối thoát khẩn cấp 緊急出口
lôi thôi quá 真累贅
lối vào 入口，大門
lối vào tàu điện ngầm 地鐵站入口
lốm đốm 有點子的
Lônđôn 倫敦
lông 毛
lồng chim 鳥籠
lộng lẫy đấy tuyệt vời 太精彩了
lông mày 眉毛
lông mi 眼睫毛
lồng nhạc 配音樂
lồng tiếng 配音
lông vũ 羽毛
lốp bốp 格格響
lốp dự phòng 備用輪胎
lốp xe 輪胎
lợi 牙齦
lời báng bổ 不敬，褻瀆
lời bào chữa 辯解
lời chúc mừng 祝賀
lời dạy bảo 戒律
lời đáp 回答
lời hỏi thăm 問候
lời hứa 諾言
lời kịch 台詞
lời khai 口供，證詞
lời khuyên 建議
lời mào 開場白
lời mào đầu 開場白
lời mời 邀請
lời nói 講話，發言
lời nói bóng 諷喻
lời nói dối 謊言
lời nói đầu 序言

lời nói hiểm độc 惡語
lời nguyền 誓約
lợi nhuận 獲利，利潤，營利
lợi nhuận ròng 淨利
lời phán quyết 判決，裁決
lời phát biểu 講話，發言
lợi răng 牙齦
lợi tiểu 利尿劑
lời tuyên án 判決，裁決
lời thăm hỏi 問候語
lời thề 誓約
lớn 大，大的，巨大的
lớn hơn 大於
lớn lên 變大，長大，增長
lợn nái 母豬
lớn nhất 最大的
lớp 班，級，年級
lớp hai 二年級
lớp học 功課，課，教室
lớp một 一年級
lũ lụt 洪水
lụa 絲，綢
lúa mạch 大麥
lúa mì 小麥
luận án 論文
luận văn 論文
Luân-đôn 倫敦
luật dự thảo 議案，法案
luật học 法學
luật sư 律師
luật sư bào chữa 辯護律師
luật sư do tòa án chỉ định 法庭指定律師
lúc 片刻，時刻
lục địa 大陸，大洲，陸地
lúc đó 那時
lúc hoàng hôn 黃昏
lúc nửa đêm 在半夜
lúc tảng sáng 黃昏
Lúc-xăm-bua 盧森堡
lùi xe 倒車
lúm đồng tiền 酒窩，靨
lùn 矮的
luộm thuộm 懶散的
luôn luôn 總是，一直
luống cày 犁溝，車轍
luống hoa 花床
luồng hơi mạnh 湍流
luỹ thừa 冪

lũy thừa bậc ba 立方
luyện tập 練習
lửa 火
lứa 一窩
lừa bịp 作弊
lưng 背，背部
lưng ghế 椅背
lược đồ 略圖
lưỡi 舌，舌頭
lưới 網
lười biếng 懶惰的
lưỡi câu 魚鉤
lưỡi dao 刀刃，刀身
lưỡi dao cạo 刮鬍刀片
lưới tóc 髮網
lươn 鰻魚，鱔魚
lượn sóng 起伏的
lương 工資，薪水
lượng giác hình học 三角幾何
lượng giác học 三角學
lương khởi điểm 起薪
lưỡng lự 優柔寡斷的
lương thực 糧食
lướt qua 擦過，觸及，瞥視
lướt qua ai đó 瞥一眼某人
lướt sóng 沖浪
lướt tìm 搜尋資料
lựu đạn 手榴彈
lưu huỳnh 硫磺
lưu trữ 保存
lưu trữ hồ sơ 檔案
ly 玻璃杯
ly dị 離婚，離異
lý do 原因
ly hôn 離婚
ly hôn với 與…離婚
lý lịch 履歷
lý lịch cá nhân 個人簡歷
lý tưởng chủ nghĩa 理想主義的
lý thuyết lượng tử 量子論
lý thuyết tương đối 相對論

M m

má 臉頰，面頰
mã bưu chính 郵遞區號
Ma Cao 澳門
mã hóa 加密
má hồng 紅潤的面頰
má kẹp 訂書釘

mã lực 馬力
mã ngân hàng 銀行代碼
má nhợt nhạt 蒼白的面頰
ma quỷ 魔鬼
ma túy 毒品
mã vạch 條碼
mã vùng 區號
Mạc Tư Khoa 莫斯科
mạch 脈搏
mạch máu 血管
mạch tổ hợp 積體電路
Ma-đrít 馬德里
magiê 鎂
magiê xítríc 檸檬酸鎂
mai 杏
mái chèo 槳，櫓
mại dâm 賣淫
mái nhà 房頂
Ma-lai-xi-a 馬來西亞
màn 幕，帷幕
màn hình 螢幕，銀幕
màn hình cảm ứng 觸控螢幕
màn hình siêu nét 高解晰電視
mãn kinh 停經，絕經
mandôlin 曼陀林
Man-ta 馬爾他
mang 拿來，提起，帶
màng 膜
máng 溝壑，溪谷
mạng 網，網絡;織補
mang cá 魚鰓
mạng che mặt 面紗
mạng Internét 英特爾，網際
    網路
mang lại 帶來
mạng lưới 網絡
mạng lưới truyền hình 電視
    網絡
máng nước 路溝
màng nhầy 膜
mạng nhện 蜘蛛網
màng nhĩ 耳鼓
mạng phát thanh 電台廣播網
mang thai 懷孕，妊娠，有孕
mang trở lại 拿回
máng xối 路溝
mảnh dẻ 纖弱的
mảnh đất 陸地
mạnh khoẻ 精力旺盛的，體
    格強健

mạnh mẽ 強壯的
mào gà 雞冠
mạo hiểm 冒險
mạo từ 冠詞
mạo từ không xác định 不定冠詞
mạo từ xác định 定冠詞
Ma-rốc 摩洛哥
mát mẻ 涼的
Mát-xcơ-va 莫斯科
màu 色澤
máu 血，血液
màu bạc 銀色
màu da cam 橙色
màu hoa cà 木槿紫
màu hồng 粉紅
màu mận 紫紅色
màu nâu 褐
màu nước 水彩
màu ngà 象牙白
màu ngọc lam 青綠色，綠松石色
màu sắc 顏色
màu sôcôla 巧克力色
màu vàng 黃
màu vàng nhạt 檸檬黃
màu xám ngọc trai 珍珠灰
màu xanh nhạt 淡藍
màu xanh sẫm 深藍
Ma-xê-đô-ni-a 馬其頓
máy ảnh 照相機
máy ảnh số 數位相機
máy áo đăng 投影機
máy áo đăng cao 高射投影機
máy bán vé 出票機
máy bay 飛機
máy bay trực thăng 直升機
máy băm thịt 絞肉機
máy biến thế 變壓器
máy bóc vỏ khoai tây 土豆去皮刀
máy bơm 泵
máy cát xét 卡帶播放機
máy cắt cỏ 割草机
máy chạy đĩa CD 光碟燒錄機
máy chót 终端
máy chủ hệ phục vụ 服務器
máy chữ 打字機
máy chữa răng 牙齒矯正器

máy dập ghim 訂書機
máy đèn chiếu 幻燈機，幻燈片機，投影儀
máy đèn chiếu cao 高射投影機
máy điều nhiệt 恆溫器
máy đọc quang học 光讀器
máy đọc thẻ nhớ 讀卡機
máy fax 傳真機
máy gặt cỏ 割草機
máy ghi âm 錄音機
máy ghi đĩa CD 光碟燒錄機
máy ghi điện thoại 電話答錄機
máy ghi hình 錄影機
máy gọi BP 機，B.B.Call
máy giám sát 監視器
máy giặt 洗衣機
máy giữ độ ẩm không khí 加濕器
máy hút bụi 吸塵器
máy in 印表機
máy in la-de 雷射印表機
máy in màu 彩色印表機
máy in phun mực 噴墨印表機
máy khâu 縫紉機
máy khoan 打孔器
máy khuếch đại 放大器
máy làm kem 冷凍櫃
máy làm nóng 加熱器
máy lạnh 空調
máy lọc 濾器，濾紙
May mắn thật! 太幸運了！
máy nghe CD cầm tay 隨身CD播放器
máy nghe DVD DVD播放機
máy nghe nhạc mp3 MP3播放機
máy nghiền 搗碎器
máy nghiền khoai tây 土豆搗爛器
máy nhớ chỉ đọc 只讀記憶存儲器
máy phát điện 發電機
máy phô-tô 影印機
máy quay ảnh mạng 網路攝影機
máy quay camera 攝影機
máy quay phim 攝影機（電影）

máy quay phim kỹ thuật số 數位攝影機

máy quét 掃描器

máy rút tiền tự động 自動櫃員機

máy rửa chén 洗碗機

máy sao chụp 影印機

máy sấy 乾燥器

máy sấy quần áo 衣服烘乾機

máy sấy tóc 吹風機

máy tiếp hợp 適配器

máy tính 計算機

máy tính tiền 收款機

máy tính tiền đậu xe 停車計時器

máy tính trạm 工作站

máy thông gió 換氣扇，排風扇

máy thu thanh 收音機

máy thu thanh cỡ bỏ túi 袖珍收音機

máy thu thanh xe dùng 汽車收音機

máy trả lời điện thoại 電話答錄機

máy trạm 工作站

máy trộn 攪拌器

máy trợ thính 助聽器

máy truyền hình 電視機

máy ướp lạnh 冷凍櫃

may vá 織補

máy vi tính 電腦，計算機，微型電腦

máy vi tính bỏ túi 袖珍電腦

máy vi tính cá nhân 個人電腦

máy vi tính trên tay 掌上電腦

máy vi tính xách tay 筆記型電腦

máy xay 攪拌器

mặc 穿，著裝

mặc áo 衣服夾

mặc cả 討價還價，議價

mặc dù 即便是，儘管

mắc nợ 負債，債務

mặc quần áo 穿上衣服

mặc sai lầm 犯錯誤

mặc thử 試穿

mặn 鹹的

mằn thắn 餛飩

măng tây 蘆筍

mắt 眼睛

mặt 臉，面孔

mắt cá 踝，腳踝；雞眼

mặt chính nhà 正面

mặt đồng hồ 錶盤

mắt kính 眼鏡

mặt mày nhăn nhó 愁眉不展的

mặt nạ 面罩

mặt nạ người bắt bóng 接手面罩

mắt nâu 褐色眼睛

mặt phẳng 平面

mắt thần 門鏡，觀察孔

mặt trăng 月亮

mặt trời 太陽

mặt trời lặn 日落

mặt trời mọc 日出

mắt xếch 斜眼

mẫm 豐滿的

mâm xôi 懸鉤子，覆盆子

mận 李子，梅

mận khô 李脯，梅干

mập mạp 圓胖的

mật 膽汁

mắt bóng 輪球

mất điểm 丟分

mật độ 密度

mất giá 貶值

mật khẩu 口令

mất mát 虧損，損失

mất nước 失水，脱水

mất ngủ 失眠

mật ong 蜂蜜

mất việc 失業

mẫu 樣品

mẫu bệnh phẩm 嘔吐物

mậu dịch 貿易

mẫu đơn 表格

mẫu hàng 樣品

mẫu mã mới nhất 最新款式的

mẩu thuốc lá 煙頭

mẫu vẽ 圖案

mây 雲

mấy giờ 幾點

Mấy giờ rồi? 幾點了？

mẹ 媽媽

mẹ chồng 婆婆

mẹ đỡ đầu 教母

mẹ kế 繼母
mè nheo 嫌言怨語，嘮叨
mẹ vợ 岳母
Me-la-nê-xi-a 美拉尼西亞
men 搪瓷，琺瑯
méo 失真
mèo con 小貓
mép 邊
mét 米
mét khối 立方米
mét vuông 平方米
metan 甲烷，沼氣
mê cung 迷宮
mê tín dị đoan 迷信的
mê-ga-bai 兆節
mê-ga-héc 兆赫
Mê-hi-cô 墨西哥
mềm 軟的，柔軟的
mầm cây cây nhỏ 樹苗，幼樹
mềm dẻo 有彈力的
mền 被單，褥單，毛毯
mến 愛
mền đắp 被子
mệnh đề 分句，從句；命題
mệnh đề chính 主要的
mệnh đề phụ 從屬的
mệnh đề quan hệ 關係的
mệnh đơn 菜單
mệnh giá lớn 大額鈔票
mệnh giá nhỏ 小額鈔票
mệnh lệnh 命令
mệt mỏi 無精打采的，疲乏的
mì 麵條
mí 眼瞼
mì ăn liền 泡麵
mì ống 通心麵
mì Ý 義大利麵
mỉa mai 諷刺的，冷嘲的，譏諷的，挖苦的
micrô 話筒
miễn là 假設；免燙
miễn phí 免費的
miễn thuế 免稅
miệng 嘴，口
miếng mỏng 片
miêu tả 描述
milimét 毫米
milimét khối 立方毫米
milimét vuông 平方毫米

mịn 薄的，細的
minh hoạ 插圖
mít-tinh 集會
mỏ 嘴，喙
mó 觸，碰，觸摸
mỏ than 煤礦
móc quai 把手
móc túi 扒竊
mọi 每個
mọi nơi 到處
mọi người 每個人
Mọi người ra ngoài! 大家出去！
món ăn 一道菜
món ăn đầu tiên 第一道菜
món ăn khai vị 開胃品
món ăn thêm 配菜
món ăn thứ hai 第二道菜
món cốtlét 排骨
món đùi gà 腿肉
món giải khát 飲料
món nướng 燒烤的
món ngọt tráng miệng 甜食
món quà 禮物
món xa-lát 沙拉
mong 期待
mỏng 薄的，細的
móng guốc 蹄
mong muốn mãnh liệt 強烈的慾望
móng nhà 地基
móng tay 指甲
mô 組織
mổ 手術
mộ chí 墓石，墓碑
mộ đạo 虔誠的，信教的
mô hình 模型
mô hình địa cầu 地球儀
mồ hôi 汗
mô mỡ cứng 脂肪團
môn bóng gậy trên bang 冰球
mô phỏng 模擬的
mô tả 描述
mổ xẻ 手術
Mộc tinh 木星
môđem 數據機，調製解調器
môi 嘴唇
mỗi 每個

mối băn khoăn 焦慮
mồi câu cá 魚餌
mỗi giây 每秒
mỗi giờ 每小時
môi giới chứng khoán 股票 /
　證券經紀人
mối lo âu 焦慮
mối mọt 白蟻
môi múc canh 勺子
mỗi năm 每年
mỗi ngày 每天
mỗi người 每個人
mỗi phút 每分鐘
mỗi tuần 每星期
mỗi tháng 每月
mỗi thứ 每件事
môi trường 環境
môn cử tạ 舉重
môn đi bộ 競走
môn học 科目，學科
môn học tự chọn 選修科目
môn khúc côn cầu 曲棍球
môn thể thao 體育項目
Mô-na-cô 摩納哥
Môn-đa-vi 摩爾達維亞
mông 屁股，臀部
Mông Cổ 蒙古
Mông-tê-nê-grô 黑山
một 一，一個
một cách định kỳ 定期地
một cách nhanh chóng 快地
một cách thanh nhã 優雅地
một cậu bé 一個男孩
một cô bé 一個女孩
một cuộn phim 一卷底片
một chú 一位叔叔
một chút 一點
một chút bánh ga-tô 一點蛋糕
một đồ nội thất 一件家具
một giờ 一點了
một giờ mười phút 一點十分
một ít 一點
một khi 萬一，一旦，曾經
một lần 曾經
một lần nữa 再次，還
một nơi nào đó 某地
một nửa 半，二分之一
một ngàn 一千
một ngàn lẻ một 一千零一

một nghìn 一千
một nghìn lẻ một 一千零一
một người bạn 一個朋友
một phần 部分
một phần ba 三分之一
một phần tư 四分之一
một ram giấy 一令紙
một số bé gái 一些女孩
một số bé trai 一些男孩
một số của nó 其中一些
một số chú 一些叔叔
một số người bạn 一些朋友
một số người nào đó 某人，
　某些人
một tí bơ 一點黃油
một tí đường 一點糖
một tí nước 一點水
một tờ giấy 一頁紙，一張紙
một tỷ 十億
một thời gian ngắn 短暫地
một trăm 一百
một trăm gờ ram 百克
một trăm lẻ hai 一百零二
một trăm linh một 一百零一
một trăm ngàn 十萬
một trăm triệu 一億
một triệu 一百萬
một vài 一些
mô-tơ 發動機
mơ 李子，梅；夢想
mở 打開;正在營業，開始營
　業
mợ 舅母
mở bù lon 卸下
mở dây an toàn 解開
mờ đục 不透明的，不鮮明的，
　無光澤的
mơ mộng 夢想
mở ra 打開
mở rộng 擴散，展開，擴展
mở tài khoản 開立帳戶
mời 邀請
mời bác sỹ 請醫生
Mời ngồi! 請坐！
mới sinh 新生的
Mời vào! 請進！
mù 失明的，瞎的
mủ 膿，膿液
mũ 帽子

mũ bảo hiểm 頭盔
mũ bơi 游泳帽
mù chữ 文盲
mũ phớt 氈帽
mũ rơm 草帽
mù tạt 芥末
mũ thường 便帽
mũ trùm đầu 風帽
mua 購買，買
mùa 季節
mua bảo hiểm 保險
Mùa Chay 四旬齋，大齋期
mùa đông 冬
mùa đông khách 旺季
mùa hè 夏
mùa ít khách 淡季
mua sắm 購物
mùa thu 秋
mùa vắng khách 淡季
mùa xuân 春
mục ca 牧歌
mục lục 目錄，書目
mục tiêu 目標
mũi 鼻；海角，岬
mũi đan 針腳
mùi hôi thối 惡臭，臭氣
mùi tây 荷蘭芹，歐芹
mũi thêu 針腳
mùi thơm 馥郁的，芳香的
mui xe 車頂
mũm mĩm 圓胖的
mụn 粉刺，丘疹
mụn cóc 疣，肉贅
mụn giộp 疱疹
mụn trứng cá 粉刺
muỗi 蚊子
muối 鹽
muối tắm 洗浴鹽
muốn 想要
muộn 晚，遲
muốn nói rằng 想說的是
muỗng 湯匙
muỗng cà phê 茶匙
muỗng đo 量勺
mưa 下雨，雨
mưa axít 酸雨
mưa bụi 小雨

mưa đá 冰雹，下冰雹；雨夾雪
mưa như chút nước 傾盆大雨
mưa phùn 小雨
mưa rào 陣雨
mưa to 下大雨
mực 墨，墨水
mực in 碳粉
mức lương cố định 固定工資
mức lương cơ bản 底薪，基本工資
mừng 高興的，滿意的
mười 十
mười ba 十三
mười bảy 十七
mười bốn 十四
mười chín 十九
mười giờ tối 晚上十點
mười hai 十二
mười lăm 十五
mười một 十一
mười một giờ sáng 上午十一點
mười năm 十年，十年間
mười ngàn 一萬
mười sáu 十六
mười tám 十八
mương 溝壑，溪谷，水溝，渠
mượt 滑溜的，平滑的
mứt 果醬
mứt hoa quả 果醬
mưu phản 叛國
mưu sát 謀殺
mưu trí 機靈，足智多謀
Mỹ 美國
mỹ nữ 美女
mỹ phẩm 化妝品

N n

Na Uy 挪威
nách 腋窩
nai 鹿
nài nỉ 堅定的
nam 男；南
Nam Cực 南極，南極洲
nam 男性
Nam Kinh 南京
Nam Mỹ 南美洲
Nam Ninh 南寧
Nam Phi 南非

Nam Tư 南斯拉夫
Nam Xương 南昌
nạn dân 難民
nan hoa 輻條
nạn nhân 受害人，受害者
nang 囊腫
nanh 犬齒
não 腦
nátri 鈉
na-tri bi-các-bo-nát 碳酸氫鈉，小蘇打
nátri cácbonát 碳酸氫鈉
natri cítrat 檸檬酸鈉
nay 現在，目前
này 這，這些
năm 年;五
năm ánh sáng 光年
năm ba 五十三
nắm bắt 抓住
năm cánh tay 夾臂
năm đầu tiên 一年級
năm giờ chiều 下午五點
năm giờ năm mươi nhăm phút 五點五十分
năm giờ sáng 凌晨五點
năm học 學年
năm mốt 五十一
Năm Mới 新年
năm mươi 五十
năm mươi hai 五十二
năm nào 哪年
năm ngàn 五千
năm ngoái 去年
năm nhuận 閏年
nắm tay 拳，拳頭
nắm tuyết 雪球
nằm xuống 躺下
nặn 雕塑
năng 晴朗的
nặng 沉的，重的
năng lực 能力
năng lực đọc, viết 讀寫能力
năng lượng 能，能量
năng lượng địa nhiệt 地熱能
năng lượng hạt nhân 核能
năng lượng mặt trời 太陽能
năng nổ 活潑的
nắp 蓋子，罩
nấm 蘑菇

nâng cao 提高
nâng cấp 升級
nâng lên 提起
nấu 烹飪
nấu cơm 做飯
nấu chảy 熔化
NDT 人民幣
ném 扔，擲，投，甩
ném bóng 擲球
ném đĩa 鐵餅
ném lao 投擲標槍
neo 拋錨
nẹp 夾板
nét 筆畫
nét chữ 筆畫
nét ửng đỏ 腮紅
nệm giường 床墊
nền 背景
nền đất 台
nếp nhăn 皺紋
nếu 如果
nếu là 假設
nêu rõ 指出
ni 毛氈，氈
ni cô 尼姑
ni lông 尼龍
nĩa ăn món tráng miệng 甜食叉
Ni-ca-ra-goa 尼加拉瓜
niềm tin 信念
niềm vui 快樂
niêm yết giá 價簽
niên giám điện thoại 電話簿
Ni-giê-ri-a 奈及利亞
niken 鎳
Ninh Hạ 寧夏
nịnh hót 勢利的
nịt vú 胸罩
nitơ 氮
Niu Di-lân 紐西蘭
Niu-oóc 紐約
nói 講，談，說，告訴，說出
nói ám chỉ 含沙射影地說
nói bóng gió 含沙射影地說，間接提到
nói cho 說，告訴
nói chung 總之
nói chuyện 講，談，講述，通話，言語，談話
nói chuyện phiếm 聊天，閒談

nói dối 撒謊

Nói đi! 請說！

nói đùa 開玩笑

nói giỡn 開玩笑

nói lầm bầm 咕嚕咕嚕地說

nói lời chúc mừng 敬酒辭

nói nhiều 多話的，健談的

nói ra 說，告訴

nói ra nói vào 說閒話

nói rõ 陳述

nói rõ ràng 發音清晰地說

nói tóm lại 簡而言之

nói thầm 喃喃細語

nói thật đấy 說真的

nói thế nào 怎麼說

nói xấu 中傷

nóng 熱

nòng nọc 蝌蚪

nóng nực 悶熱

nóng ruột 胃灼熱，心口灼熱

nóng tính 易怒的

nổ 爆炸

nổ vang 咚咚，噹噹

nồi áp suất 壓力鍋

nội các 內閣

nội chiến 內戰

nội dung 內容

nồi đất 砂鍋

nội động từ 不及物動詞

nồi đun hơi 蒸鍋

nổi loạn 反叛的

Nội Mông Cổ 內蒙古

nồi nấu 廚灶，爐灶

nồi nấu ăn 烹飪鍋

nổi nóng 好發脾氣的

nội tiết 荷爾蒙，內分泌

nội tiết tố tuyến thượng thận 腎上腺素

nội trạng 內臟

nôn 嘔吐

nôn nóng 急躁的

nông nghiệp 農業

nông thôn 鄉村

nông trường chăn nuôi 飼養場，畜牧場

nộp thuế 繳稅，納稅

nốt 音符

nốt nhạc 音符

nơ 結，繩結

nở 開花

nợ 欠帳，負債

nở hoa 開花

nở nang 肌肉結實的

nợ nần 負債，債務

nơi 地點

nơi chốn 地點

nơi du lịch 旅遊地

nới lỏng 放鬆

nơi nhận đồ mất 失物招領

nơi rửa tội 洗禮所，洗禮堂

nơi sinh 出生地點

nơi tị nạn 避難所

nơi tham quan 旅遊地

nơtrôn 中子

nụ 蓓蕾

nụ cười 微笑

nụ hôn 親吻，吻

núi 山，山岳

núi An-pơ 阿爾卑斯山脈

núi đồi 山，山岳

núi lửa 火山

núm vú 乳頭

nuôi bằng sữa mẹ 喂母乳

nuôi dưỡng 撫養

nút 結，繩結

nút bần 軟木，軟木塞

nút chỉnh âm 調音器

nút kèn 鍵盤

nút nhấn 按鈕，快門

nữ 女，女性

nữ cảnh sát 女警察

nữ cảnh sát giao thông 女交通警察

nữ diễn viên 女演員

nữ giới 女性的

nữ hoàng 王后

nữ tu sĩ 修女

nữ tu viện 女修道院

nửa chín 煎得嫩的，三分熟的

nửa đêm 半夜

nữcảnh sát 女警察

nước 水

nước bị ô nhiễm 水污染

nước biển 海水

nước bọt 唾液，涎

nước cam 柳橙汁

nước cộng hòa 共和國

nước chanh 檸檬水

nước dãi 唾液，涎
nước đá 冰
nước đồng minh 同盟國
nước giải khát 清涼飲料
nước hoa 香水
nước hoa cologne 古龍香水
nước kem 乳液
nước khoáng 礦泉水
nước lạnh 冷水
nước mặn 海水
nước nóng 熱水
nước ngoài 外國
nước ngọt Sprite 雪碧
nước tẩy sơn móng 指甲油
nước tiểu 尿
nước thải 污水
nước thơm 乳液
nước trái cây 果汁
nước trái cây đông lạnh 果汁
　牛奶凍
nước uống có ga 碳酸的
nước uống không ga 非碳酸的
nước xốt cà chua nấm 蕃茄醬
nước xốt mayonne 蛋黃醬
nước xuất xứ 原產國
nướng 烤，烤焙
nương dựa 倚靠
Nữu Ước 紐約
nữ diễn viên chính 女主演

NG ng

Nga 俄國，俄羅斯
ngà 象牙
ngã 跌倒，落下；岔路
ngã ba 三岔路，丁字路
ngã lòng 沮喪，消沉
ngã tư 十字路口，交叉路口
ngã tư đường 平面交叉道口
ngã tư nguy hiểm 危險交叉
　路口
ngà voi 象牙
ngạc nhiên 驚奇
ngạn ngữ 諺語
ngang 水平的，在對面
ngang bằng 平的
ngang qua 橫過，在對面
ngang thẳng 正直的
ngành công nghiệp 工業的，
　產業的

ngành công nghiệp hạt nhân
　核工業
ngao 蛤
ngạo mạn 傲慢的
ngáp 打哈欠，哈欠
ngay 馬上
ngày 日期，天，日
ngày 15 tháng chín 九月
　十五號
ngày 23 tháng sáu 六月
　二十三號
ngày chủ nhật 星期日
Ngày Giáng Sinh 聖誕節
Ngày Giáng Sinh vui vẻ! 聖
　誕節快樂！
ngày hết hạn 過期日期
ngày kia 後天
ngày kỷ niệm 周年紀念
ngay khi 一…就，正好，剛好
ngày khổ hình của Chúa Giê-
　xu 耶穌受難日
ngày làm việc 工作日
ngày mai 明天
ngày mấy 幾號
ngày mồng 1 tháng mười 十
　月一號
ngày nay 現如今
ngày nghỉ 節假日，節日，假日
ngày phát lương 發薪日
Ngày Phục sinh 復活節
Ngày Quốc Khánh 國慶節
ngày sinh 出生日期
Ngày tình yêu 情人節
ngày tháng 日期
ngày tháng như thoi đưa 日
　月如梭
Ngày Thanh Minh 清明節
ngày thứ ba 星期二
ngày thứ bảy 星期六
ngày thứ hai 星期一
ngày thứ mấy 星期幾
ngày thứ năm 星期四
ngày thứ sáu 星期五
ngày thứ tư 星期三
ngày thứ tư đầu mùa Chay
　四旬節的第一天
ngày trong tuần 星期
Ngày Trung thu 中秋節
ngày trước 前天

ngày và nơi sinh 出生日期和地點

Ngày Va-len-tin 情人節

ngày xướng hát 歌唱節

ngăm đen 深的

ngăn 分隔車室

ngắn 短的，短暫的，簡短的

ngăn chứa trong xe 儲物槽

ngắn gọn 簡短的

ngắn hạn 短期的

ngăn kéo 抽屜

ngăn nắp 乾淨的

ngắt 打斷

ngân hàng 銀行

Ngân Hàng Công Thương Trung Quốc 中國工商銀行

Ngân Hàng Công Thương Việt Nam 越南工商銀行

Ngân Hàng Chiêu Thương 招商銀行

Ngân Hàng Dân Sinh Trung Quốc 中國民生銀行

Ngân Hàng Đại Tân Đài Loan 台灣大新銀行

Ngân Hàng Đại Tây Dương của Ma Cao 澳門大西洋銀行

Ngân Hàng Giao Thông 交通銀行

Ngân Hàng Giao Thông Trung Quốc 中國交通銀行

Ngân Hàng Hang Seng Hồng Công 香港恆生銀行

Ngân Hàng Hoa Hạ 華夏銀行

Ngân Hàng Hối Phong Thượng Hải Hồng Công 香港匯豐銀行

Ngân Hàng Hưng Nghiệp 興業銀行

Ngân Hàng Kiến Thiết Trung Quốc 中國建設銀行

Ngân Hàng Ma Cao 澳門銀行

Ngân Hàng Nông Nghiệp Trung Quốc 中國農業銀行

Ngân Hàng Ngoại Thương Việt Nam 越南外商銀行

Ngân Hàng Nhà Nước Việt Nam 越南國家銀行

Ngân Hàng Nhân Dân Trung Quốc 中國人民銀行

Ngân Hàng Quang Đại Trung Quốc 中國光大銀行

Ngân Hàng Quốc Tế Ma Cao 澳門國際銀行

Ngân Hàng Quốc Tế Việt Nam 越南國際銀行

Ngân Hàng Standard Chartered Hồng Công 香港渣打銀行

ngân hàng tiết kiệm 儲蓄銀行

Ngân Hàng Thương Mại Ma Cao 澳門商業銀行

Ngân Hàng Trung Quốc 中國銀行

Ngân Hàng Trung Tín 中信銀行

Ngân Hàng Trung Ương Đài Loan 台灣中央銀行

ngần ngại 猶豫

ngân sách 預算

Ngân Xuyên 銀川

ngất 一陣昏厥

ngất đi 失去知覺，頭暈，昏過去

ngây thơ 天真的，直率的

nghe 聽

nghe được 聽見

nghe lời 服從的，順從的

nghe theo 溫順的，順從的

nghẹn 嗆，哽

nghèo khổ 貧窮

Nghệ An 義安

nghề làm thêm 第二職業

nghề làm vườn 園藝

nghề nghiệp 職務，職業，工作，職業生涯

nghề nghiệp nguy hiểm 職業危險

nghệ sĩ 演奏家，藝術家

nghệ sĩ biểu diễn 演奏者

nghệ sĩ clarinét 單簧管演奏者

nghệ sĩ chơi còi 法國號演奏者

nghệ sĩ chơi kèn nhỏ 小號手

nghệ sĩ dương cầm 鋼琴家

nghệ sĩ đàn ghita 吉他手

nghệ sĩ đàn hạc 豎琴演奏者

nghệ sĩ đánh đàn ống 管風琴演奏家

nghệ sĩ độc tấu 獨奏演員
nghệ sĩ đơn ca 獨唱演員
nghệ sĩ fagót 巴松演奏者
nghệ sĩ khiêu vũ 舞蹈家
nghệ sĩ mandôlin 曼陀林演奏者
nghệ sĩ thổi kèn ô-boa 雙簧
　管演奏者
nghệ sĩ thổi sáo 長笛演奏者
nghệ sĩ vĩ cầm 小提琴家
nghệ sĩ viôla 中提琴家
nghệ sĩ viôlông trầm 低音提
　琴演奏者
nghệ sĩ xácxô 薩克斯演奏者
nghệ sĩ xelô 大提琴家
nghệ thuật 藝術
nghệ thuật thị giác 視覺藝術
nghêu 有殼類水生動物
nghĩ 認為，思考
nghỉ ăn cơm trưa 午餐休息
nghỉ đông 寒假
nghỉ hè 暑假
nghị hội 議會
nghi ngờ 懷疑
nghỉ ngơi 休息
nghỉ phép 在度假
nghỉ phép hàng năm 年假
nghi thức 儀式，禮拜式
nghi thức mạng 網路禮儀
nghi thức tế lễ 禮拜儀式
nghi vấn 疑問
nghị viện 議會
nghĩa đôi 雙關
nghĩa là 意指
nghĩa vụ 義務
nghĩa vụ công dân 公民義務
nghĩa vụ quân sự 兵役
nghịch ngợm 頑皮的，淘氣的
nghiệm（數學的）根
nghiêm cấm đậu xe 嚴禁停放
nghiêm cấm quay xe 嚴禁迴轉
nghiêm cấm rẽ phải 嚴禁右轉
nghiêm cấm rẽ trái 嚴禁左轉
nghiêm cấm vượt qua 嚴禁超車
nghiêm khắc 嚴厲的
nghiêm ngặt 古板的，嚴格的
nghiêm túc 嚴肅的
nghiện 癮
nghiên cứu 研究
nghiên cứu khoa học 科學研究

nghiên cứu sinh 研究生
tiến sĩ 研究生
nghiên cứu thị trường 市場研究
nghiện ma tuý 毒品依賴，吸
　毒成癮
nghiện ma túy 吸毒，吸毒成癮
ngõ 小巷，胡同
ngoại động từ 及物動詞
ngoại hối 外匯
ngoại khoa 外科
ngoài mặt 外貌
ngoại ô 郊區，市郊，近郊
ngoài ra 除了
ngoại tệ 外幣
ngoại tình 通姦，私通
ngoại trừ 哪怕
ngoại vi 外圍，四周，外圍的
ngoan cường 頑強的，固執的
ngoan ngoãn 服從的，順從的，
　馴服的，聽話的
ngoặc vuông 方括號
ngoằn ngoèo 蜿蜒的
ngọc đỏ 紅寶石
ngọc lam 藍寶石
ngọc lục bảo 綠寶石
ngọc mắt mèo 貓眼石
ngọc trai 珍珠
ngọc vàng 黃寶石
ngon 可口的，美味的
ngón chân 腳趾
ngọn lửa 火焰
ngọn núi 山峰
ngón nhẫn 無名指
ngón tay 指頭，手指
ngón tay cái 拇指
ngón tay giữa 中指
ngón tay trỏ 食指
ngón tay út 小指
ngọt 甜的
ngọt ngào 甜蜜的
ngô 玉米
ngộ độc cồn 酒精中毒
ngộ độc thực phẩm 食物中毒
ngôi 人稱
ngồi chồm chỗm 蹲
ngồi đi 坐下
ngồi không 懶散的
ngôi nhà 房屋
ngôi sao 明星，星，星星

ngôi sao điện ảnh 電影明星
ngôi thứ ba 第三人稱
ngôi thứ hai 第二人稱
ngôi thứ nhất 第一人稱
ngồi xổm 蹲
ngồi xuống 坐下
ngôn ngữ 語言
ngôn ngữ học 語言學
ngôn ngữ lập trình 程序語言
ngôn ngữ máy tính 電腦語言
ngột ngạt và ẩm ướt 悶熱潮濕
ngớ ngẩn 傻的，愚蠢的
ngờ nghệch 傻的，天真的
ngủ 睡覺
ngu đại 愚蠢的
ngu dốt 無知的
ngu đần 愚蠢的
ngu ngốc 傻
ngu si 愚蠢的
ngủ thiếp đi 入睡
ngu xuẩn 傻的
ngụ ý 暗含
nguồn ánh sáng 亮，光
nguồn cung cấp 供應品
nguy cơ 冒險
nguy hiểm 危險
nguyện 發誓，起誓
nguyên âm 元音
nguyên cáo 原告
nguyền rủa 詛咒
nguyên tố 元素
nguyên tử 原子
nguyên thủ quốc gia 國家元首
nguyệt thực 月食
ngữ âm 語音學
ngữ kim 五金
ngữ pháp 語法
ngữ trùng tấu 五重奏
ngứa 癢，發癢
ngựa 馬
ngựa cái 母馬
ngựa vằn 斑馬
ngực 胸，胸部，胸脯
ngửi thấy 聞，嗅
ngừng 停
ngừng bắn 休戰，停戰
ngược đãi trẻ em 虐待兒童
người 人
người Ác-mê-ni 亞美尼亞人

người A-hen-ti-na 阿根廷人
người Ai Cập 埃及人
người Ai-len 愛爾蘭人
người An-ba-ni 阿爾巴尼亞人
người An-giê-ri 阿爾及利亞人
người Anh 英格蘭人，英國人
người A-rập 阿拉伯人
người A-rập Xê-út 沙烏地阿拉伯人
người ăn mày 乞丐
người ăn xin 乞丐
người Ấn Độ 印度人
người Ba Lan 波蘭人
người bãi công 罷工者
người bán cá 魚販
người bán hoa quả 水果攤販
người bạn này 這位朋友
người bán sách 書商
người bán tạp phẩm 雜貨商
người bán vé 票務員，售票員
người bảo vệ 保鏢，保全人員，警衛
người Bắc Mỹ 北美人
người Bỉ 比利時人
người bị bệnh 患者
người bị chết 受害人
người biểu diễn 表演者
người bình dân 平民
người Bồ Đào Nha 葡萄牙人
người Bô-li-vi-a 玻利維亞人
người Bô-xni-a 波斯尼亞人
người Bra-xin 巴西人
người Bun-ga-ri 保加利亞人
người buôn bán xe 汽車商
người buôn cá 魚販
người Cam-pu-chia 柬埔寨人
người Ca-na-đa 加拿大人
người cao tuổi 老年的
người Ca-ri-bê 加勒比人
người câu cá 釣魚者
người cầu nguyện 祈禱人，祈求者，禱告者
người có cổ phần 股東
người có lý tưởng 理想主義者
người có tội 罪人
người coi tổng đài 接線員，話務員
người Cô-lôm-bi-a 哥倫比亞人

người cộng sản 共產主義者

người cộng tác 撰稿人，投稿人

người Công-gô 剛果人

người Cô-oét 科威特人

người Cô-xta-ri-ca 哥斯大黎加人

người Crô-a-ti-a 克羅地亞人

người Cu-ba 古巴人

người cung cấp tin tức 告密者

người Châu Âu 歐洲人

người Châu Phi 非洲人

người chỉ chỗ ngồi 引座員

người chỉ huy dàn nhạc 管弦樂隊指揮

người chiến thắng 勝者

người Chi-lê 智利人

người chín chắn 成熟的人

người chơi đàn ắc coóc 手風琴家

người chơi fagốt 巴松演奏者

người chủ 僱主

người chủ hiệu 店主

người chủ hôn 主婚人

người chủ tọa DJ，主持人

người chủ trang trại 農場主

người chung vốn 合伙人

người chuyên nghiệp 專門職業者

người chuyển phát nhanh 遞送急件的信差

người chưa vợ 單身漢

người chứng kiến 目擊證人

người Dăm-bia 贊比亞人

người dân chủ 民主黨人

người dân trong giáo khu 教區居民

người dùng 用户

người Đan Mạch 丹麥人

người đàn ông 男人

người đẹp 美女

người đi bộ 行人

người đi nhờ xe 搭車旅行的人

người đi săn 獵人

người đi xe boóng 搭車旅行的人

người điều tra 調查者

người đo thị lực 驗光配鏡師

người đô vật 摔角運動員

người Đô-mi-ni-ca 多明尼加人

người đua xe 賽車手

người đưa thư 郵差

người Đức 德國人

người đứng đầu chính phủ 政府首腦

người đứng đầu nội các 內閣首腦

người được bảo hiểm 被保險人

người được tặng huy chương vàng 金牌得主

người En Xan-va-đô 薩爾瓦多人

người E-xtô-ni-a 愛沙尼亞人

người Ê-cu-a-đo 厄瓜多爾人

người Ê-ti-ô-pi-a 埃塞俄比亞人

người gác cửa 看門人

người goá vợ 鰥夫

người Goa-tê-ma-la 瓜地馬拉人

người gửi 寄信人

người già 老年的

người giảng đạo 講道者，說教者

người Gióoc-đa-ni 約旦人

người giữ văn thư 檔案保管人

người giúp việc 褓姆

người giữ gôn 守門員

người giữ nhà thờ 聖器保管人

người Hà Lan 荷蘭人

người Ha-i-ti 海地人

người Ha-mai-ca 牙買加人

người Hàn Quốc 韓國人

người hành hương 香客，朝聖者

người hâm mộ thể thao 體育迷，球迷

người hầu gái 女僕

người Hê-brơ 希伯來人

người Hoa Kỳ 美國人

người học nghề 學徒

người học việc 學徒

người Hung-ga-ri 匈牙利人

người hướng dẫn du lịch 導遊

người Hy Lạp 希臘人

người In-đô-nê-xi-a 印尼人

người I-ran 伊朗人

người I-rắc 伊拉克人
người I-ta-li-a 意大利人
người I-xra-en 以色列人
người kể chuyện 講述者
người kế toán 會計
người Kê-ni-a 肯尼亞人
người kinh doanh 商人
người ký 簽署人
người khoe khoang khoác lác
　自誇者
người khuân vác 搬運工
người lạc quan 樂觀主義者
người lái xe 駕駛員，司機
người lái xe buýt 公共汽車司機
người lái xe tải 卡車司機
người lái xe tắc xi 計程車司機
người làm bánh mì 麵包師
người làm công 僱員，受僱者
người làm công tác xã hội 社
　會福利工作者
người làm công việc lặt vặt
　勤雜工
người làm chứng 證人
người làm đơn 申請者
người làm vườn 園丁，花匠
người Lào 寮國人
người Li-băng 黎巴嫩人
người Li-bê-ri-a 利比里亞人
người Libi 利比亞人
người Lít-va 立陶宛人
người lớn 成年人，成人
người Lúc-xăm-bua 盧森堡人
người lùn 矮子
người lướt tìm 搜索資料者
người Ma-lai-xi-a 馬來西亞人
người Man-ta 馬耳他人
người Ma-rốc 摩洛哥人
người Ma-xê-đô-ni-a 馬其頓人
người máy 機器人
người mẫu 模特兒
người Mê-hi-cô 墨西哥人
người môi giới bất động sản
　房地產經紀人
người Môn-đa-vi 摩爾達維亞人
người Mông Cổ 蒙古人
người mục kích 目擊證人
người Mỹ 美國人
người Na Uy 挪威人
người Nam Mỹ 南美人

người Nam Phi 南非人
người Nam Tư 南斯拉夫人
người nào đó 某個
người Ni-ca-ra-goa 尼加拉瓜人
người Ni-giê-ri-a 奈及利亞人
người nước ngoài 外國人
người Nga 俄羅斯人
người nhà 親屬
người nhảy 跳躍者
người nhảy cầu 跳水者
người nhắc thoại 提詞員
người nhận 敬啟者，收件人
người nhập cư 移民
người Nhật 日本人
người nhượng quyền kinh
　doanh 特許經營者
người Ôn-đu-rát 洪都拉斯人
người Ô-xtrây-li-a 奧地利人
người ở đô thị 城市居民
người Pa-kí-xtan 巴基斯坦人
người Pa-le-xtin 巴勒斯坦人
người Pa-na-ma 巴拿馬人
người Pa-ra-goay 巴拉圭人
người Pê-ru 秘魯人
người Pu-ét-tô Ri-cô 波多黎
　各人
người Pháp 法國人
người Phần Lan 芬蘭人
người Phi-li-pin 菲律賓人
người phụ trách cho vay 貸
　款負責人
người phương đông 東亞人，
　東方人
người Phương tây 西歐人
người quan lí văn kiện 文件
　管理員
người quay phim 攝影師
người quen 熟人
người quét đường 街道清潔工
người quyên góp 捐助人
người Ru-ma-ni 羅馬尼亞人
người sản xuất 生產者
người Scan-đi-na-vi-a 斯堪
　的納維亞人
người Séc 捷克人
người Séc-bi-a 塞爾維亞人
người Sla-víc 斯拉夫人
người Su-đăng 蘇丹人
người sưu tầm 收藏者

người Sy-ri 敘利亞人
người Tân Tây Lan 紐西蘭人
người Tây Ban Nha 西班牙人
người tị nạn 避難者
người Tiệp Khác 捷克人
người tiêu dùng 消費者
người tục 俗人
người tuyết 雪人
người Tuy-ni-di 突尼斯人
người tự do chủ nghĩa 自由
　主義者
người tự học 自學者
người tư vấn 顧問
người tư vấn kinh doanh 商
　務顧問
người tư vấn kỹ thuật 技術顧問
người tư vấn pháp lý 法律顧問
người tử vì đạo 殉教者，殉
　道者
người Tư-lạp-phu 斯拉夫人
người Thái Lan 泰國人
người thanh niên 年輕人
người thành niên 成年人
người thẩm phán 審判員，法官
người thất bại 輸者
người theo chủ nghĩa đòi
　bình quyền phụ nữ 女權主
　義者
người theo chủ nghĩa hoàn
　cảnh 環保主義者
người theo chủ nghĩa phục
　quốc Do Thái 猶太復國主
　義者
người theo chủ nghĩa thần bí
　神秘主義者
người theo đạo Tin lành 新教徒
người theo giáo phái
　Mormon 摩門教徒
người theo thuyết không thể
　biết 不可知論者
người Thổ Nhĩ Kỳ 土耳其人
người thủ quỹ 財務主管
người thu thuế 徵稅員
người thua 輸者
người thuê nhà 承租人，房客
người Thụy Điển 瑞典人
người Thụy Sĩ 瑞士人
người thuyết giáo 講道者，
　說教者

người thừa kế 繼承人
người trắc địa 測量員，勘測員
người trèo núi 登山者
người Triều Tiên 朝鮮人
người trồng hoa 花匠
người trợ tế 執事
người Trung Đông 中東人
người Trung Quốc 中國人
người truyền giáo 傳教士
người trực tầng ở khách sạn
　旅館侍者
người trượt băng 滑冰者
người trượt tuyết 滑雪者
người Úc 澳大利亞人
người U-gan-đa 烏干達人
người U-ru-goay 烏拉圭人
người vào chung kết 參加決
　賽者
người vay 貸款人，借貸方
người Vê-nê-xu-ê-la 委內瑞
　拉
người vị tha chủ nghĩa 利他
　主義者
người Việt Nam 越南人
người vô gia cư 無家可歸者
người vô thần 無神論者
người xã hội chủ nghĩa 社會
　主義者
người Xcốt-len 蘇格蘭人
người xem 觀眾
người Uên 威爾士人
người Xê-nê-gan 塞內加爾人
người Xi-bê-ri 西伯利亞人
người Xin-ga-po 新加坡人
người Xlô-va-ki-a 斯洛伐克人
người Xlô-vê-ni-a 斯洛文尼
　亞人
người Xô-ma-li-a 索馬里人
người yêu 情侶，情人
ngụy thiện 虛偽

NH nh

nhà ảo thuật 魔術師
nhà ăn trên đường cao tốc 高
　速公路餐館
nhà báo 記者，新聞工作者
nhà bệnh lý học 病理學家
nhà bếp 廚房

nhà cao tầng 樓房
nhà có quyền sở hữu độc lập 各戶有獨立產權的公寓
nhà công nghiệp 實業家
nhà cung cấp mạng 網站提供者
nhà chính trị 政治家
nhà chùa 寺院
nhà điêu khắc 雕塑家
nhà điêu khắc nữ 女雕塑家
nhà ga 車站
nhà ga hàng không 航站樓
nhà giam 監獄，拘留所
nhà hàng 餐館
nhà hàng ăn nhanh 快餐店
nhà hàng tự chọn 自助餐廳
nhà hát 戲場，戲院
nhà hát hình vòng 圓形劇場
nhà hát múa rối 木偶劇
nhà kịch 劇場，劇院
nhà kính 溫室
nhà kinh doanh vàng bạc đá quý 珠寶商
nhà khách 招待所
nhà kho 儲藏室，庫房
nhà khoa học 科學家
nhà khoa học máy vi tính 電腦科學家
nhà lắp ghép 組合屋
nhà máy 工廠
nhà nước 國家
nhà nghề 職業生涯，職業的
nhà nghỉ xe hơi 汽車旅館
nhà nguyện 小教堂
nhà nhiếp ảnh 攝影者
nhà ở 住宅
nhà ở bãi biển 海濱小屋
nhà phân tích hệ thống 系統分析員
nhà phê bình 批評家
nhà phê bình điện ảnh 影評人
nhà quản lý 經理
nhà sản xuất 製作人
nha sĩ 牙醫
nhà soạn kịch 劇作家
nhà soạn nhạc 作曲家
nhà sư 僧侶
nhà tài trợ 主辦方
nhà tâm lý học 心理學家
nhà tâm lý trị liệu 心理治療學家

nhà tòa án 法院大樓
nhà toán học 數學家
nhà tổ chức 主辦方
nhà tu 修道院
nhà tù 監獄，拘留所
nhà tu kín 女修道院
nhà tư bản tài chính 金融家
nhà thần học 神學家
nhà thi đấu 體育館
nhà thơ 詩人
nhà thờ 大教堂，教堂
nhà thờ Hồi giáo 清真寺
nhà thờ lớn 大教堂
nhà thờ vuông La-mã 長方形大教堂
nhà trang trí nội thất 室內裝飾商
nhà trẻ 幼稚園
nhà trị liệu 治療學家
nhà truyền giáo 福音傳教士
nhà văn 作家
nhà vật lý trị liệu 物理療學家
nhà vệ sinh 廁所，盥洗室，衛生間
nhà xe 車庫
nhà xuất bản 出版商，出版社
nhạc aria 詠嘆調
nhạc cổ điển 古典音樂
nhạc cụ 樂器
nhạc cụ đàn dây 弦樂器
nhạc cụ gõ 打擊樂器
nhạc điệu 旋律
nhạc giao hưởng 交響樂
nhạc jazz 爵士樂
nhạc khí thổi 管樂器，吹奏樂器
nhạc khiêu vũ 舞曲
nhạc mađigan 無伴奏合唱
nhạc nhảy 舞曲
nhạc nhẹ 輕音樂
nhạc quảng cáo 廣告歌詞
nhạc rock 搖滾樂，搖滾音樂
nhạc sĩ 樂手，音樂家
nhạc thịnh hành 流行音樂
nhạc thính phòng 室內樂
nhám 粗糙的
nhãn hiệu 品牌，標籤
nhang nhẹn 活潑地
nhanh 快的

nhanh nhảu 鮮明的，輕快的

nhanh nhẹn 敏捷的

nhánh sông 支流

nhanh trí 聰慧的

nhạo báng 冷嘲的，譏諷的，挖苦的，嘲笑的

nhạt 味淡的，沒有味道的，不好吃的，淡的，淺的

nhảy 跳

nhạy cảm 敏感

nhảy cao 跳高

nhảy cầu 跳水

nhảy clackét 踢踏舞

nháy chuột 點擊

nhảy dù 跳傘

nhảy lên 跳躍

nháy mắt 眨眼，眨眼睛

nhảy tănggô 探戈

nhảy vanxơ 華爾茲

nhảy xa 跳遠

nhắc lại 重覆

nhắng nhít 大驚小怪的

nhấc lên 提起

nhầm lẫn 混淆的

nhân 乘，乘以

nhẫn 戒指

nhẫn bạc 銀戒指

nhân bản 克隆

nhận biết 辨別

nhân cách hoá 擬人，擬人化

nhận con nuôi 繼嗣，過繼

nhẫn cưới 結婚戒指

nhân chủng học 人類學

nhân dân 人民

Nhân Dân Tệ 人民幣

nhẫn đá quý 寶石戒指

nhấn điểm chính 強調，要點

nhẫn đính hôn 訂婚戒指

nhận được 接收

nhận được một khoản vay 獲得貸款

nhân giống 生殖，繁殖

nhận làm con nuôi 收養，過繼

nhận lấy hành lý 領取行李

nhân loại 人類

nhấn mạnh 強調

nhẫn nại 有耐心的

nhân quyền 人權

nhân tạo 人造的

nhân tiện 順便說一句

nhân tính 人性

nhân từ 仁慈

nhận thua 認輸

nhận thức 感知，察覺

nhận trợ cấp 接受救濟金

nhẫn vàng 金戒指

nhân văn học 人文學

nhân vật 人物

nhân vật chính 主要人物

nhân viên hải quan 海關人員

nhân viên bán hàng 售貨員，店員，銷售員

nhân viên bán xăng 加油員

nhân viên bảo vệ công ty 公司保全

nhân viên cấp cứu 護理人員，急救人員

nhân viên cổ cồn 白領工人

nhân viên cửa hàng 店員

nhân viên cứu hỏa 消防員，消防隊員

nhân viên hải quan 海關人員

nhân viên kiểm toán 審計員

nhân viên khám nghiệm tử thi 驗屍官

nhân viên ngân hàng 銀行職員

nhân viên phục vụ bàn 服務員

nhân viên phục vụ bàn nữ 女服務員

nhân viên quầy bar 酒吧服務員

nhân viên thu ngân 出納員，收銀員

nhân viên văn phòng 辦公室人員，科室人員，職員

nhập 進入

nhập khẩu 進口

nhấp nhô 起伏的

nhập vào 輸入，進入

Nhật Bản 日本

nhật báo 日報

nhất định 確定的，肯定的

nhật ký 日記

nhật thực 日食

nhẹ 輕的，適中

nhẹ bớt 放鬆，減輕

nhẹ nhàng 輕鬆，寬慰，輕鬆愉快

nhị phân 二進

nhiễm lạnh 受寒，發冷
nhiễm vi rút 病毒感染
nhiên liệu 燃料
nhiên liệu hạt nhân 核燃料
nhiên liệu hóa thạch 礦物燃料
nhiên liệu khoáng vật 礦物燃料
nhiệt 熱
nhiệt độ 體溫，溫度
nhiệt độ cao nhất 最高氣溫
nhiệt độ thấp nhất 最低氣溫
nhiệt đới 熱帶的
nhiệt kế 溫度計，體溫表
nhiệt năng 熱能
nhiệt tâm 熱心的
nhiệt tình 激情，熱情
nhiệt thành 熱誠的
nhiều 多，許多，眾多的
nhiễu 干擾
nhiều hạt 有紋理的
nhiều hơn 較多
nhiều lông 多毛的
nhiều như 和…一樣多
nhiều tuổi hơn 年長的
nhiều thịt 多肉的
nhìn 看
nhìn chằm chằm vào 盯視
nhìn lướt qua 瞥一眼
nhìn thấy 看見
nhìn thoáng qua 瞥一眼
nhìn trộm 偷看，窺視
nhìn xung quanh 環顧
nhíp 鑷子
nhịp điệu 節奏
nhịp tim 心跳
nho 葡萄
nhỏ 小的
nhỏ bé 弱小的
nhỏ gọn 小巧的
nhỏ nhất 最小的
nhóm 召集會議
nhóm máu 血型
nhóm từ 短語
nhờ 多虧
nhớ 存儲，記住
nhờ chúa 謝天謝地
nhợt nhạt 蒼白的
nhồi nhét 餡兒
nhu cầu năng lượng 能源需求
nhục dục 色情的，性愛的

nhung 絲絨，天鵝絨
nhung mịn 天鵝絨
nhung tơ 絲絨，天鵝絨
nhuộm màu 著色
nhuộm tóc 染髮
nhút nhát 膽小的
như 如同
như thực tế 事實上
như vậy 這樣的
nhựa 塑料；焦油，柏油
nhựa cây 樹脂，松脂
nhựa đường 瀝青，柏油
nhựa thông 樹脂，松脂
nhưng 仍然，但是
những bạn bè này 這些朋友
những cái 這些，那些
những cô bé này 這些女孩
nhưng mà 但是
những người khác 其他的
những sách của bạn 你的一
　些書
những sách của các bạn 你們
　的一些書
những sách của chúng tôi 我
　們的一些書
những sách của tôi 我的一些書
nhưng thực tế là 事實上
nhược suy 虛弱的
nhường đường 讓行
nhượng quyền kinh doanh 特
　許經營權

O o

oán trách 抱怨
óc 腦
óc sáng tạo 創造力
oi ả 悶熱的
om sòm 大驚小怪的
ong 蜜蜂
ong bắp cày 黃蜂
ong vò vẽ 大黃蜂
opêra 歌劇
oxy 氧，氧氣

Ô ô

ô 盒
ổ 一窩，巢，窩
ổ cắm 插座

ổ cắm điện 插座
ô cửa sổ 舷窗
ổ cứng 硬碟
ổ cứng đĩa 硬碟
ổ đĩa CD 光碟機
ổ đĩa cứng 硬碟驅動器
ổ đĩa mềm 軟碟驅動器
ô nhiễm 污染
ô nhiễm không khí 空氣污染
ô tô 小汽車，汽車
ô vuông 方盒，格子圖案
ốc 有殼類水生動物
ô-dôn 臭氧
ôi 發臭的，腐臭的
ối 哎喲
ôliu 橄欖
ôm 擁抱
ốm đau bệnh tật 失調
ôm hôn 擁吻
ốm yếu 病的，生病的
ồn ào 吵鬧的，嘈雜的，喧鬧的
ôn hòa 和藹的，溫和的
ôn lại 溫習，複習
ôn tập 溫習，複習
ôn thuận 溫順的
Ôn-đu-rát 洪都拉斯
ông 您，先生；伯祖
ống cuộn 輥子
ống kính 鏡頭
ống kính zoom 可變焦距鏡頭
ống khói 煙囪
ống máng 路溝
ống nói 話筒
ống nội 祖父
ống nối 適配器
ống nghe 聽筒，耳機
ông ngoại 外祖父
ống tiêm 注射器
ống tiêu hóa 消化管
ống thử 試管
ông trẻ 叔祖
ống vòi 水龍帶，軟管
Ô-xtrây-li-a 澳大利亞

Ơ ơ

ở 住
ợ 打嗝
ở bên cạnh 在…旁邊，靠近
ở bên ngoài 在外面

ở bên trong 在裡面
ở bên kia 在那邊
ở bên ngoài 在外邊，在…外邊
ở cuối 在…盡頭
ở dưới 在下邊，在…下邊
ở đáy 在底部
ở đâu 哪裡
ở đây 這裡
ở đỉnh cao 在…頂端
ở đó 那裡
ở gần 附近
ở giữa 在…當中，在中間，居中
ở khắp nơi 到處
ở nông thôn 在鄉下
ở nước ngoài 在國外
ở ngoại ô 在郊區
ở phía sau 在後面
ở phía trước 在…對面，在前面
ở phía trước của 在…前面
ở sau 之後
ở thành phố 在城裡
ở trên 在…上，在…之上，在上面，在…上面
ở trong 中間，在…之間
ở vậy 未婚的
ở vùng núi 在山區
ơ-rô 歐元
ớt 辣椒
ớt trái xanh 青椒

P p

Pa-kí-xtan 巴基斯坦
pao 磅
paon 磅
Pa-ra-goay 巴拉圭
Pa-ri 巴黎
pênixilin 青黴素
Pê-ru 秘魯
pianô 鋼琴
pin 電池
pin bô-linh 球瓶
pin đồng hồ 手錶電池
pin liti 鋰電池
pin năng lượng mặt trời 太陽能電池
pin sạc 充電電池
pít tông 活塞
Pô-li-nê-di 波利尼西亞

prôtôn 質子
Pu-ét-tô-rí-cô 波多黎各

PH ph

phá 環礁湖，潟湖
phá bóng cứu nguy 救球
phá hủy 破壞
phá sản 破產
phá thai 墮胎，流產
pha trò 玩笑
phá vỡ kỷ lục 打破紀錄
phà xe 汽車渡輪
phác thảo 寫出大綱，草稿，
　起草
phai 消失
phái ấn tượng 印象主義
phái dân chủ 民主派
phải đấy 可不
phải làm 不得不
phạm nhân 囚犯
phạm tội 犯罪，罪犯
phạm tội trên mạng 網路犯罪
phạm tội vị thành niên 少年
　犯罪
phạm thánh 褻瀆
phạm thần 褻瀆
phạm vi sản phẩm 產品範圍
phản ánh 反
phản bội 背信棄義，不忠貞的
phán chán 令人作嘔的
phán đoán 判斷
phản đối 反對
phàn nàn 抱怨
phản quốc 叛國
phản xạ 反射
phanh 煞車，車閘
phanh động lực 動力製動器
phao cứu sinh 救生衣
Pháp 法國
pháp lệnh 法令
pháp luật 法律
pháp luật về thị trường 市場法
pháp quyền 法制的
pháp y 法庭的，法醫的
pháp y học 法醫學
phát 播放
phạt 罰款
phát âm 發音，語音
phát âm rõ ràng 發音清晰地說

phát ban 皮疹
phát biểu 演說，發言，說出，
　陳述
phát đi 發送
phát nôn 令人作嘔的
phát ra 傳送，發射
phát sóng 廣播
phát sóng truyền hình 電視廣播
phát thanh viên 播音員
phát triển 發展；擴散，展開
phẳng 平的
phẩm chất 品質
phân 肥料
phần 一份，份
phấn 粉筆
phần cứng 硬體；金屬器件
phân chia 分享
phân chuồng 糞肥
phấn hoa 花粉
phân hóa học 化肥
phân hữu cơ 混合肥料
phần in đầu giấy thư 信箋抬頭
Phần Lan 芬蘭
phấn mắt 眼影
phần mềm 軟體
phần mềm tương thích 相容
　軟體
phần mềm xử lý văn bản 文
　字處理器
phàn nàn về 投訴
phân phát 送貨
phấn phủ 撲粉
phân quyền 分權
phân số 分數
phân từ 分詞
phân tử 分子
phân từ hiện tại 現在分詞
phân từ quá khứ 過去分詞
phần trăm 百分之
phần triô 三重奏
phấn viết 白堊，粉筆
phân xưởng 廠房，車間
Phật giáo 佛教
phẫu thuật 手術，開刀
phẫu thuật chỉnh hình 整形外科
phẫu thuật ngoại khoa 外科
　手術
phẫu thuật răng 拔牙術
phe 宗派，小集團

phép ẩn dụ 比喻
phép bí tích 聖禮
phép cộng 加法
phép chia 除法
phép chữa vi lượng đồng cân 順勢療法
phép khai phương 開方
phép loại suy 類比
phép lũy thừa 乘方
phép nhân 乘法
phép tích phân 積分
phép tính giải tích 因子分解
phép tính số học 算術運算
phép trừ 減法
phép vi phân 微分
phê bình 批評，批判
phệ bụng 大腹便便的
phế thải 廢物
phí 費
phi báng 誹謗
phí bảo hiểm 保險費
phi công 飛機駕駛員，飛行員
phi công phụ 飛機副駕駛員
Phi Châu 非洲
phí dịch vụ 服務費
Phi Luật Tân 菲律賓
phi tiểu thuyết 非小說
phi thường 異常的
phía bắc 北，北方
phía đông 東，東方
phía đông bắc 東北
phía đông nam 東南
phía nam 南，南方
phía sau 在…後面
phía tây 西，西方
phía tây bắc 西北
phía trước 前面
phích cắm 插頭
phích cắm điện 插頭
phiên bản 版本
phiền buồn 厭煩
phiến chôn dưới đất 板塊
phiên dịch 翻譯
phiên họp 會議
phiền muộn 悲哀，悲傷
phiếu gửi tiền 存款單，郵政匯票
phiêu lưu 歷險
phiếu mua hàng 禮券，購物優惠券

Phi-li-pin 菲律賓
phim 電影；膠捲
phim ảnh 電影
phim ca nhạc 音樂片
phím cách 空格鍵
phim caobồi 美國西部片
phim chụp X quang 放射照片
phim dài tập 肥皂劇
phim hài 喜劇片
phim hành động 動作片
phim hoạt hoạ 卡通片
phim kinh khủng 恐怖片
phim khiêu dâm 黃色片
phim khoa học viễn tưởng 科幻片
phim ly kỳ 懸疑片
phim phiêu lưu 歷險片
phím tab 表格鍵，製表鍵
phim tài liệu 紀錄片
phim tình báo 間諜片
phím thẻ 製表鍵
phim trinh thám 偵探片
phím trò chơi 遊戲桿
phim truyện 正片，故事片
phim truyền hình 電視電影
phim truyền hình nhiều tập 系列劇，連續劇
pho mát 奶酪
phó từ 副詞
phòng 房間
phóng 發射
phóng áo lễ 教堂的法衣室
phòng ăn 餐室
phòng bán hàng 商品部
phòng bán vé 票房，售票處
phòng báo chí 記者室
phong bì 信封
phong cách 風格，式樣，文體
phong cảnh 布景，風景
phòng chăm sóc chuyên sâu 重症監護室，加護病房
phòng chờ 候診室，等候室
phòng chờ máy bay 候機廳
phòng đôi 雙人房
phòng đơn 單人房
phòng giặt ủi 洗衣房
phòng kế toán 會計部
phong kiến 封建的
phòng khách 起居室

phòng khách sạn 旅館房間

phòng khám của bác sỹ 醫生診療室

phòng khám nha sĩ 牙醫診所

phòng khiêu vũ 舞廳

phòng kho 儲藏室，庫房

phóng khoáng 氣量大的

phong lan 蘭草

phòng lớn 大廳

phòng nộp thuế 稅務所

phòng ngoài 門廳，大堂

phòng ngủ 臥室

phòng ngự 防禦

phong nhã 優美的

phòng phẫu thuật 手術室

phong phú 富裕的

phòng quan hệ công chúng 公共關係部

phóng sự 報導

phóng sự mới 新聞報導

phóng sự truyền hình 電視報導

phòng tắm 浴室

phòng tập thể dục 體育館，健身房

phòng tập thể hình 健身房

phòng tin 新聞編輯室

phóng to 放大

phòng tối 暗室

phòng tư vấn du lịch 旅遊咨詢處

phòng thay quần áo 更衣室

phòng thí nghiệm 實驗室，化驗室

phóng thích 釋放

phóng thích bằng tiền bảo lãnh 保釋

phòng thu hình 電視演播室

phòng thủ tên lửa 導彈防禦

phong trào thể thao 體育運動

phòng trưng bày tranh tượng 藝廊

phòng trước 門廳，大堂

phỏng vấn 訪問，採訪

phóng viên 記者，採訪記者

phóng viên chuyên đề 專欄作家

phóng viên đặc biệt 特派記者

phóng viên thể thao 體育記者

phóng viên truyền hình 電視記者

phóng xạ 放射

phòng xép 公寓套房

phòng xử án 審判室

phótphát 磷酸鹽

phổi 肺，肺臟

phối hợp màu sáng tối 明暗的配合

phồng da 水疱，水腫

phờ phạc 憔悴的臉

phớt 毛氈，氈

phụ âm 輔音

phù dậu 伴娘

phụ đề 字幕

phụ kiện 附件

phụ khoa 婦產科

phụ lục 附錄

phủ màu 著色

phụ nữ 女人，婦女

phụ nữ có mang 孕婦

phu nhân 太太，夫人，女士

phủ nhận 反駁，否認

phù rể 伴郎

phụ tá nha sĩ 牙醫助理

phù thũng 水疱，水腫

phụ thuộc 受贍養者

phụ trách vận chuyển hành khách 乘務長

Phúc âm 福音書

Phúc Châu 福州

phục hồi 恢復，痊癒

phục hồi sức lực 恢復精力

phúc lợi 福利

Phục Sinh 復活節

Phục Sinh vui vẻ! 復活節快樂！

phục trang 服裝

phục vụ 服務

phục vụ viên 服務員

phun 噴射

phun trào 噴發

phúng dụ 諷喻

phúng phính 豐滿的

phút 分鐘；英尺

phức tạp 複雜

phước lành 賜福，祝福

phương đông 東方的

phương hướng 方向

phương phát đối ngẫu 對偶
phương trình bậc nhất nghiệm duy nhất 一元一次方程

QU qu

qua 穿過
quả bóng rổ 籃球
quả bưởi 柚子
quá cảnh 中轉
quả cầu 天體，星球
quá câu nệ 死板的
quả chà là 棗
quả đấm cửa 門把手
quả đầu 櫟子，橡子
quả hồ trăn 開心果
quá khứ 過去
quá lịch sự 過分講究的
quả mâm xôi đen 黑莓
quả mọng xanh 藍莓
quá nghiêm ngặt 過分拘謹的
quá nhiều 太多
quả óc chó 核桃
quả phạt đền 點球
quả phỉ 榛子
quả quít 中國柑橘
quá sang trọng 過分講究的
quả sung 無花果
quá tải dân số 人口過剩
quả táo 蘋果
quà tặng 禮品
Quá tồi tệ! 太糟了！
quá tự tin 自行其是的；過於自信的
quả vả 無花果
Quá xấu! 太糟了！
quai bị 流行性腮腺炎
quái lạ 古怪的，奇怪的
quán 亭子，攤
quán ăn 餐廳，餐館
quán bán báo 報攤
quan điểm 看法，觀點
quán điện thoại 電話亭
quản gia 管家
quản lý 管理
quán rượu 酒吧
quan tài 棺材
quan tòa 法官

quan trọng 要緊，有重大關係
quảng cáo 廣告
quảng cáo phát thanh 電台廣告
quảng cáo phân loại 分類廣告
quảng cáo thương mại 商業廣告
quảng cáo truyền hình 電視廣告
Quảng Châu 廣州
quang học 光學
Quảng Tây 廣西
quảng trường 廣場
quanh co 崎嶇的，曲折的，彎曲的
quạt 換氣扇，排風扇
quạt điện 電扇
quay 拍攝
quay lại 向後
quay ngoại cảnh 外景拍攝
quay phim 拍攝電影
quay số 撥號，撥電話號碼
quay trở lại 回車
quăng 扔，擲
quần 褲子
quần áo 服裝，衣服
quần áo com lê 西服
quần áo cho giặt 待洗衣物
quân át A 紙牌
quần bơi 游泳褲
quân cờ 棋子
quân cờ nhảy 跳棋棋子
quần đảo 群島
quân đội 軍隊
quần đùi 三角褲
quân hậu 皇后
quần liền tất 緊身連褲襪
quần lót 内褲
quân mã（國際象棋的）馬
quân nhân 軍人，士兵
quần soóc 短褲
quân tốt 兵
quân tượng 象
quần trượt tuyết 滑雪褲
quần vợt 網球
quân vua 王
quân xe 車
quân xì A 紙牌
quầy hàng 櫃台
quấy rối tình dục 性騷擾

quầy tư vấn 詢問處，問訊處
quầy thu tiền 櫃台
quấy nhiễu 干擾
que đánh trứng 打蛋器
quét sạch 打掃，清洗
quế 肉桂
quên 忘記
quốc gia 國家
quốc tịch 國籍
quở trách 指責
quỳ 下跪，跪著
quý bà 女士
quỹ đạo 軌道
quy định 法規，規定
quý giá 值錢的，貴重的
quý ông 紳士
quỷ quyệt 狡猾的
quỳ xuống 下跪，跪下
quyét thẻ 刷卡
quyển 大氣，大氣層
quyền Anh 拳擊
quyền bầu cử 普選權
quyền bỏ phiếu 投票權，選舉權
quyền công dân 公民權，公民權利
quyền kiểm duyệt 檢查
quyền làm việc 工作權
quyền lực 權力
quyến rũ 引誘的，誘惑的
quyển vở bài tập 作業本

R r

ra khỏi 出去
ra mồ hôi 出汗
ra món ăn 上菜
ra ngoài 出去
ra ngoài đề 離題
rác điện tử 電子垃圾
rái cá 水獺
rái cạn 旱獺
rãnh 水溝，渠
rãnh âm thanh 聲軌，音軌
ranh giới 邊界，界限
rào quanh 封閉的，圍住的
rạp 戲劇
rạp chiếu bóng 電影院
rạp chiếu phim 影劇院
rạp xi nê 電影院

rau 蔬菜
rau chân vịt 菠菜
rau diếp 生菜，萵苣
rau é 羅勒
rau tía 紫菜
rau thơm oregano 牛至
rau xa-lát 沙拉
rắn có vòng sừng 響尾蛇
rắn chắc 強壯結實的，肌肉結實的
rắn chuông 響尾蛇
rắn độc 毒蛇
rắn mang bành 眼鏡蛇
rắn ri 斑點
rắn cạp nong 蝰蛇
răng 牙齒
răng cửa 門齒
răng giả 假牙
răng hàm 臼齒
răng khôn 智齒
rãnh 溝壑，溪谷
rận 虱子
rất cám ơn 十分感謝
rất đẹp 很好
rất lạnh 很冷
rất nóng 很熱
rất nhiều 許多的
rất rõ ràng rằng 很清楚
rất tốt 很好
Rất xấu! 糟透了！
râu 鬍子
râu mép 小鬍子
rầu rĩ 鬱悶的
rây bột 麵粉過濾器
rầy la 嫌言怨語，嘮叨
rẻ 便宜的
rẽ 轉，轉彎
rẽ ngôi 分頭
rẽ phải 向右轉
rẽ sang bên phải 向右
rẽ sang bên trái 向左
rẻ tiền 便宜的
rẽ trái 向左轉
rèm cửa 窗簾
ren 蕾絲，花邊
rèn cửa 窗簾
reo hò 喊，叫
rễ 根
rê bóng hai lần 兩次運球

rên ri 嘀咕著說

ria 鬍子，小鬍子

riêng mình 我自己

riêng tôi 我自己

rít 尖叫

rõ nét 清楚

rõ ràng 光明，明亮，清楚

rõ ràng là 顯然

rọi sáng 照明，光照

rót 倒，灌

rổ hoa quả 果籃

rôbốt 機器人

rô-bốt đánh bóng 彈球機

rối 邋遢的

rối rít 大驚小怪的

Rô-ma 羅馬

rốn 肚臍

rỗng 空的

rộng 寬的，闊的

rộng lùng thùng 寬鬆的

rộng lượng 慷慨的

rộng rãi 寬敞的，寬的，闊的，氣量大的

rơi 墜毀

rời 離開，出發

rơi hỏng 墜毀

rời khỏi 走開

rơi tuyết 下雪

rơi vỡ tan 墜毀

rơi xuống 下，落下

rơm 稻草，麥稈

rớt giá 降價

rùa 鱉，龜

rubi 紅寶石

rủi ro 事故

Ru-ma-ni 羅馬尼亞

run 發冷，發抖

run lên 握，甩

rụng tóc 脫髮，掉髮

ruồi ở trong nhà 家蠅

ruột 腸，腸子

rút kết luận 得出結論

rút ngắn 縮短，使變短

rụt rè 膽小的

rút tiền 出納

rút tiền tự động 自動提款

ruy băng 色帶

rửa 洗

rửa ảnh 顯影

rửa chén đĩa 洗碗

rửa mặt 洗臉

rừng 叢林，密林，森林，樹林

rừng nhiệt đới 熱帶雨林

rương 大箱子，旅行箱

rượu 燒酒

rượu mạnh 烈酒

rượu mùi 燒酒

rượu nho 葡萄酒

S s

sa đọa 腐化的，道德敗壞的

sa mạc 沙漠

sa sút 衰落

sa thải 解僱

sách 書，圖書

sạch 清潔的，乾淨的

sách bán chạy 暢銷書

sách bán tốt nhất 暢銷書

sách bìa mềm 平裝書

sách của bạn 你的書

sách của các bạn 你們的書

sách của tôi 我的書

sách dạy nấu ăn 食譜

sách đọc 讀本，讀物

sạch gọn 乾淨的

sách giáo khoa 課本

sách hướng dẫn 指南書

sách hướng dẫn du lịch 旅行指南

sách kỹ thuật 技術書籍

sách ngữ pháp 語法書

sách tham khảo 參考書

sách tranh 漫畫書

sai 錯誤

sai khớp 脫位，脫臼

sai lầm 過失，錯誤

sai lệch 失真

sai số 差

san hô 珊瑚

sản nghiệp 產業

sàn nhà 地板

sản phẩm 產品

sản phẩm từ sữa 牛奶製品

sản xuất 製作

sản xuất một bộ phim 製作電影

sáng chế 獨創的

sáng dạ 聰慧的

sáng hôm qua 昨早，昨天上午
sáng nay 今早，今天上午
sáng ngày mai 明天早晨，明天上午
sang số 換擋
sảnh 大廳，門廳，大堂
sáo 長笛
sao băng 流星
sao chép 備份複製，拷貝，複製
sao chổi 慧星
sao chụp 影印
sao Hải Vương 海王星
sao Hỏa 火星
sào huyệt 獸穴，地洞，窩
sao Kim 金星
sao lại 複製
sao lại thế đi 怎麼會
sao Mộc 木星
sao Thiên Vương 天王星
sao Thổ 土星
sao Thuỷ 水星
sáp 蠟
sáp môi 口紅
sáp nhập 匯合
sát hạch 測試
sát hạch năng lực 能力傾向測驗
sau 之後，後面
sáu 六
sáu chia ba bằng hai 六除以三等於二
sau đó 接著，隨後，然後
sau khi 在…之後，接著，隨後
sáu mươi 六十
say đắm 迷人的
say nắng 中暑
sắc mặt 面色，膚色
sắc mặt tốt 好氣色
sắc sảo 機敏的
sắc thái 色度
sắm 扮演
săm xe 車帶，內胎
săn 打獵，追獵，獵取
săn bắn 打獵
sẵn sàng chờ lệnh 隨時待命
sắp 即將，將要；排，排列
sắt 鐵
sắt phế liệu 廢鐵
sắt rèn 鍛鐵，熟鐵

sấm sét 雷
sân bay 機場
Sân Bay Bạch Vân Quảng Châu 廣州白雲機場
Sân Bay Đào Viên Đài Loan 台灣桃園機場
Sân Bay Địa Oa Bảo U-rum-chi 烏魯木齊地窩堡機場
Sân Bay Gông-ga La-sa 拉薩貢嘎機場
Sân Bay Giang Bắc Trùng Khánh 重慶江北機場
Sân Bay Hồng Kiều Thượng Hải 上海虹橋機場
Sân Bay Nội Bài Hà Nội 河內內排機場
Sân Bay Tân Hải Thiên Tân 天津濱海機場
Sân Bay Tân Sơn Nhớt Thành Phó Hồ Chí Minh 胡志明市新山一機場
Sân Bay Thủ Đô Bắc Kinh 北京首都機場
sân bóng chày 棒球場，內場
sân bóng rổ 籃球場
sân cỏ 草地球場，草場
sân gác 陽台
sân kim cương 棒球場，內場
sân khấu 舞台
sân khúc côn cầu 曲棍球場
sân ngoài 前院
sân quần vợt 網球場
sân quyền Anh 拳擊場
sân thi 場地
sân trong 天井
sân trước 前院
sân trường 校園
sân vận động 體育場，運動場
sập mạnh 咚咚，噹噹
sâu 深的；蠕蟲
sâu bướm 毛蟲
sâu hại 害蟲
sâu răng 牙洞
sấy khô 燒焦
sẩy thai 早產，流產
Scan-đi-na-vi-a 斯堪的納維亞
sẽ 即將
se lạnh 有點冷
séc 支票

séc du lịch 旅行支票
sẹo 傷痕，疤
sĩ quan cảnh sát 警官
siễn 氣喘
siêng năng 勤奮的
siêu âm 超音波
siêu âm ba 超音波
siêu thị 超級市場
siêu thị lớn 超大型自助商場
siêu văn bản 超文本
sinh 生
sinh ba 三胞胎
sinh con 生孩子
sinh đầu tiên 頭胎的，最長的
sinh đẻ 出生，分娩，生殖，
    繁殖
sinh đôi 雙胞胎
sinh nở 分娩
sinh nhật 生日
sinh ra 出生
sinh tư 四胞胎
sinh vật học 生物學
sinh viên cao đẳng 專科生 /
    大專生
sinh viên đại học 大學生
sinh viên đại học hệ chính
    quy 本科生
sinh viên tốt nghiệp 畢業生
sò 有殼類水生動物，甲殼，貝
sọ 顱骨，頭骨
sò ốc 貝類
so sánh 對比，明喻，比較
soạn nhạc 作曲
sọc 條紋
sỏi 卵石，砂石，礫，結石
sỏi mật 膽結石
soi sáng 發光，發亮，照明，
    光照
sỏi thận 腎結石
sóng 波浪
song ca 二重唱，二重奏
sóng cả 激浪
sóng lớn 激浪
sọt giấy vụn 字紙簍，廢紙簍
sọt rác 字紙簍，廢紙簍
số 號碼，數，數字；排擋
số ảo 虛數
số âm 負數
số bình quân 平均數

số chẵn 偶數；整數
số chưa biết 未知數
số dư 餘額，平衡
số dương 正數
sổ địa chỉ 地址簿
số điện thoại 電話號碼
sổ ghi chép 筆記本
sổ ghi chép gáy càng cua 環
    扣筆記本
sổ ghi chép gáy xoắn 螺旋扣
    筆記本
sổ ghi nhớ cá nhân 多功能備
    忘記事簿
sổ ghi nhớ điện tử 電子記事簿
sổ giấy 便條本子
sổ giấy rời 活頁本
sổ giấy viết thư 信紙簿
số học 算術
số hữu tỷ 有理數
số không 零
số lẻ 單數，奇數
số liệu 信息，數據
số lượng 數量，數額
số lượng in 印量
số mũ 指數
số nghịch 倒數
số nguyên 整數
số nguyên tố 素數
số nhà 門牌號
số phức 複數
số sai 錯誤號碼
sổ sàng 下流的
sổ séc 支票簿
sổ tay 筆記；說明書
sổ tay hướng dẫn 手冊，指南
    手冊
sổ tay rời 活頁夾
sổ tiết kiệm 存摺
số tổng hợp 和數
số từ 數詞
số tử vi 星象
số thập phân 小數，十進小數
số thứ tự 序數
số thực 實數
số vô tỉ 無理數
số vuông 平方數
sốc 休克
sôi nổi 活潑的
sông 河，江，河流

sống 生活
sống cùng nhau 同居，同住
sống chung 同居，同住
sống lâu trăm tuổi 長命百歲
sống một nơi nào đó 住在某處
sông nhánh 支流
sống ở 住在，居住
sống riêng 分居
sống sượng 唐突的
sống trong 居住
sốt rét 發燒
sốt ruột 急躁的
sột soạt 沙沙
sơ 纖維
sờ 觸，碰；觸摸
sợ 害怕，擔心
sở chứng khoán 證券交易所
sơ đồ 略圖
sơ đồ tổ chức 組織機構圖
sợ hãi 害怕，擔心
sở hữu 物主詞
sợ sệt 擔心的，害怕的
sở thích 興趣，愛好
sở thú 動物園
sởi 麻疹，痧子
sợi 纖維
sợi hóa học 化纖
sợi quang 光纖
sợi thủy tinh 玻璃纖維
sớm 很快，早
sớm hay muộn 早晚
sơn 油漆，漆，顏料
sơn bóng 亮光漆
sủa 吠，叫
súc họng 漱口
súc miệng 漱口
súc sắc 色子
sụn 軟骨
súng 槍，火器
sùng bái 崇拜
sùng đạo 信教的，虔誠的
sung mãn 充滿，滿
súng ngắn 手槍
súng ống 火器
súng trường 步槍
suối 溪流，小河
sụp đổ 塌落
súp lơ 菜花
sút ghi một bàn thắng 進球，得分

suy đồi 墮落的，腐化的，道德敗壞的
suy đồi đạo đức 道德敗壞的
suy luận 推理，類比
suy nghĩ 思想
suy sụp 衰落
suy tim 心力衰竭
suy thoái 衰退
suyễn 氣喘
sứ 瓷，瓷器
sự bất đồng 不同意
sự chết 死亡
sử dùng quá liều 服藥過量
sử học gia 史學家
sự khoe khoang 誇口的
sự nghiệp 生涯
sự nhạy cảm 敏感的
sự quang hợp 光合作用
sự rời khỏi Ai-cập của người Do-thái 出埃及記
sự sa thải 解僱
sư tử 獅子
sư tử biển 海獅
sự tóm tắt 總結
sự thanh toán 清償，變賣
sự thật 真的
sự kiểm duyệt 審查制度
sữa 牛奶
sứa 水母，海蜇
sửa cây 修剪
sữa chua 酸奶，優酪乳
sửa chữa 修理，改正，整頓
sửa đổi 修正
sức chứa 容量
sức hút trái Đất 地心引力
sức khoẻ 健康
sức mạnh 權力
sức nóng 熱
sức ngựa 馬力
sừng 角
sưng đỏ 紅腫的，發炎的
sưng sỉa 慍怒的，不寬恕人的，生氣的，繃著臉的
sưng tấy 腫大
sưởi ấm 供暖
sườn 排骨，肋骨
sườn lợn 豬排骨
sương 露水
sương giá 霜

sương mù 霧
sương muối 白霜
sưu tầm 收藏
sưu tập tiền kim loại 集硬幣
Sy-ri 敘利亞

T t

tà giáo 異教
tác giả 作者
tác giả truyện ngắn 短篇小說
　作者
tác phẩm 作品
tác phẩm lớn 傑作
tác phẩm mỹ thuật 美術品
tác phẩm nghệ thuật 藝術品
tách 杯，杯子，茶杯
tách giấy 紙杯
tai 耳，耳朵
tái 煎得嫩的，三分熟的
tại 向，去，在
tái bút 又及，附言
tài chính 財政
tái hôn 再婚
tài hùng biện 雄辯的，口才
　流利的
tài khoản 帳戶
tài khoản séc 支票帳戶
tài khoản tiền mặt 現金帳戶
tài khoản tiết kiệm 儲蓄帳戶
tài khoản vãng lai 往來帳戶
tài liệu 材料，信息，數據，
　文件，文檔
tai nạn 事故
tai nạn giao thông 交通事故
tai nạn nghiêm trọng 嚴重
　事故
tại nông thôn 在鄉村
tai nghe 耳機
tai nghe với micrô 帶麥克風
　的耳機
tài nguyên thiên nhiên 天然
　資源，自然資源
tại nhà 在家
tại sao 為什麼
tái sử dụng 可被再利用的
tài tình 足智多謀的
tài trợ 主辦，資助
tại trung tâm của 在…中心
tải xuống 下載

tam giác học 三角學
tám 八
tạm biệt 再見
tam giác cân 等腰的
tam giác đều 等邊的
tam giác học 三角學
tam giác thường 不等邊的
tạm giam 扣留，拘留
tám mươi 八十
tạm nghỉ trong biểu diễn 幕
　間休息
tạm ngừng 暫停
tàm tạm 一般
tạm thời làm dịu đau 治標的
tam trùng tấu 三重奏
tan băng 融化
tán gẫu 聊天，閒談
tàn héo 枯萎，凋謝
tàn nhang 雀斑
tàn nhẫn 殘酷的，殘忍的，無
　情的
tan rã 瓦解
tàn tật 殘疾
tán thành 贊同，贊成
Tan-da-ni-a 坦尚尼亞
tạng 器官
tàng trữ 收藏
táo bạo 專橫的，放肆的
táo bón 便秘
tạo một khoảng trống 插入空格
tao nhã 禮貌，文雅，優雅
tạp chí 雜誌
tạp chí của phụ nữ 婦女雜誌
tạp chí khiêu dâm 黃色雜誌
tạp chí minh họa 插圖雜誌
tạp chí phim dài tập 肥皂劇
　雜誌
tạp chí phụ nữ 女性雜誌
tạp chí tuổi teen 青少年雜誌
tạp chí thanh thiếu niên 青少
　年雜誌
tạp chí thời trang 時裝雜誌
tạp chí trẻ em 兒童雜誌
tàu bay vũ trụ 太空梭
tàu bè đi lại được 可航行的，
　可通船的
tàu điện ngầm 地鐵
tàu hoả 火車
tàu vũ trụ 航天器，宇宙飛船，
　航天飛機，太空船

tay 手
tay áo 袖子
tay cầm 把手，車把
tay lái trợ lực 動力轉向
tay mới 新手
tay nắm cửa 把手
tay nứt nẻ 龜裂了的手
tay nghề 手藝
tay trống 鼓手
tay vịn 欄杆，扶手
tay vịn cầu thang 樓梯扶手
tắc mạch 栓塞
tăm 牙簽
tằm 蠶
tắm 洗澡
tăm bông 棉花棒
tắm hoa sen 淋浴
tắm nắng 日光浴
tăng đôi 加倍
tăng gấp đôi 加倍
tăng giá 漲價
tăng lên 增加
tăng lương 提薪，加薪
tặng món quà 送禮物
tăng tốc độ 加速
tăng trưởng 增長
tắt 關上，關掉，關機
tấc Anh 英寸
tâm 圓心
tấm ảnh 相片
tấm giáp che ngực 護胸
tâm hồn 靈魂
tấm kim loại 金屬板
tâm lý học 心理學
tầm nhìn 視界
tâm tính 情緒
tấm thảm 掛毯
tâm thần 心身的，身心失調的
tầm thường 卑鄙的，平庸的，
　普普通通的，中等的
tâm trạng không vui 心情不好
tâm trạng rối bời 心緒煩亂的
tâm trạng tốt 好心情
tâm trạng vui vẻ 心情好
tâm trạng xấu 壞心情
tấm ván ủi 燙衣板
tấn 公噸
tấn công 攻擊，襲擊
tấn công vũ trang 武裝襲擊

Tân Cương 新疆
tận hưởng 娛樂，玩樂
tân ngữ 賓語，受詞
tân ngữ gián tiếp 間接受詞
tân ngữ trực tiếp 直接受詞
tần số 頻率
tần số âm thanh 音頻的，聲
　頻的
tần số phát thanh 電台頻率
tận tâm 認真負責的
Tân Tây Lan 紐西蘭
tâng bốc 奉承
tầng đất 層，地層
tầng gác 樓層
tầng hầm 地下室
tầng khí 大氣，大氣層
tầng lầu 樓層
tầng một 一樓
tầng trệt 一樓，樓房底層
tập 集，齣
tập bản đồ 地圖集
tập bắn 射擊練習，打靶練習
tập bắn bia 射擊練習，打靶
　練習
tập đoàn 股份公司
tập giấy 便箋
tập giấy thấm 便箋
tập hợp 摘取，採集，集合
tập tin 文件
tập tin dữ liệu 數據文件
tập tin điện tử 電子文件
tập tin số liệu 數據文件
tập tuyện một môn thể thao
　進行體育鍛煉
tập thể hình 健身
tập thể thao 做運動
tập ưa thích 收藏夾
tất cả 所有，一切
tất cả mọi thứ 所有，一切
tất ống 長筒襪
tất tay 手套
tẩu hút thuốc 煙斗
tây 西，西方
Tây An 西安
Tây Ban Nha 西班牙
tấy đỏ 紅腫，炎症
tẩy lông 脫毛膏
tây nam 西南
Tây Ninh 西寧

tẩy sạch 打掃，清洗
Tây Tạng 西藏
tem 郵票
terylen 滌綸
tế bào 細胞
tê liệt 麻痺，癱瘓
tế nhị 細緻的
tên 名
Tên bạn là gì? 你叫什麼名字？
tên du thủ du thực 壞蛋，惡棍
tên đuôi 擴展名
tên họ 姓名
tên lửa 導彈
tên lửa đạn đạo 彈道導彈
tên người dùng 用戶名
tên sách 書
tên tập tin 文件名
tên tệp 文件名
tên tôi là 我叫，我的名字是
tên người dùng 用戶
tên vô lại 壞蛋，惡棍
tệp 文件
tệp tin 文件
Tết 春節
Tết Âm Lịch 春節
Tết Dương Lịch 元旦
Tết Đoan Ngọ 端午節
Tết Nguyên Tiêu 元宵節
Tết Tây 元旦
tỉ lệ 比率
tỉ mỉ 小心謹慎的，細緻的，細心的，有意識的
tia cây 修剪
tia chớp 閃電
tia hồng ngoại 紅外線
tia la-de 雷射光束
tia sáng mặt trời 太陽光線
tia tử ngoại 紫外線
tích 積
tích cực 積極的
tích nhân 因子
tiệc 宴會
tiệc cưới 招待會
tiêm 注射
tiệm ăn 餐廳，餐館
tiệm ăn tự phục vụ 自助餐廳
tiệm bán thức ăn chín 熟食店
tiêm chủng 接種

tiệm giặt khô 乾洗店
tiệm kem 冰淇淋屋，冷飲店
tiệm pizza 披薩餅店
tiệm phòng 接種
tiệm thực phẩm 食品店
tiền 鈔票，錢
tiền án 犯罪記錄
tiền bảo lãnh 保釋金
tiền boa 小費
tiền bồi thường 賠償費
tiền bớt 折扣
tiền cảnh 前景
tiến cử 推薦
tiền chuộc 贖取，贖金
tiện đây 順便說一句
tiền góp hằng năm 年金
tiền gửi 存款
tiền giả 假幣
tiền kim loại 硬幣
tiền lẻ 零錢
tiến lên 前行，推進
tiến lên phía trước 往前邁
tiện lợi 友好的
tiện lợi cho tên người dùng 用戶友好的
tiền lượng 預後
tiền lương 工資，薪水
tiền lương thực tế 實得工資
tiền mặt 現金
tiền nuôi dưỡng 贍養費，撫養費
tiền phụng dưỡng 贍養費，撫養費
tiến sĩ 博士
tiền sự 犯罪記錄
tiến sỹ 博士
tiền tệ 貨幣
tiền tiết kiệm 儲蓄
tiền tố 前綴，詞首
tiền thuê quá hạn 逾期房租費
tiền thuê sân 場地租費
tiền trả hằng năm 年金
tiền trợ cấp thất nghiệp 失業救濟金
tiền về hưu 退休金
tiếng 聲音；語言
tiếng Ác-mê-ni 亞美尼亞語
tiếng An-ba-ni 阿爾巴尼亞語
tiếng Anh 英語

tiếng A-rập 阿拉伯語
tiếng Ba Lan 波蘭语
tiếng Ba Tư 波斯語
tiếng Bồ Đào Nha 葡萄牙語
tiếng Bun-ga-ri 保加利亞語
tiếng Campuchia 高棉語
tiếng cót két 吱吱嘎嘎
tiếng cọt kẹt 吱吱嘎嘎
tiếng Crô-a-ti-a 克羅地語
tiếng cười 笑聲
tiếng chan chát 碰撞聲
tiếng dội 發出回聲
tiếng Đan Mạch 丹麥語
tiếng Đức 德語
tiếng E-xtô-ni-a 愛沙尼亞語
tiếng È-cốt 蘇格蘭語
tiếng Flamăng 佛拉芒語
tiếng Hà Lan 荷蘭語
tiếng Hàn Quốc 韓國語
tiếng Hê-brơ 希伯來語
tiếng hí 嘶
tiếng Hin-đi 印地語
tiếng Hoa 華語，漢語
tiếng hoan hô 歡呼，喝彩
tiếng hú 嚎，嗥叫
tiếng Hung-ga-ri 匈牙利語
tiếng huyên náo 噪聲
tiếng Hy Lạp 希臘語
tiếng In-đô-nê-xi-a 印度尼西亞語，印尼語
tiếng I-ta-li-a 義大利語
tiếng Kiswahili 斯華希裡語
tiếng kẽo kẹt 吱吱嘎嘎
tiếng kêu 鳴，響
tiếng lách cách 格格響
tiếng lạch cạch 格格響
tiếng Lào 老撾語，寮國語
tiếng Lít-va 立陶宛語
tiếng loảng xoảng 碰撞聲
tiếng lốp bốp 噼噼啪啪
tiếng Malai 馬來語
tiếng Man-ta 馬耳他語
tiếng Ma-xê-đô-ni-a 馬其頓語
tiếng Mông Cổ 蒙古語
tiếng Na Uy 挪威語
tiếng nước bắn 濺濺聲
tiếng Nga 俄語
tiếng Nhật 日語
tiếng o o 嗡嗡

tiếng om sòm 噪聲
tiếng ồn ào 噪聲
tiếng Pháp 法語
tiếng răng rắc 噼噼啪啪
tiếng Ru-ma-ni 羅馬尼亞語
tiếng Scan-di-na-vi-a 斯堪的納維亞語
tiếng Séc 捷克語
tiếng Séc-bi 塞爾維亞語
tiếng Slavíc 斯拉夫語
tiếng Swahili 斯瓦希里語
tiếng sủa 吠，叫
tiếng Ta-ga-lốc 他加祿語
tiếng tanh tách 噼噼啪啪
tiếng Tây Ban Nha 西班牙語
tiếng Tiệp Khắc 捷克語
tiếng Thái Lan 泰語
tiếng Thổ Nhĩ Kỳ 土耳其語
tiếng Thụy Điển 瑞典語
tiếng Thụy Sĩ 瑞士語
tiếng Triều Tiên 朝鮮語
tiếng Trung Quốc 漢語
tiếng Ur-đu 烏爾都語
tiếng vang 發出回聲，回響
tiếng Việt 越南語
tiếng Việt Nam 越南語
tiếng vo ve 嗡嗡
tiếng vỗ tay 掌聲
tiếng xào xạc 沙沙
tiếng Uên 威爾士語
tiếng Xlô-vác 斯洛伐克語
tiếng Xlô-vê-ni-a 斯洛文尼亞語
tiếng Xô-ma-li-a 索馬里語
tiếng xủng xoảng 叮噹
tiếp cận 靠近
tiếp ký 副署，會簽
tiếp nhận 接收
tiếp tuyến 切線
tiếp theo 下一個，接著，隨後
tiếp xúc 接觸
tiết chế 禁慾
tiêu cự 焦距
tiêu cự không đúng 不聚焦
tiêu chảy 腹瀉
tiêu chuẩn tính giá 收費標準
tiêu đề 標題，要聞
tiêu đề sách 書名
tiêu hóa 消化
tiểu học 小學

tiểu luận 隨筆
tiểu phẩm hài 幽默小品
tiêu phí 消費
tiểu sử 傳記
tiêu thụ 消費，銷售
tiểu thuyết 小說
tiểu thuyết gia 小說家
tiểu thuyết kinh dị 驚悚小說
tiểu thuyết khoa học viễn
　tưởng 科幻小說
tiểu thuyết lãng mạn 浪漫小說
tiểu thuyết ly kỳ 懸疑小說
tiểu thuyết phiêu lưu 探險小說
tiểu thuyết tình báo 間諜小說
tiểu thuyết trinh thám 偵探小說
tìm 尋找，查找
tím 紫
tìm được việc làm 得到一份
　工作
tìm kiếm 搜查，搜索，查找，
　查詢
tìm thấy dấu vết 勾出輪廓
tin 信息，消息
tin cậy 信任
tin chắc 確信
tin chính trang đầu 頭版頭條
　新聞
tín dụng 信用
tin bản xứ 本地新聞
tín đồ 信徒
Tín đồ Ấn Độ giáo 印度教徒
Tín đồ Công Giáo 天主教徒
tín đồ Cơ-đốc 基督教徒
tín đồ Kitô 基督教徒
tín đồ Phật giáo 佛教徒
tin đồn 謠傳
tin đồn nhảm 傳閒話，閒話
tín hiệu 信號
tín hiệu âm thanh 聲音信號
tin học 信息學
tín ngưỡng 信仰
tin nhanh 新聞快報
tin nhắn 信息，口信，消息
tin tức 信息，消息，新聞
tin tức đài phát thanh 電台新聞
tin tức đặc biệt 重大新聞
tin tưởng 信任，相信
tỉnh 省
tính 性

tính cách hướng nội 性格內
　向的
tính cách hướng ngoại 性格
　外向的
tình cảm sâu nặng 感情深厚的
tinh cầu 星球
tình cờ 偶然
Tỉnh Đài Loan 台灣
tính hài hước 幽默感
tình hình gần đây 近況
tình huống khẩn cấp 緊急情況
tính ích kỷ 自我主義的
tính khí 情緒
tinh khiết 純粹的
tinh khôn 機敏的
tỉnh ly 都城
tĩnh mạch 靜脈
tinh nghịch 頑皮的，淘氣的
tính nhanh 機靈，足智多謀
tính phóng xạ 放射性的
tinh quái 淘氣的
tính sáng tạo 創造力
tinh táo 冷靜的，清醒的，理
　智的
tình tiết 情節
tính tình 情緒
tính tình lơ đãng 心不在焉的
tính toán 計算
tính từ 形容詞
tính tự bi 自卑感
tình tượng 星象
tinh thần 精神
tinh thần hăng hái 情緒高昂
tinh thần sút kém 情緒低落
tình trạng chiến tranh 戰爭狀態
tình trạng hôn nhân 婚姻狀況
tình trạng khí quyển 大氣狀況
tình trạng thời tiết 天氣狀況
tình yêu 愛，愛情
to 大的
to lớn 大的
tò mò 好奇的，愛打聽的
tỏ ý muốn chiếm hữu 佔有慾
　強的
tòa án 法庭
tòa án tối cao 最高法院
toạ độ 坐標
toả hơi 呼氣
toa moóc 拖車

toa nằm 臥車
tòa nhà 建築
toả sáng 發光，發亮
tòa thị chính 市政廳
toàn bộ 整個的
toàn bộ người lái và nhân viên trên máy bay 機組人員
toàn giác 全角
toán học 數學
tóc 頭髮
tóc đen 黑髮
tóc đỏ 紅髮
tóc giả 假髮
tóc hoa râm 花白的頭髮
tóc mảnh 假髮
tóc màu xám 灰白頭髮
tóc quăn 卷髮
tóc xoã ra 亂蓬蓬的頭髮
tỏi 蒜，大蒜
tỏi tây 韭菜
tóm lại 總之，總而言之
tóm tắt 總結，總而言之，簡要的
tổ 巢，窩
tố cáo 控告
tổ chức 主辦
tố giác 告發
tổ kiến 蟻塚
tô màu 上色
tổ ong 蜂巢，蜂房
tổ tiên 祖先，祖宗
tổ tin tức 新聞組
tốc độ 速度，速率
tôi 我
tối 暗，黑暗，陰暗的
tội ác 罪惡
tôi cao 我身高
tối cao 最高
tối đa 最大，最大多
tối đen như mực 漆黑
tội giết người 殺人
tôi không hiểu 我不明白
tội lỗi 犯罪，罪，罪過
tội lỗi không tha được 不可寬恕的罪
tối mai 明天晚上
tối nay 今天晚上
tôi nặng 我的體重是

tội nghiệp 可憐的
tội ngộ sát 過失殺人罪
tội phạm có mưu tính trước 預謀犯罪
tồi tệ 糟糕
tôi tin rằng 我相信
tối thiểu 最小的
tôi xin lỗi 對不起
Tô-ky-ô 東京
tôm 明蝦，對蝦，河蝦，蝦
tôm he 對蝦
tôm hùm 大螯蝦，龍蝦
tóm tắt 概述
tôm sú 明蝦，對蝦，河蝦
tôn giáo 宗教
tôn kính 恭敬的
tồn tại 存在
tổn thương 傷害，損害
tôn trọng 尊敬的，恭敬的
tổng bãi công 總罷工
tống đạt 傳喚，傳票
tổng giám đốc công ty 總裁，公司總經理
tổng giám mục 大主教
tổng hợp 和
tổng hợp thành 合成纖維
tổng kết 總結
tổng lợi nhuận 毛利
tổng số 總的，總額
tống tiền 勒索，敲詐
tổng thống 總統
tôpa 黃寶石
tốt 好，好的，友善
tốt bụng 善良的
tốt đẹp 好
tốt nghiệp trường đại học 大學畢業生
tốt nghiệp trường trung học 中學畢業生
tơ 絲，綢
tờ báo 報紙
tờ báo hàng ngày 日報
tờ rói 小廣告傳單
tới 向，朝
tới lui 來回
tới nơi 到達
tới sát 接近
trực quay 直撥
tủ áo 衣櫃

tủ bếp 碗櫥，碗櫃，餐具室，配餐室

tủ com mốt 雁櫃

tù chung thân 終身監禁

tủ chứa đồ 貯藏櫃

tu đạo hội 修道會

tủ đựng đồ ăn 碗櫥，碗櫃

tủ giường 床頭櫃

tủ hồ sơ 文件櫃

tủ kính 玻璃櫃

tủ lạnh 電冰箱

tủ sách 書櫃

tủ sắt 保險箱

tu từ 修辭

tu từ học 修辭

tủ tường 壁櫥，衣櫥

tủ thuốc 醫藥箱

tủ văn kiện 文件櫃

tủ văn phòng phẩm 用品櫃

tu viện 修道院

tua tòn ten 垂飾，掛件

tuần 星期

tuần dương 巡航，遊弋

tuần lộc 馴鹿

tuần sau 下個星期

tuân thủ 墨守成規的

tuần tra 巡邏，巡視

tuần trăng mật 蜜月

tuần trước 上個星期

tục tĩu dâm ô 淫穢的

túi 包，袋，衣兜，口袋

túi mật 膽，膽囊

túi mua hàng 購物袋

túi ngủ 睡袋

túi thuốc 醫藥箱

túi vải bao bì 麻袋

túi xách 手提袋

tung độ 縱坐標

tuổi 年齡

tuổi còn ẵm ngửa 嬰兒期

tuổi dậy thì 青春期

tuổi già 老年，晚年

tuổi thanh niên 青年，青春

tuổi thơ ấu 嬰兒期

tuổi tác 年齡

tuổi trẻ 年紀小的，年輕的，青春

tuổi trưởng thành 成年

tuổi xuân 青春

túp lều 小屋

tụy 胰腺

tùy bút 隨筆

tùy chọn 選項

tuỳ chọn ưu tiên 優先選擇

tuy nhiên 然而

tùy xương 骨髓

tuyến 腺

tuyên bố 宣布

tuyên bố kết án 宣布判決

tuyển dụng 僱用

tuyến đường ngoạn cảnh 遊覽線路

tuyển tập 選集

tuyển thủ nhà nghề 職業選手

tuyển thủ thể dục 體操選手

tuyết 雪

tuyệt 好極了

tuyệt bản 絕版

tuyết đậu 雪豆

tuyết rơi 下雪

tuyệt vọng 絕望，失望

tuyệt vời 太棒了

Tuy-ni-di 突尼西亞

từ 從；字詞，詞

tư bản 資本

tự bảo vệ 自衛

từ bây giờ 從現在起

từ bi 仁慈的

tư cách công dân 公民身份

tự cao tự đại 自負的

tứ diện 四面體

tự do 自由的

tử đạo 殉教，殉道

từ điển 詞典

tự điển 字典

tự động hoá 自動化

tự động hóa văn phòng 辦公自動化

tự hào 自豪

tử hình 死刑

tự học 自學

tư hữu hóa 私有化

tự kiểm tra 自我檢查

tự kinh doanh 自己經營

từ khi 自從

từ khóa 關鍵詞

tư liệu 文檔

tử ngoại tuyến 紫外線

tự nhiên 自然
tư pháp 司法的
tự phát 自發性,自發的,不由自主的
tự phụ 專橫的,放肆的,驕傲的,自負的
tự phục vụ 自助服務
tự sát 自殺
tự tìm niềm vui 自我娛樂
tự tin 自信的
từ từ 慢慢地
tự tử 自殺
từ tượng thanh 相聲
tư thế 姿勢
từ thiện 慈善,仁慈,樂善好施的,仁慈的
tự thú 投案自首
từ trên cao trông xuống 俯視,眺望
tự truyện 自傳
tư vấn 查詢
tư vấn pháp lý công ty 公司法律顧問
từ vĩ 詞尾
tự vị 字位
từ vựng 詞匯
từ xử lý 文字處理
tức giận 生氣,生氣的,繃著臉的
tức là 也就是說
từng 曾經
tươi 新鮮的,鮮美的
tưới 灌溉
tươi sáng 光明的,明亮的
tươi tắm 鮮艷的
tường 牆
tương đương với 相當於
tương lai 未來
tường ngăn 隔牆,隔板
tương ớt 辣椒醬
tương tác 交互式的
tương tự như 近似於
tưởng tượng 想象
tương thích 相容的
tường thuật 敘事
tượng trưng 象徵
TV phân giải cao 高清晰電視
tỳ 脾,脾臟
tỷ 比

tỷ giá hối đoái 兌換率
tỷ lệ 比例
tỷ lệ đi học 出勤率
tỷ lệ giảm giá 貼現率
tỷ lệ lãi suất 利率
tỷ lệ lạm phát 通貨膨脹率
tỷ lệ lợi nhuận 利潤率
tỷ lệ phần trăm 百分比,百分數
tỷ lệ tội phạm tăng mạnh 犯罪率激增

TH th

thả 釋放
tha bổng 宣判無罪
thả chăn 放牧
thả diều 放風箏
thà muộn còn hơn không 晚做總比不做強
thác nước 瀑布
thạc sỹ 碩士
thạch cao 石膏,膠泥,灰泥
Thái Bình Dương 太平洋
thái độ 態度
Thái Lan 泰國
Thái Nguyên 太原
thai nhi 胎兒
tham 貪婪的
tham dự 上,到
tham gia một chuyến du lịch 去旅行
tham khảo 參考
tham lam 貪婪的,貪心的
thảm nhỏ 小地毯
tham ô 侵吞,挪用
tham quan 參觀,旅遊
thám tử tư 私人偵探
thảm thực vật 植被,植物
than 碳
than đá 煤
than vãn 嘀咕著說
thang 梯子
tháng 月
thang âm 音階
tháng ba 三月
tháng bảy 七月
thang cuốn 自動扶梯
tháng chạp 臘月
tháng chín 九月
tháng giêng 正月

tháng hai 二月

thang máy 電梯

tháng mấy 幾月份

tháng một 一月

tháng mười 十月

tháng mười hai 十二月

tháng mười một 十一月

tháng năm 五月

thang nhiệt Celsius 攝氏

thang nhiệt Fa-ren-hét 華氏

tháng sau 下個月

tháng sáu 六月

tháng tám 八月

tháng tư 四月

tháng trước 上個月

thánh chiến 聖戰

Thành Đô 成都

thanh đới 聲帶

Thanh Hoá 清化

thành kính 虔誠

thành khẩn 誠懇的

thanh lịch 優雅

Thánh Linh 聖靈

Thánh mẫu 聖母

thanh niên 青年

thanh nhã 優美的

thành phố 城市

Thành phố Hồ Chí Minh 胡志明市

Thành Phố Mê-hi-cô 墨西哥城

thành phố thủ đô 首都

thành tích 成績

thanh toán 付款，清算

thanh toán bồi thường 清償，變賣

thanh toán khi hàng đến 貨到付款

thanh toán tiền mặt 現金支付

thanh thiếu niên 青少年

thành thơi 無憂無慮的

thành viên công đoàn 工會會員

thảo luận 討論

tháo ra 放鬆

thao tác khẩn cấp 應急程序

thao thức 坐臥不寧的

tháp 塔，樓塔

tháp chuông 鐘樓

thay bóng 換球

thay dầu 換油

thay đổi chủ đề 改變話題

thay đổi thất thường 易變的，變化無常的

thay vì 反而

thăm 參觀，拜訪

thăm dò kim 針探

thăm dò ý dân 民意測驗

thăm quan 參觀，拜訪

thằn lằn 蜥蜴

thắng 贏

thắng cảnh trượt tuyết 滑雪勝地

thăng chức 提升，升級

thằng đều 壞蛋，惡棍

thẳng đứng 垂直的

tin tặc 駭客

thằng lừa bịp 作弊者

thằng tồi 壞蛋，惡棍

thẳng thắn 直言不諱

thắt chặt 收緊

thắt lưng 腰帶

thậm chí không 甚至不

Thẩm Dương 瀋陽

thâm hụt 赤字

thẩm mỹ thể dục 健美操

thẩm phán 審判

thẩm phán trị an 治安法官

thẩm tra 審查

thẩm vấn 審問

thẩm vấn người làm chứng 審問證人

thân 軀幹，身軀

thận 腎，腎臟

thân cây 樹幹，莖，幹

thân hành 球根

thần học 神學

thần kinh 神經

thần kinh học 精神病學

thần kinh tọa 坐骨神經

thân mến 親愛的

thân mến nhất 最親愛的

thân nhân 親戚

thân phận 身份

thân thể 軀幹，身軀

thân thích 親戚

thần thoại 神話

thần thoại tập 神話集

thân thuộc 親屬

thận trọng 慎重的，謹慎的，小心的，小心謹慎的

thân xe 車體

thấp 矮，低，矮個子，矮胖的

thấp kém 卑鄙的

thập kỷ 十年，十年間

thập lục phân 十六進

thấp nhất 最低

thập phân 十進

thật 如實的，不誇張的，沒錯，確實

Thật bất ngờ! 太讓人吃驚了！

thật chín 全熟的

Thật đáng ghét! 真討厭！

thật đáng tiếc 遺憾

Thật không may! 真不幸！

thật là 事實上

Thật là bê bết hỗn loạn! 真是一團糟！

Thật là một buồn phiền! 真煩人！

Thật là một người ngốc! 真傻！

thất lễ 失禮的

Thật may mắn! 多幸運哪！

thất nghiệp 失業

thật sự 真的

thất vọng 失望

thau 黃銅

thấu hiểu lời bóng gió 領會言外之意

thầy bói 算命先生

thấy mùi 聞，嗅

thầy tăng 僧侶

thầy tu 教區牧師，牧師，僧侶

thầy tu dòng Đô-mi-níc 多明我會修士

thầy tu dòng Fran-xít 方濟各會修士

thầy tu dòng Tên 耶穌會會士

thầy tu theo dòng thánh Bê-nê-đích 本篤會修士

thầy thuốc 醫生，大夫

thầy thuốc khoa mắt 眼科醫生

thầy thuốc phụ khoa 婦科醫生

thầy thuốc tiết niệu 泌尿科醫師

thẻ 卡，卡片

thẻ bảo hiểm 保險卡

thẻ căn cước 身份證明

thẻ chứng minh 身份證

thẻ điện thoại 電話卡

thẻ kẹp sách 書簽

thẻ lên máy bay 登機證

thẻ nhớ 儲存卡

thẻ tín dụng 信用卡

thẹn 臉紅，害臊

theo chủ nghĩa cá nhân 個人主義的

theo đuổi 追

theo Hồi giáo 伊斯蘭教的

theo quan điểm của tôi 從我的觀點來看，依我看

theo sau 跟著，順著

theo tà giáo 異教的

theo tôi 據我看

theo tôn giáo 宗教的

theo yêu cầu khách hàng 訂製

thép 鋼

thép không gỉ 不鏽鋼

thề 發誓，起誓

thể 體，式，文體

thế chấp 抵押

thế chấp nhà 房屋抵押

thể dục 體操

thể điều kiện 條件式

thể giả định 虛擬式

thế giới 世界

Thế giới thứ ba 第三世界

thể hiện mình 表達自己

thể hữu cơ 有機體，微生物

thế kỷ 世紀

thể loại 風格，類型

thể lỏng 液體

thể mệnh lệnh 命令式

thế nào 怎麼樣，怎樣

thể nước 液體

thể rắn 固體

thể tích 體積

thế tục 俗人

thể thao 運動的

thể thao thuyền buồm 帆船運動

thể thơ 文體學

thể thơ son-net 十四行詩

thể trần thuật 陳述式

thề ước 結婚誓言

thể văn 文體學

Thế Vận Hội Ô-lim-pích 奧林匹克運動會

thềm đất 台

thêm xăng 加油

thêu 繡花

thêu hoa 繡花

thi 測試，考試

thi chạy 跑步

thị chính 市政的

thị dân 市民

thi đấu 比賽，競賽

thi đấu điện kinh 徑賽

thi đỗ 升級，通過，通過考試

thị giác 視覺

thi học 詩學

thì là 茴香

thị lực 視力

thi miệng 口試

thi nhảy cầu 跳水比賽

thì thầm 低語，喃喃細語

thị thực 簽證

thị trấn 城鎮

thị trường 市場

thị trưởng 市長

thị trường chứng khoán 證券市場

thị xã thị trường 商城

thìa đầy 一茶匙

thìa gỗ 木勺

thích 偏愛，喜歡

thích giao du 愛社交的

thích hợp 適合，合宜，得體，正確的，合適的

thích kết bạn 愛社交的

thích nghi 能適應的

thích thú 愛好，興趣，有趣，開心的，有趣的

thiếc 錫

Thiên Chúa 上帝

thiên đường 天堂

thiện lợi cho tên người dùng 方便用戶操作的

thiên niên kỷ 千年

thiên nga 天鵝

thiên nhiên 自然

thiên sứ 天使

Thiên Tân 天津

thiên thần 天使

thiên thực 食

thiên văn học 天文學

Thiên Vương tinh 天王星

thiêng liêng 神聖的

thiếp bị cảnh báo trộm 防盜警報器

thiếp mời 結婚請柬

thiết bị 設備

thiết bị âm thanh 音響設備

thiết bị âm thanh nổi 立體聲裝置

thiết bị chỉnh màu màn hình 彩顯，彩色顯示器

thiết bị di động 手機

thiết bị đầu cuối 終端

thiết bị đầu vào 輸入裝置

thiết bị đẩy 螺旋槳，推進器

thiết bị điều chế sóng tín hiệu 調制解調器

thiết bị ngoại vi 外圍設備

thiết bị phẫu thuật ngoại khoa 外科手術器械

thiết kế 藍圖

thiết kế đồ họa 平面造型設計

thiết kế học 設計學

thiết lập một trang 設置頁面

thiết tha 渴望

thiếu 缺少，缺貨

thiếu hiểu biết 無知

thiếu kiên nhẫn 沒耐心的

thiếu kiên nhẫn nóng vội 急躁的

thiếu máu 貧血的

thiếu niên 少年，小伙子

thiếu nữ 少女，小姑娘

thiếu suy nghĩ 考慮不周的

thiếu sức lao động 勞動力短缺

thiếu tôn kính 不敬的

thiếu thận trọng 考慮不周的，輕挑的

thiếu trách nhiệm 不負責任的

thiếu trang nhã 不優雅的

thím 嬸母

thính giác 聽覺

thịnh soạn 慷慨的

thỉnh thoảng 不時發生地，偶爾

thỉnh thoảng xảy ra 不時發生的

thịt 肉，肉體

thịt bê 小牛肉

thịt bò 牛肉

thịt cừu 羊肉

thịt đông 冷切肉

thịt gà 雞肉

thịt lợn 豬肉

thịt lợn muối xông khói 培根，燻肉

thịt ngực 胸肉
thịt thăn 里脊
thiu 發臭的，腐臭的，腐爛的
thiu thiu 打瞌睡
thỏ 兔，家兔
thỏ nuôi 兔，家兔
thỏ rừng 野兔
thoái thác 推托的，逃避的
thoáng thấy 瞥視
thoát vị 疝，突出
thọc mạch 好奇的，愛打聽的
thô 粗暴的，粗糙的
thô lỗ 粗俗，下流，粗暴，粗魯
Thổ Nhĩ Kỳ 土耳其
thô sơ 粗糙的
Thổ tinh 土星
thô tục 粗俗的，下流的
thối 腐爛的
thổi còi 吹口哨
thôi học 退學
thôi lệnh 取消
thông báo 信息，告知，通告
thông báo công cộng 公告
thông báo thời tiết 天氣公告
thông cảm 同情
thống kê 統計的
thống kê học 統計學
thống kê dân số 人口統計
thông minh 精明的，聰慧的，聰明的
thông minh nhanh nhạy 敏捷的
thông suốt 暢通無阻
thông tin 通信
thông tin cá nhân 個人信息
thông tin về tội phạm 犯罪報道
thông thường 通常
thơ 詩，詩歌
thở 呼吸
thơ ca ngợi 頌詩
thợ cắt tóc 理髮師
thợ cơ khí 機械人員
thờ cúng 禮拜
thợ chữa giày 補鞋匠
thợ điện 電工
thợ đồng hồ 鐘錶匠
thơ học 詩學
thợ làm tóc 理髮師
thợ may 裁縫
thợ máy 機工

thợ mộc 木匠
thợ mỹ viện 美容師
thợ nề 砌磚工
thợ nhại 模仿詩文
thợ nhiếp ảnh 攝影者
thờ ơ 不感興趣的
thở ra 呼吸
thợ sơn nhà 房屋油漆工
thợ sửa ống nước 管子工
thơ tứ tuyệt 詩節
thợ trát vữa 泥水匠
thời 時態
thời chưa hoàn thành 未完成式
thời đại 時代
thời điểm 時刻
thời gian 時間
thời gian bay 飛行時間
thời gian biểu 時刻表，時間表
thời gian là tiền bạc 時間就是金錢
thời gian mở cửa 營業時間
thời gian tựa tên bay 光陰似箭
thời gian thực 實時
thời gian vui vẻ 愉快時光
thời hạn 期間
thời hiện tại 現在式
thời hoàn thành 完成式
thời hoàn thành hiện tại 現在完成式
thời hoàn thành quá khứ 過去完成式
thời kỳ 時期
thời kỳ sơ sinh 嬰兒期的
thời kỳ thực tập 見習期，試用期
thời quá khứ 過去式
thời sự truyền hình 電視新聞
thời tiền sử 史前史
thời tiết 天氣
thời tiết ấm 天氣溫和
thời tiết đẹp 好天氣
thời tiết xấu 壞天氣
thời tương lai 未來式
thời thanh niên 青年期
thời thơ ấu 童年
thời trang 時裝
thời Trung Cổ 中世紀
thơm 芳香，香味

thủ đô 首都

thu góp 募捐

thù hận 恨，仇恨

thu hoạch 收獲，收割

thu hồi sử dụng 回收利用

thu lợi 獲利，利潤

thủ môn 守門員

thu ngân 出納

thu nhập 收入

thu nhập chịu thuế 稅收

thu phí 收費

thủ phủ 都城，首都

thủ quỹ 司庫，出納員

thụ tinh nhân tạo 人工授精

thủ tục lên máy bay 登機手續

thủ tướng 首相，總理

thủ thư 圖書管理員

thủ vai 扮演

thú vị 趣味，有趣的，說話風趣的

thú vị thật 有意思

thua 輸

thùa khuyết áo 扣眼

thuần hoá 馴養

thuần tuý 純粹的

thuận theo 溫順的，順從的

thuật khắc axit 蝕刻

thuật toán 算法

thúc đẩy 前行，推進

thuê 僱用，房租，租

thuế 關稅，稅

thuê bao máy bay 包機

thuê làm 僱用

thuế tiêu thụ 銷售稅

thuế thu nhập cá nhân 個人所得稅

thuế trên tiền lương 薪金納稅

thuế xuất bản 版稅

thùng 櫃，桶，箱

thung lũng 谷，峪

thùng rác 垃圾桶，垃圾箱

thùng rượu 酒桶

thuốc 藥，藥劑，藥品

thuốc an thần 安定藥，鎮定劑，鎮定藥

thuốc aspirin 阿司匹林

thuốc barbiturát 巴比妥類藥物

thuốc bổ 補藥

thuốc bôi mi mắt 睫毛膏

thuốc bột 粉藥

thuộc cánh tả 左派的

thuốc đạn 坐藥，栓劑，塞劑

thuốc đau mắt 眼藥水

thuốc gây mê 麻醉藥

thuộc giác quan 感官的

thuốc giảm đau 止痛劑，止痛藥

thuốc giọt 滴劑

thuộc hình tròn 環形的，圓形的

thuộc hoá học 化學的

thuốc kem 乳劑

thuốc kháng sinh 抗生素

thuốc lá 煙草，香煙

thuốc long đờm 祛痰劑

thuốc mỡ 軟膏，藥膏

thuốc ngủ 安眠藥

thuốc nhuận tràng 瀉藥

thuốc nhuộm tóc 染髮劑

thuốc rỏ mắt 滴眼藥

thuốc tiêm 注射劑

thuộc tỉnh 省的

thuốc tránh thai 避孕藥

thuốc trị đỡ 治標的

thuốc trừ sâu 殺蟲劑，農藥

thuộc vật chất 物質的

thuộc vật lý 物理的

thuốc viên 藥丸

Thụy Điển 瑞典

thủy ngân 汞，水銀

Thụy Sĩ 瑞士

thuỷ tiên 水仙

thuỷ tiên vàng 黃水仙

Thuỷ tinh 水星

thủy tinh 玻璃

thủy tinh thể 晶狀體

thuỷ thủ 海員，水手

thủy triều 潮，潮汐

thuyền 船

thuyền độc mộc 獨木舟

thuyết giảng 講道，說教

thuyết giáo 講道，說教

thuyết pháp 說教，講道

thuyết phục 勸說，說服，使承認

thuyết trình 演講，做講座

thuyết vô thần 無神論

thư 信

thứ ba 星期二;第三
thứ ba mươi ba 第三十三
thứ bảy 星期六;第七
thứ bảy hàng tuần 每星期六
thứ bốn mươi ba 第四十三
thứ chín 第九
thư đã gửi 已發郵件
thư đăng ký 掛號信
thư điện tử 電子郵件
thư điện tử rác 垃圾郵件
thư đợi lấy 待取郵件
thư giãn 放鬆, 洩怒, 輕鬆,
   寬慰
thứ hai 星期一;第二
thứ hai hàng tuần 每星期一
thứ hai mươi ba 第二十三
thư ký 秘書
thứ mấy 星期幾
thứ một 第一
thứ một nghìn 第一千
thứ một tỷ 第十億
thứ một trăm 第一百
thứ một triệu 第一百萬
thư mời 邀請函
thư mục 文件夾, 文獻目錄
thư mục tập tin 文件夾
thứ mười 第十
thứ mười ba 第十三
thứ mười hai 第十二
thứ mười một 第十一
thứ năm 星期四;第五
thứ nguyên 維
thứ nhất 第一
thứ sáu 星期五;第六
thứ tám 第八
thư tiến cử 推薦信
thư tín dụng 信用證
thứ tư 星期三;第四
thư thái 輕鬆愉快的
thư thương mại 商務信函
thư viện 圖書館
thưa bạn 各位敬啟者
thừa nhận 承認
Thừa Thiên 承天
Thừa Thiên Huế 承天順化
thức ăn bột mì 麵食類
thức ăn gia súc 飼料
thực đơn 菜單, 食譜
thức giấc 醒來, 弄醒

thực phẩm 飯菜
thực quản 食道
thực sự 實際上
thực tế 現實的
thực vật 植物
thực vật học 植物學
thước Anh 英尺
thước cuộn 卷尺
thước đo góc 量角器
thước hộp 卷尺
thước kẻ 尺
thương 商
thường 經常
thường dân 庶民
thượng đỉnh 頂, 絕頂
Thượng Hải 上海
thương hiệu 品牌, 標誌
thương mại 商業, 貿易
thương mại học 商業學
thượng nghị sĩ 參議員
thượng nghị viện 參議院
thường xuyên 頻繁的
thướt tha mềm mại 苗條的

TR tr

trà 茶
trà cúc hoa 菊花茶
tra hỏi 質疑
trả lại 退款
trả lại hàng 退貨
trả lời 回覆, 回答, 應答
trả lương theo sản phẩm 計
   件工作
trả một lần 一次總付的錢
trả tiền 付, 支付, 付款; 工資,
   薪水
trả tiền bảo chứng 交保釋金
trả tiền lúc nhận hàng 貨到收款
trả tiền mặt 付現金
trả thù 報復心強的
trả vay 還債
trách nhiệm 責任
trái cây 水果
trái cây sấy khô 乾果
trái Đất 地球
trái phiếu 債券
trái phiếu chính phủ 政府
   債券

trại tị nạn 難民營
trái tim 心，心臟
trại trẻ mồ côi 孤兒院
trạm mạng 網站
trạm nhận thuế 收費站
trám răng 補牙
trạm xăng 加油站
trạm xe buýt 公共汽車站
trán 額，額頭
trán cao 高額頭
trán rộng 寬額頭
trán thấp 低額頭
trang 頁
trang chính 主頁
trang chủ 主頁
trang đầu 主頁，頭版
trang điểm 化妝
trang hoàng 裝飾
tráng kiện 強壯結實的
trang mạng 網站，網頁
trang nghiêm 嚴肅的，
　　莊重的
trang nhã 優雅的
tráng phim in ảnh 洗印
trạng thái ngây ngất 精神
　　恍惚
trang trại 農莊，莊園
trang trí 裝飾
trang trí theo mẫu vẽ 用圖案
　　裝飾
trang vàng niên giám điện
　　thoại 黃頁電話簿
tránh 避開
tranh cãi 辯論，有爭議的，
　　爭辯
tranh luận 辯論，爭辯，爭論
tranh tụng 好爭論的，好打官
　　司的
tranh tường sơn 壁畫
tránh thai 避孕的
tranh vẽ 繪圖
trao đổi 更換，匯兌
trát đòi hầu toà 傳喚，傳票
trắc nghiệm cá tính 性格測試
trắng 白
trăng non 新月
trăng tròn 滿月
trâm 胸針
trầm cảm 機能降低，抑鬱，
　　抑鬱症

trầm uất 抑鬱的
trần 天花板；裸體
trân châu 珍珠
trận chung kết 季後賽，冠軍賽
trận đấu hòa 打成平局
trận đua xe 賽車
trận mưa dữ dội 大暴雨
trận thi 比賽
trân trọng kính chào chân
　　thành 真誠的
trân trọng kính chào thân ái
　　誠摯的
trần truồng 裸體
trật 脫位的，脫臼的
trật khớp 脫位，脫臼
trâu 水牛
trẻ 年輕的
trẻ con 孩子
trẻ mồ côi 孤兒
trẻ sơ sinh 嬰兒，新生的
trẻ trung 年輕的
treo cao 高架的
trèo lên 攀登
trèo núi 登山
treo ống 掛機，掛電話
trễ 晚點，延誤
trên 在…上方，在…之上，在
　　上面，在…上面，往上
trên biển 海上的
trên đỉnh 在頂部
trên không 零上
trên pháp luật 法律上的
trên tinh thần 精神上的
trên thực tế 事實上，實際上
trì độn 遲鈍的
trị giá bảo hiểm 保價的
trì hoãn 延期，休庭
trị liệu 療法，療效
trí óc 智力
trí tuệ 智慧
trí tưởng tượng 想象
trí thông minh 智力
trích dẫn 引用，引語
triển lãm 展覽，展示
triển lãm nghệ thuật 藝術展覽
triết học 哲學
triệu chứng 症狀，徵候
triệu tập hộ nghị 召集會議
Triều Tiên 朝鮮

triệu viêm chứng 紅腫，炎症，發炎

trình 程序

trình bày 講述

trình bày bản in 版式

trình cài đặt 安裝程序

Trịnh Châu 鄭州

trình diễn 節目，演出，演奏

trình duyệt 瀏覽

trình duyệt mạng 導航

trình độ đại học 大學學位

trình độ giáo dục 教育水平

trình lắp ráp 安裝程序

trìu mến 親愛的

trò chơi 遊戲，玩具

trò chơi đánh súc sắc 投骰遊戲

trò chơi đêm 夜場比賽

trò chơi điện tử 電子遊戲，電視遊戲

trò chơi đố chữ 猜字謎遊戲

trò chơi đố chữ ô ngang dọc 縱橫字謎遊戲

trò chơi người lính 玩具兵

trò chơi trí tuệ 智力玩具

trò chơi ú tim 捉迷藏

trò chơi xe 玩具車

trò chơi xe lửa điện 電動玩具火車

trò chuyện 對話，交談

trò gian lận 作弊

trò lừa bịp 作弊

trọc 禿頭的

tròn trĩnh 豐滿的

trong 在裡面，在…裡；純色

trọng âm 重音

trong buổi chiều 在下午

trong buổi tối 在晚上

trong khi 正當

trong khi đó 與此同時，同時

trọng lực 重力

trọng lượng 體重，重量

trong một thời gian dài 持續長時間

trong một thời gian ngắn 一會兒，持續短時間

trong ngắn hạn 短期地

trong quan điểm của tôi 依我看

trong sạch 透明的

trong suốt 鮮亮的

trọng tài 裁判

trọng tài chính 裁判長

trọng thể 嚴肅的，莊重的

trong thời gian 在…期間

trong thời gian hai tiếng 兩個小時的時間

trong thời gian kỷ lục 在記錄時間內

trong thời gian một tiếng 一個小時的時間

trong trẻo 透明的

trong vòng 在…之內

trong vòng hai ngày 在兩天之內

trộn 攪拌

trốn học 逃課

trốn học đi chơi 逃學

trốn thoát 逃走，逃脫

trốn thuế 偷稅

trốn tránh 逃亡的

trồng 種植

trống 鼓

trống định âm 定音鼓

trống lớn trầm 大鼓

trông nom 俯視，眺望

trống prôvăng 鈴鼓

trông thấy 感知，察覺

trồng trọt 耕種，耕作

trợ giúp pháp lý 法律援助

trở lại 返回

trợ lý 助教

trở thành bạn bè 成為朋友

trở trên 沒有羞恥的

trở về 返回

trời lạnh 天冷

trời mát 天涼

trời mưa 下雨

trời mưa phùn 下毛毛雨的

trời nắng chan hòa 陽光明媚

trời nóng 天熱

trời ơi 天哪

trời quang 晴朗的

trơn 滑的

trơn khi đường ướt 地濕路滑

trụ sở cảnh sát 警察總部

trụ sở chính 總社，總店，總行，總部

trục 軸

trục xuất 驅逐

trùng 蠕蟲

trung bình 中等的，平均，一 般水平

trung chuyển 中轉

Trung Đông 中東

trung học 中學

Trùng Khánh 重慶

trung niên 中年

Trung Quốc 中國

trung tâm 中心

trung tâm giới thiệu việc làm 職業介紹所

trung tâm thương mại 商場

trung tính 中性

trung thành 守信的

trung thực 正直的，誠實的

trút 倒，灌

trút giận trên đường 公路洩憤

truy cập 存取，訪問，瀏覽

Truy Cập Địa Chỉ Trang Mạng 統一資源定位器

truyện 故事

truyền bá 傳播

truyền bóng 傳球

truyền đi 傳輸，傳送，發射

truyền hình 電視

truyền hình cáp 電纜電視

truyền hình công cộng 公共 電視

truyền hình gia dùng 家用電視

truyền hình mạch kín 閉路電 視

truyền hình treo tường 壁掛 電視

truyền hình trực tuyến 電視 直播

truyền hình vệ tinh 衛星電視

truyền máu 輸血

truyện ngắn 故事，短篇小說

truyện ngụ ngôn 寓言，道德 寓言

truyền qua vệ tinh 衛星轉播

truyền thanh vô truyền 無線 電廣播

truyền thống 傳統的

truyền thuyết 傳說，寓言

truyện tranh 漫畫書

trừ 減

trừ bớt 減去

trừ khi 除非

trừ phi 除非

trưa 中午

trực tuyến 在線，線上

trứng 蛋

trưng bày 陳列

trưng cầu dân ý 徵求民意， 公民表決

trưng cầu ý dân 民意測驗

trứng chiên 煎蛋餅，煎蛋卷

trước 上一個，先前

trước đây 以前

trước khi 之前，在…之前

trước tác 著作

trườn 爬行

trường âm nhạc 音樂學院

trường buổi tối 夜校

trưởng cảnh sát 警察局長

trường công lập 公立學校

trường chung cho con trai và con gái 男女同校的學校

trường dạy nghề 職業學校

trường đại học 大學

trường đào tạo giáo viên 教 師培訓學校

trường học 學校

trường kịch 戲劇學院

trường kỹ thuật 技術學校

trường mầm non 幼稚園

trường nội trú 寄宿學校

trường nghệ thuật 藝術學院

trường quốc lập 國立學校

Trường Sa 長沙

trường tiểu học 小學

trường tư thục 私立學校

trường thương mại 商業學校

trường trung học 中學

trường trung học cơ sở 初中

trường trung học phổ thông 高中

Trường Xuân 長春

trượt 滑動

trượt băng 滑冰

trượt cỏ 滑草

trượt nước 滑水

trượt tuyết 滑雪

trượt tuyết xuống dốc 速降滑雪

trừu tượng 抽象

U u

u ám 暗的，陰天的
ù ê 鬱悶的
u mê không tỉnh 執迷不悟的
u nang 囊腫
ủ rũ 情緒不穩的，鬱鬱寡歡
　的，愁眉不展的，慍怒的，
　不寬恕人的
U-gan-đa 烏干達
ủi 熨，熨燙
ủng hộ 支持
ung thư 潰瘍，癌症
uốn cong 彎腰，屈身
uốn khúc 崎嶇的
uống 喝，飲
U-ru-goay 烏拉圭
U-rum-chi 烏魯木齊
ủy ban 委員會
Ủy ban Châu Âu 歐洲委員會
ủy ban thẩm tra 調查委員會
uyên bác 博學的
uýt-ky 威士忌

Ư ư

ươm 孵化，繁育；苗床，苗圃
ương ngạnh 頑固的

V v

và 和
vá 縫補
va chạm 撞，碰撞
va li 大箱子，旅行箱，手提箱
vá răng 補牙
vác 提
vách đá cheo leo 絕壁，峭壁，
　懸崖；峻峭的，險峻的
vai 肩，肩膀；角色
vài 幾個
vải 布料，布類，織物
vai chính 主角
vải dệt 織物
vải flanen 法蘭絨
vai hề 小丑
vải lanh 亞麻布
vải lau 清潔布
vải len kẻ ô vuông 格子花的

vải nhung kẻ 燈芯絨
vai rộng 寬肩
vải rửa chén 洗碟布
vải sa mỏng 薄紗，羅紗布
vải vẽ 畫布
vải vẽ bức tranh 畫布
vạm vỡ 體格健美
van 閥，活門
vạn 一萬
ván bập bênh 翹翹板
vạn phúc Maria 萬福瑪利亞
Vạn sự như ý! 一切如意！
van tiết lưu 阻塞門
ván trượt 滑板
ván trượt nước 滑水板
vàng 金，金色
vàng bạc đá quý 珠寶
vào ban đêm 在夜裡
vào buổi sáng 在早晨，在上午
vào lúc ba giờ 在三點
vào lúc hai giờ 在兩點
vào lúc một giờ 在一點
vào ngày này 直到今天
vảy 鱗
váy 裙子
vảy cá 魚鱗
váy cưới 結婚禮服
váy cưới cô dâu 新娘婚紗
váy quầy 圍裙
váy trong 襯裙
váy xếp 百褶裙
vằn 條紋
vặn 打開，擰
văn bản 文字，正文，課文
văn bản sắp phát 發件
văn bằng tốt nghiệp 畢業證書
văn chương 文章
văn hiến 文獻
văn học 文學
văn kiện 文件，檔案
văn kiện giải nén 解壓文件
văn kiện nén 壓縮文件
văn khoa 文科
Văn nghệ Phục hưng 文藝復興
văn nhại 模仿詩文
văn phòng 辦公室
văn phòng giáo viên 教師辦
　公室
văn phòng làm việc tại nhà
　家庭辦公

văn phòng phẩm 辦公用品
văn xuôi 散文
vắng mặt 缺勤
vẫn 仍然
vẫn còn 仍然，還是
vấn đề 問題
vấn đề dân sự 民政事務
vận động tranh cử 競選活動
vận động viên 運動員
vận động viên bóng chày 擊球手
vận động viên bơi lội 游泳者
vận động viên chạy 跑步者
vận động viên gôn 高爾夫運動員
vận động viên nghiệp dư 業餘運動員
vân hoa 條紋的
vân tay 指紋
vận tốc 速度，速率
vâng 是
vấp ngã 磕絆
vật 摔跤
vật cảnh 寵物
vật cưng 寵物
vật chất 物質
vật chứng 證據，物證
vật kính 物鏡
vật liệu 原料，填塞料
vật lộn 扭打，混戰
vật lý học 物理學
vây 鰭，闊鰭
vẽ 作畫，製圖，畫，繪圖，繪畫
vé 門票，票
vẽ chân dung 肖像
vé điện tử 電子票
vé khứ hồi 往返票，來回票
vẽ màu nước 水彩畫
vè mặt 面孔
vé một chiều 單程票
vé phạt 罰單
vẽ sơn dầu 油畫
vẽ tự do 手繪
vé trở lại 回程票
véctơ 矢量
vét sạch 打掃，清洗
về 對於
về bên phải 在右邊，向右

về bên trái 在左邊，向左
về địa lý 地理的
về hưu 退休
về lục địa 大陸的，大陸性的
về phải 向右
về phía đông 向東
về phía bắc 北方的，向北，向北方
về phía đông 向東方
về phía nam 向南
về phía sau 向後面
về phía tây 向西
về phía trước 向前面
vệ tinh 衛星
vệ tinh nhân tạo 人造衛星
vệ tinh thông tin 通信衛星
về trái 向左
về trước 向前
về xuôi 向下
Vê-nê-xuê-la 委內瑞拉
vênh vang 愛炫耀的
vênh váo 放肆的，驕傲的
vết 污漬
vết thâm 青腫，擦傷
vết thâm tím 青腫，擦傷
vết thương 傷，負傷，損害
ví 錢包，錢袋
vĩ cầm 小提琴
ví dụ 例如
vĩ độ 緯度
vị giác 味覺
vi khuẩn 細菌
vì lẽ rằng 既然
vị ngữ 謂語
vi phạm 違法，背信
vi phạm quyền lợi 違犯權利
vi rút 病毒
vi sinh vật 有機體，微生物
vi sóng 微波
vi tích phân 微積分
vi tính hóa 電腦化
vi tính hỗ trợ học tập 電腦輔助學習
vị tha chủ nghĩa 利他主義的
vị trí 位置
vì vậy 那，如此
via 層，地層
via hè 人行道
việc gì đó 某事，某物

việc làm 僱用
việc làm tạm thời 臨時工作
việc ngã xuống 下落
việc rút tiền 取款
việc đầu tư 投資
viêm amiđan 扁桃腺炎
viêm da 皮膚炎
viêm họng 喉嚨發炎
viêm kết tràng 結腸炎
viêm khớp 關節炎
viêm niêm mạc 黏膜炎
viêm phế quản 支氣管炎
viêm ruột thừa 盲腸炎
viêm xoang 竇炎
Viên 維也納
viện bảo tàng 博物館
viên chức 職員
viên đá lửa 燧石，打火石
viễn tưởng 小說
viễn thị 遠視的
viễn thông 電信，遠距離通信，通信
viên thuốc 藥片
viên thuốc hình thoi 錠劑
viện trợ 支持
viển vông 異想天開的
viết 寫，寫作
viết chứng thực đằng sau 背書
Việt Nam 越南
viết nguệch ngoạc 塗鴉
Việt Ngữ 越南語
viết tắt 縮寫
viết tiểu luận 隨筆寫作
vịnh 海灣
vịnh nhỏ 河灣，小海灣
viôla 中提琴
viôlông 小提琴
viôlông trầm 低音提琴
vít 螺絲
vịt 鴨
vitamin 維生素
vỏ cây 樹皮
vỏ hến 甲殼，貝
võ sĩ 次輕量級
võ sĩ mới 新手
võ sĩ quyền Anh 拳擊手
vỏ sò 扇貝，貝
võ thuật 武術

vóc người cao 好身材
vòi chống cháy 消防水帶
vòi nước 水龍頭
vòi rồng 消防栓，消防龍頭
vòm 拱門
vòm miệng 顎
vòng 環，圈；環形的，圓形的
Vòng Bắc Cực 北極圈
vòng chạy 一圈
vòng đua 一圈
vòng eo 腰圍
vòng eo thon thả 腰身纖細
vòng hoa 花環
vòng loại 淘汰賽
Vòng Nam Cực 南極圈
vòng tay 手鐲
vòng tròn 圓
vỗ 拍打
vô cơ 無機的
vô đạo đức 不道德的
vô địch 冠軍
vô định 不定式
vô lại 無賴的
vô lăng 方向盤
vô lễ 傲慢的
vô lễ 失禮的
vô liêm sỉ 沒有羞恥的
vô lý 沒理，錯，荒謬
vô ơn 不感恩的，忘恩負義的
vô phép 沒禮貌的
vô tình 無情的
vô tổ chức 無組織性的
vô tội 無罪，無辜
vô tuyến 無線的
vô tư lự 無憂無慮的，輕鬆愉快的
vô vọng 失望的
vô vị 沒有味道的，不好吃的
vội vàng 匆忙，匆忙地，趕緊
vốn 資本
vợ 妻子
vợ chồng 配偶
vợ chồng đã cưới 已婚夫婦
vợ chồng mới cưới 新婚夫婦
vở kịch 劇，戲
vở 齣
vở tuồng 劇，戲
với 同，跟
với giường đôi 帶兩張床的

với giường hai người 帶雙人床的

với lời chào thân thiết 致以誠摯的問候

với mong muốn như ý 一切如意

với tình yêu 愛你的

vợt 網球拍

vú 乳房

vụ cướp 搶劫

vụ giả mạo 偽造

Vũ Hán 武漢

vụ kiện 訴訟

vũ khí 武器

vũ khí hạt nhân 核武器

vũ khí hóa học 化學武器

vũ khí sinh học 生物武器

vũ khí tự động 自動化武器

vũ khí thông thường 常規武器

vụ mưu hại 陰謀，反叛

vụ nổ 爆炸

vũ trụ 宇宙，太空，空間

vua 國王

vui chơi 玩樂，娛樂，作樂

vui lòng 情願的

vui mừng 快樂，高興

vui nhẹ 輕鬆的

vui tính 開朗的，快活的

vui thích 迷人的，吸引人的

vui vẻ 樂趣，快活，享受，愉快，活潑的，輕鬆愉快的，高興的，滿意的

vung 蓋子，罩

vùng 地區

vũng 河灣，小海灣

vùng ngoại ô 郊區，近郊，市郊

vung tay quá trán 揮霍的，浪費的

vùng ven biển 海濱

vuốt ve 撫摸

vừa đủ 僅僅，只是

vừa khít 緊身的

vựa lúa 穀倉，糧倉

vừa mới 僅僅，只是

vừa phải 適中的

vừa vặn 合宜的，得體的

vừa vừa 一般

vừa ý 滿意的

vượn 猿，猴子

vườn 花園，庭園，園子

vườn bách thú 動物園

vườn hoa 花園

vườn nhỏ 小園子

vườn rau 菜園

vườn thú 動物園

vườn thực vật 植物園

vườn trường 校園

vườn ương 苗床，苗圃

Vương Quốc Anh 大不列顛

vượt qua 通過

vứt 扔，擲

vựa 穀倉

X x

xa 離開，遠

xà bông 肥皂

xa cách 離

xã giao 交際

xã hội dân chủ 民主社會

xã hội đa chủng tộc 多種族社會

xã hội học 社會學

xà phòng 肥皂

xà phòng thơm 香皂

xác chết 屍體

xác định vị trí của 確定…的位置

xác nhận 確認

xác nhận tìm kiếm 搜查證

xafia 藍寶石

xa-lát thập cẩm 什錦沙拉

xám 灰

Xan Ma-ri-no 聖馬利諾

xanh biển 海軍綠

xanh lam 藍

xanh lục 綠

xào 炸，煎，炒

xảy ra 發生

xăm lốp 輪胎

xăng 汽油

xăng dầu 石油

xăng không chì 無鉛汽油

xăng pha chì 含鉛汽油

xăngtimét 厘米

xăngtimét khối 立方厘米

xăngtimét vuông 平方厘米

xấu 醜的，卑鄙的，壞的
xấu đi 惡化
xấu hổ 羞怯，羞恥
xấu tính 壞脾氣的
xây dựng 建築，建造
xẩy ra 產生
Xcốt-len 蘇格蘭
xe 車輛
xe buýt 公共汽車
xe buýt du lịch 遊覽車
xe bưu chính 郵政車
xe cộ 車輛
xe cứu hỏa 救火車，消防車
xe cứu thương 救護車
xe chở khách 客車
xe chữa cháy 救火車，消
防車
xe dắt 拖曳車
xe đạp 自行車
xe đẩy 送食物小車
xe đẩy tay 手推車，活動車
xe đua 跑車
xe điện đường ray 有軌電車
xe gắn máy 摩托車
xe hơi nhỏ 小型汽車
xe kéo 拖曳車
xe lăn 輪椅
xe lửa 火車
xe máy 摩托車
xe moóc 拖車
xe rác 垃圾車
xe tải 卡車
xe tải nhỏ 小型貨車
xe tải thùng 麵包車，廂式貨車
xe tắc xi 出租汽車
xe tăng 坦克車
xe tù 囚車
xé thành mảnh nhỏ 切碎
xe thể thao 跑車
xe trượt băng 平底雪橇
xe trượt tuyết 平底雪橇
xe vận tải nhanh 快遞車，快
運車
Xéc-bi-a 塞爾維亞
xelô 大提琴
xem 看
xem lướt 草草瀏覽
xem xét 看，看法，評論

xem xét sau khi 照管
xentimét 厘米
Xen-tơ 威爾士
xét hỏi 審訊
xét hỏi ở phòng xử án 審判
室審訊
xét nghiệm máu 驗血
xét xử 審理
xét xử tội phạm 罪犯審訊
xê dịch 運動，移動
Xê-nê-gan 塞內加爾
xếp 排
xếp cảnh 舞台布景
xếp hàng 排隊，隊列，列隊
xì dầu 醬汁，醬油
xi đánh giày 鞋油
xì líp 三角褲
xi nê 電影院
xích đạo 赤道
xiếc 馬戲團
xìn 不鮮明的，無光澤的
xin chào buổi sáng 早安
xin để làm một cái gì đó 請
求做某事
xin lỗi 對不起
xin mời dùng 請享用
xin nghe 請聽
xin phép nghỉ 請假
Xin-ga-po 新加坡
xi-rô ho 止咳糖漿
xịt 不鮮明的，無光澤的
xiu 一陣昏厥
xiu đi 頭暈，昏過去
Xlô-va-ki-a 斯洛伐克
Xlô-vê-ni-a 斯洛文尼亞
xoá 擦除，擦掉，清除，刪除
xóa bỏ 擦除，刪除，取消，
廢除
xoa bóp 撫摸
xoa nước hoa 抹香水
xoàng 平庸，普普通通的，中
等的
xoay 轉
xoáy nước 漩渦
xoay quanh 迴轉
xoắn 撐;曲折的，彎曲的
xoắn ốc 螺旋的
xóm 鄉村
xoong 平底鍋

xô 推;水桶
xô đẩy 扭打，混戰
xô vào 碰到
Xô-ma-li-a 索馬里
xốt gia vị 調味汁
xơ 纖維
xơ cứng động mạch 動脈硬化
xới 鋤，挖
X-quang X 光
Xri-lan-ca 斯里蘭卡
Xtốc-khôm 斯德哥爾摩
xu nịnh 卑躬屈膝的，奉承拍馬的，奉承
xua đuổi 追
xuất bản 出版
xuất bản định kỳ 期刊
xuất huyết 出血
xuất huyết não 中風
xuất khẩu 出口
xuất phát 離開
xuất sắc hơn người 卓越的
xuất thân 出身
xuất thân từ 出身於
xúc giác 觸覺
xúc phạm 冒犯，衝撞
xúc xắc 骰子
xúc xích 香腸
Xu-đăng 蘇丹
xúi quẩy không may 倒霉
xum xoe 卑躬屈膝的，奉承拍馬的
xung đột 衝突
xung đột vũ trang 武裝衝突
xung quanh 外圍，四周
xuồng 小划子，竹筏
xuống 下，往下
xuống dốc 下坡
xuyến 手鐲
xuyên qua 穿過
xử án 審理
xứ đạo 教區
xử kín 不公開的審訊
xử lí văn bản 文字處理
xử lý 處理，搬動
xử lý chất thải 廢物處理
xử lý số liệu 數據處理
xử phạt 制裁
xứng đáng 有價值的
xưng hô không chính thức 非正式的稱呼

xưng tội 懺悔
xương 骨，骨頭
xương bả vai 肩胛骨
xương chậu 骨盆
xương hàm 頰骨，顴骨，頜骨

Y y

Ý 義大利
y học 醫學
ý kiến bất đồng 意見不一
y khoa 醫學系
ý nghĩ kỳ quặc 異想天開
ý nghĩa 意思
y tá 護士
ý tưởng 想法，構思
ý thức 意識，感到，感覺
yên lặng 安靜，恬靜，靜一靜
yến mạch 燕麥
yên tĩnh 平靜的
yên xe 車座
yêu 愛，熱愛，愛慕
yếu 弱，柔弱的，虛弱的，軟弱的
yêu cầu 要求，索取
yêu cầu bồi thường 理賠
yếu đuối 弱小的，脆弱的
yêu anh nhiều 十分愛你的
yêu em nhiều 十分愛你的
yêu nhau 相愛，戀愛
yếu ớt 體格文弱
yếu ớt mảnh khảnh 纖弱的
yêu quý nhất 最親愛的
yêu thương 鍾愛的

Z z

zêrô 零

國家圖書館出版品預行編目（CIP）資料

越南語詞彙分類學習小詞典 / 鄧應烈，屈如玉 作. -- 初版. --
新北市：智寬文化，民 100. 2
　面；　公分
ISBN 978-986-86763-5-0(平裝)
1. 越南語 2. 詞典
803.7939　　　　　　　　　　　　　　　100002567

外語學習系列 A001
越南語詞彙分類學習小詞典
2020年4月 初版第4刷

編譯	鄧應烈
審校	屈如玉
出版者	智寬文化事業有限公司
地址	新北市235中和區中山路二段409號5樓
E-mail	john620220@hotmail.com
電話	02-77312238・02-82215078
傳真	02-82215075
印刷者	永光彩色印刷股份有限公司
總經銷	紅螞蟻圖書有限公司
地址	台北市內湖區舊宗路二段121巷19號
電話	02-27953656
傳真	02-27954100
定價	新台幣350元
郵政劃撥・戶名	50173486・智寬文化事業有限公司

版權聲明

原著作名	原出版社	編譯	審校
越南語詞彙 分類學習小詞典	北京語言大學出版社	鄧應烈	屈如玉

北京語言大學出版社
BEIJING LANGUAGE AND CULTURE
UNIVERSITY PRESS